രാപ്പാടിയും ചെമ്പനീർ പൂവും

ഓസ്കാർ വൈൽഡിന്റെ കഥകൾ

rappadiyum chempaneer poovum
oscar wildinte kadhakal
oscar wilde

•

translated
k p sumathi

•

first edition
january 2012

•

typesetting
star communications, thiruvananthapuram

•

published
chintha publishers, thiruvananthapuram

•

cover
ambeesh kumar

വിതരണം

ദേശാഭിമാനി ബുക്ക് ഹൗസ്

H O തിരുവനന്തപുരം-695 035
www.chinthapublishers.com
chinthapublishers@gmail.com

ബ്രാഞ്ചുകൾ

ഹെഡ്ഡാഫീസ് ബ്രാഞ്ച് കുന്നുകുഴി • ഓവർബ്രിഡ്ജ് തിരുവനന്തപുരം • കെ എസ് ആർ ടി സി ബസ് സ്റ്റേഷൻ ആലപ്പുഴ • കെ എസ് ആർ ടി സി ബസ് സ്റ്റേഷൻ എറണാകുളം • മച്ചിങ്ങൽ ലെയ്ൻ തൃശൂർ • ഐ ജി റോഡ് കോഴിക്കോട് • കെ എസ് ആർ ടി സി ബസ് സ്റ്റേഷൻ കോഴിക്കോട് • എൻ ജി ഒ യൂണിയൻ ബിൽഡിങ് കണ്ണൂർ • സെൻട്രൽ ബസ് ടെർമിനൽ കോംപ്ലക്സ് താവക്കര കണ്ണൂർ

CO - 1665 / 2814

രാപ്പാടിയും ചെമ്പനീർ പൂവും

ഓസ്കാർ വൈൽഡിന്റെ കഥകൾ

ഓസ്കാർ വൈൽഡ്

പരിഭാഷ

കെ പി സുമതി

ചിന്ത പബ്ലിഷേഴ്സ്
തിരുവനന്തപുരം-695 035
വില: ` 90

ഓസ്കാർ വൈൽഡ് (1854 -1900)

ഐറിഷ് കഥാകൃത്തും കവിയും നാടകകൃത്തും.

പിതാവ് വില്യം വൈൽഡ്, അദ്ദേഹം പ്രമുഖനായ ഡോക്ടർ ആയിരുന്നു. അമ്മ ജെയ്ൻ ഫ്രാൻസെസ്ക. അവർ 'സ്പെറാൻസ' എന്ന അപരനാമത്തിൽ വിപ്ലവകവിതകൾ എഴുതിയിരുന്നു. യൂറോപ്പിലെ മിക്ക ഭാഷകളും അറിയാവുന്ന അവർ നോവലുകളും രചിച്ചിരുന്നു. അത്തരത്തിലുള്ള ഒരു സാഹിത്യ പാരമ്പര്യം ഓസ്കാർ വൈൽഡിന് ഉണ്ടായിരുന്നു.

1871 ൽ റോയൽ സ്കൂൾ സ്കോളർഷിപ്പ് വാങ്ങിക്കൊണ്ട് ഡബ്ലിനിലെ ട്രിനിറ്റി കോളേജിൽ ഓസ്കാർ വൈൽഡ് എത്തിച്ചേർന്നു. പ്രശസ്തമായ വിജയം നേടിക്കൊണ്ടാണ് അദ്ദേഹം അവിടം വിട്ടത്. പിന്നീട് സ്കോളർഷിപ്പോടെ ഓക്സ്ഫോർഡ് യൂണിവേഴ്സിറ്റിയിലേക്ക്. അദ്ദേഹത്തിന്റെ *Ravenna* എന്ന കവിതയ്ക്ക് ന്യൂഡിഗേറ്റ് പുരസ്കാരം ലഭിക്കുന്നു. 1881 ൽ ലണ്ടനിലേക്ക് തിരിച്ചുവന്നു. കവിതകൾക്ക് വിമർശകരിൽനിന്ന് മിശ്രപ്രതികരണമാണ് ലഭിച്ചത്. എഴുത്തിനെ വളരെ ഗൗരവതരമായി സമീപിക്കണമെന്ന് അദ്ദേഹം മനസിലാക്കി. അതേവർഷം അമേരിക്കയിലേക്ക് സൗന്ദര്യശാസ്ത്രം പഠിപ്പിക്കാനായി പോകുന്നു. 1884 ൽ കോൺസ്റ്റാൻസിനെ വിവാഹം കഴിക്കുന്നു. 1887 മുതൽ 1889 വരെ *വിമൻസ് വേൾഡ് മാഗസിനി*ൽ ജോലി ചെയ്തു. (1887-89) അടുത്ത ആറുവർഷം അദ്ദേഹത്തിന്റെ ജീവിതത്തിലെ നിർണായക വർഷങ്ങളായിരുന്നു. ഇക്കാലത്ത് കുട്ടികൾക്കുവേണ്ടി *The Happy Prince and Other Tales, The House of Pomegranates* എന്നീ രണ്ടുചെറുകഥാസമാഹാരം പ്രസിദ്ധീകരിച്ചു. അദ്ദേഹത്തിന്റെ ഏക നോവലായ *The Picture of Dorian Gray* പ്രസിദ്ധീകരിച്ചു. വളരെ വിമർശനങ്ങൾക്ക് വഴി തെളിച്ച കൃതിയായിരുന്നു ഇത്. വിക്ടോറിയൻ സദാചാരത്തെ മലീമസമാക്കിയ കൃതി എന്ന ലേബൽ ഇതിന് കൈവന്നു. *A Woman of No Importance, An Ideal Husband, The Importance of Being Earnest* എന്നിവ വളരെ പ്രശസ്തമായ അദ്ദേഹത്തിന്റെ നാടകങ്ങളാണ്. *The Ballad of Reading Gaol* 1898 ൽ പ്രസിദ്ധീകരിച്ചു.

കെ പി സുമതി

1941 ൽ കോഴിക്കോട് ജനനം. മലബാർ ക്രിസ്ത്യൻ കോളേജ്, കോളേജ് ഓഫ് ടീച്ചർ എജ്യുക്കേഷൻ എന്നിവിടങ്ങളിൽ വിദ്യാഭ്യാസം. വിവിധ ഗവൺമെന്റ് സ്കൂളുകളിൽ അധ്യാപികയായി ജോലി നോക്കി. ഗവ. ടി ടി ഐ ഫോർ മെന്നിൽ പ്രധാനാധ്യാപികയായിരിക്കെ വിരമിച്ചു. പതിനൊന്നോളം കൃതികൾ മലയാളത്തിലേക്ക് മൊഴിമാറ്റം ചെയ്തു.

ഭർത്താവ് : എ വിജയൻ
മക്കൾ : സ്വപ്ന, സ്മിത
വിലാസം : കവിത
എം ആർ ക്യാമ്പ് റോഡ്, മേരിക്കുന്ന് പി ഒ
കോഴിക്കോട് - 673012
ഫോൺ : 04952370772

ഉള്ളടക്കം

1

ഹാപ്പി പ്രിൻസ്

നഗരത്തിൽ, വളരെ ഉയർന്നുനിൽക്കുന്ന ഒരു സ്തംഭത്തിന്മേൽ ഹാപ്പി പ്രിൻസിന്റെ പ്രതിമ നിലകൊള്ളുന്നു. പതിച്ചുവെച്ച സ്വർണ ഇതളുകൾ കാരണം ശരീരമാകെ മിന്നിത്തിളങ്ങുന്നുണ്ട്. കണ്ണുകളിലാവട്ടെ, ശോഭയേറിയ രണ്ടു സഫയർ രത്നങ്ങളാണ്. വാൾപ്പിടിയിൽ ചുവന്ന മാണിക്യക്കല്ല്.

ഏവരും നോക്കിനിന്നു പോകുന്ന പ്രതിമ. "അതൊരു കാറ്റാടിപോലെ സുന്ദരമായിരിക്കുന്നു;" അതിലേ കടന്നുപോയ നഗരസഭാംഗം പറഞ്ഞു. കലാഭിരുചിയുള്ളവൻ എന്ന ഖ്യാതി നേടാൻ ആഗ്രഹിക്കുന്നവനാണയാൾ. പക്ഷേ, അതുകൊണ്ട് ഉപകാരമൊന്നുമില്ല എന്നുപറയുകയും ചെയ്തു. അങ്ങനെ പറഞ്ഞില്ലെങ്കിൽ, തനിക്ക് പ്രായോഗികബുദ്ധിയില്ല എന്ന് ജനങ്ങൾ കരുതുമല്ലോ.

അമ്പിളിമാമനെ പിടിച്ചുകൊടുക്കാൻവേണ്ടി കരയുന്ന ബാലനോട് അമ്മ പറഞ്ഞു: "നിനക്ക് ഹാപ്പി പ്രിൻസിനെപോലെയാവരുതോ? ഒന്നിനുവേണ്ടിയും പ്രിൻസ് കരയാൻ തുനിയുന്നില്ലല്ലോ."

"തികച്ചും സന്തോഷവാനായ ഒരുത്തൻ ഈ ലോകത്ത് ഉണ്ട് എന്നതിൽ ഞാൻ വളരെ സന്തോഷിക്കുന്നു." നിരാശപൂണ്ട ഒരുത്തൻ പ്രതിമയിലേക്ക് നോക്കിക്കൊണ്ടു പറഞ്ഞു.

"അതൊരു മാലാഖയെ പോലുണ്ട്" ശോഭയുള്ള കുങ്കുമവർണത്തിലുള്ള കുപ്പായവും വെളുത്ത മുന്നാരത്തുണിയും ധരിച്ചുകൊണ്ട്, കത്തീഡ്രലിൽനിന്ന് പുറത്തേക്കുവന്നു, ചാരിറ്റി ഭവനിലെത്തി കുട്ടികൾ പറഞ്ഞു.

"നിനക്കെങ്ങനെ അറിയാം?" ഒപ്പമുള്ള കണക്കുസാർ ചോദിച്ചു: "നീ മാലാഖയെ കണ്ടിട്ടില്ലല്ലോ."

“ഞങ്ങൾ സ്വപ്നത്തിൽ കാണാറുണ്ട്.” കുട്ടികൾ ഒന്നിച്ചു പറഞ്ഞു. കണക്കുസാർ മുഖം വക്രിച്ച്, ഗൗരവക്കാരനായി. കുട്ടികൾ സ്വപ്നം കാണുന്നത് അയാൾക്ക് അംഗീകരിക്കാനാവുന്നില്ല.

ഒരു കൊച്ചു സ്വാളോ പക്ഷി രാത്രി നഗരത്തിലെത്തി. അവന്റെ കൂട്ടുകാർ ഈജിപ്തിലേക്ക് പോയിട്ട് ആറുമാസത്തോളമാവുന്നു. അവൻ ഒപ്പം പോയില്ല. കാരണം, അവൻ റീഡുമായി പ്രണയത്തിലാണ്. വസന്തകാലം തുടങ്ങിയപ്പോഴാണ് അവളെ കണ്ടത്. ഒരു വലിയ മഞ്ഞശലഭത്തെ പിടിക്കാൻ അവൻ നദിയിലേക്ക് പറക്കുകയായിരുന്നു. അവളുടെ ഒതുങ്ങിയ അരക്കെട്ട് കണ്ട് കൗതുകം തോന്നിയതിനാൽ, സംസാരിക്കാനായി നിന്നു.

“ഞാൻ നിന്നെ സ്നേഹിച്ചോട്ടെ?” സ്വാളോ ചോദിച്ചു. കാര്യം പെട്ടെന്നു പറയാനാണ് അവനു തോന്നിയത്. റീഡ് ചെറുതായി തല കുനിച്ചു. അവൻ അവളെ ചുറ്റിപ്പറന്നു, ഇടയ്ക്ക് ചിറകുകൊണ്ട് അരുവിയിലെ വെള്ളമൊന്നു സ്പർശിക്കും. അത് വെള്ളിപോലെ തിളങ്ങും. ഇങ്ങനെയാണവന്റെ പ്രേമപ്രകടനം. ഗ്രീഷ്മകാലം മുഴുവൻ അങ്ങനെ കഴിഞ്ഞു.

“അതൊരു വല്ലാത്ത ബന്ധം തന്നെയാണ്.” മറ്റുള്ള സ്വാളോ പക്ഷികൾ പിറുപിറുത്തു. “അവൾക്കാണെങ്കിൽ പണമില്ല. ബന്ധുക്കളാണെങ്കിൽ ഒരുപാടുണ്ടുതാനും.”

നദിയിൽ ധാരാളം റീഡുകൾ ഉണ്ടായിരുന്നു. ശരത്ക്കാലം എത്തിയപ്പോൾ അവ പറന്നുപോയി.

നമ്മുടെ സ്വാളോ പക്ഷി ഒറ്റപ്പെട്ടു.

പ്രേമഭാജനത്തെ ഓർത്ത് ദുഃഖിച്ചു. “അവൾ ഒന്നും മിണ്ടിയില്ല. അവൾ ഒരു ശൃംഗാരിയാണെന്നു ഞാൻ കരുതുന്നു. കാറ്റടിക്കുമ്പോൾ അവൾ എപ്പോഴും കൊഞ്ചിക്കുഴയുന്നത് ഞാൻ കാണാറുണ്ട്.”

അതങ്ങനെയാണ്. കാറ്റടിക്കുമ്പോൾ അവൾ വിനയത്തോടെ തല കുനിക്കുന്നു.

“അവൾക്ക് വീട്ടിൽ തന്നെ കഴിയാനായിരിക്കും ഇഷ്ടം. എന്നാൽ എനിക്കാണെങ്കിൽ എന്നും യാത്ര ചെയ്യാനാണ് ഇഷ്ടം. എന്റെ ഭാര്യയും അങ്ങനെയാവണമല്ലോ.”

“നിനക്കെന്റെ കൂടെ വരാമോ?” ഒടുവിൽ അവളോട് നേരിട്ടു ചോദിക്കുകതന്നെ ചെയ്തു. അവൾ വരില്ലെന്നു തലയാട്ടി. വീടുമായി അത്രമാത്രം അവൾ ബന്ധപ്പെട്ടിരിക്കുന്നു.

“അപ്പോൾ, നീയെന്നെ നിസ്സാരനായി കാണുകയായിരുന്നു, അല്ലേ, ഞാൻ പിരമിഡുകളിലേക്ക് പോകുകയാണ്, ഗുഡ് ബൈ.”

പകൽ മുഴുവൻ അവൻ പറക്കുകയായിരുന്നു. രാത്രി നഗരത്തിലെത്തി.

“എവിടെയാണ് ഞാനൊന്നു വിശ്രമിക്കുക. നഗരത്തിൽ അതിനുള്ള സൗകര്യം കണ്ടേക്കും.”

പ്രതിമ നിൽക്കുന്ന സ്തംഭം അവൻ കണ്ടു.

"ഇവിടെത്തന്നെയാവാം. നല്ല സ്ഥലമാണ്. നല്ല ശുദ്ധവായുവും കിട്ടും."

അവൻ ഹാപ്പിപ്രിൻസിന്റെ പാദങ്ങൾക്കിടയിൽ ചെന്നിരുന്നു.

"സ്വർണം കൊണ്ടുള്ള കിടക്കറ കിട്ടിയിരിക്കുന്നു എനിക്ക്" – അവൻ മെല്ലെ പറഞ്ഞു. ചുറ്റും നോക്കി ഉറങ്ങാൻ തയാറെടുത്തു. തല ചിറകിനുള്ളിലേക്ക് തിരുകിയതും, ഒരു വലിയ വെള്ളത്തുള്ളി ദേഹത്ത് പതിച്ചു.

"ഇതെന്ത് വിചിത്രമായിരിക്കുന്നു. ആകാശത്ത് ഒരു മേഘത്തുണ്ട് പോലുമില്ല. തെളിഞ്ഞ് ശോഭയുള്ള നക്ഷത്രങ്ങളേയും കാണുന്നുണ്ട്. എന്നിട്ടും മഴ! യൂറോപ്പിന്റെ വടക്കുഭാഗത്ത് വല്ലാത്തൊരു കാലാവസ്ഥ തന്നെ. റീഡിന് മഴ ഇഷ്ടമാണ്. പക്ഷേ, അതവളുടെ സ്വാർഥതയാണ്."

ഒരു തുള്ളി കൂടി പതിച്ചു.

"മഴയെ തടുക്കാനാവില്ലെങ്കിൽ, പ്രതിമ കൊണ്ടെന്തു പ്രയോജനം; ഞാൻ ഏതെങ്കിലുമൊരു പുകക്കുഴൽ തേടിപ്പോകട്ടെ." സ്വാളോ പറക്കാൻ തയാറായി.

ചിറകുവിടർത്തും മുമ്പേ, മൂന്നാമതൊരു തുള്ളി പതിച്ചു. അവൻ മുകളിലേക്കു നോക്കി, എന്താണീക്കാണുന്നത്?

ഹാപ്പി പ്രിൻസിന്റെ നേത്രങ്ങൾ നിറഞ്ഞിരിക്കുന്നു! സ്വർണക്കവിളിലൂടെ കണ്ണുനീർ ഒഴുകുന്നുണ്ട്. ഈ നിലാവിൽ എന്തൊരു ഭംഗിയാണ് ആ മുഖത്തിന്! സ്വാളോവിന് അനുകമ്പ തോന്നി.

"നീയാരാണ്."

"ഞാൻ ഹാപ്പി പ്രിൻസ്."

"എന്തിനു കരയുന്നു? നീയെന്നെ നനച്ചുവല്ലോ"

"ഞാൻ ജീവനോടെയിരുന്ന കാലത്ത്, എന്നിലൊരു മനുഷ്യഹൃദയം ഉണ്ടായിരുന്ന നാളുകളിൽ കണ്ണുനീർ എന്തെന്ന് എനിക്കറിയില്ലായിരുന്നു. എന്റെ ജീവിതം സാൻസ് സൗസിയുടെ കൊട്ടാരത്തിലായിരുന്നു. അവിടേക്ക് ദുഃഖങ്ങൾക്ക് പ്രവേശനം ഉണ്ടായിരുന്നില്ല. പകൽ സമയം, കൂട്ടുകാർക്കൊപ്പം തോട്ടത്തിൽ കളിക്കും. രാത്രിയിൽ വലിയ ഹാളിൽ, നൃത്തം നയിക്കുന്നത് ഞാനാണ്. തോട്ടത്തിന് ഉയർന്ന് ചുറ്റുമതിൽ ഉണ്ട്. മതിലിന്നപ്പുറം എന്താണുള്ളതെന്ന് ഞാനൊരിക്കലും അന്വേഷിച്ചിരുന്നില്ല. എന്നെ സംബന്ധിച്ച് എല്ലാം സുന്ദരമായിരുന്നു. കൊട്ടാരത്തിലുള്ളവർ എന്നെ ഹാപ്പി പ്രിൻസ് എന്ന് വിളിച്ചു. ഞാൻ ഹാപ്പിയായിരുന്നു താനും. ആനന്ദിക്കുന്നത് സന്തോഷമാണെന്നുണ്ടെങ്കിൽ അങ്ങനെ ഞാൻ ജീവിച്ചു, മരിച്ചു.

മരിച്ചപ്പോൾ അവർ എന്നെ ഇവിടെ സ്ഥാപിച്ചു. ഉയരത്തിൽ. എന്റെ നഗരത്തിലെ വൃത്തികേടുകളും കഷ്ടപ്പാടുകളും ഞാനിപ്പോൾ കാണുന്നു. എന്റെ ഹൃദയം ഈയംകൊണ്ടുണ്ടാക്കിയതാണ്. എനിക്ക് കരയാൻ മാത്രമേ കഴിയൂ."

'എന്ത്? ഇത് മുഴുവൻ സ്വർണമല്ലേ?' സ്വാളോ സ്വയം ചോദിച്ചു. അഭിപ്രായം ഉറക്കെ പറയാതിരിക്കാനുള്ള മര്യാദ അവനുണ്ട്.

പ്രതിമ, സംഗീതാത്മകമായ സ്വരത്തിൽ തുടർന്നു: "ദൂരെ, തെരുവിൽ ഒരു കൊച്ചുവീട് ഉണ്ട്. ദരിദ്രമായ വീട്. അതിന്റെ ഒരു ജാലകം തുറന്നിട്ടിട്ടുണ്ട്. ഒരു സ്ത്രീ മേശയ്ക്കടുത്ത് ഇരിക്കുന്നത് ഞാൻ ഇവിടന്നു കാണുന്നു. മുഖം മെലിഞ്ഞും കഷ്ടപ്പാടു നിറഞ്ഞതുമാണ്. സൂചിക്കുത്തേറ്റ് പരുക്കനായ ചുവന്ന കൈകൾ. അവളൊരു തുന്നൽക്കാരിയാണ്. അടുത്ത് നടക്കാനിരിക്കുന്ന കൊട്ടാരത്തിലെ നൃത്തവിരുന്നിൽ റാണിയുടെ സുന്ദരിയായ തോഴിക്ക് അണിയാൻ സാറ്റിൻ ഗൗണിൽ പാഷൻ പൂക്കൾ തുന്നുകയാണവൾ.

അവളുടെ രോഗബാധിതനായ മകൻ മുറിയുടെ മൂലയിൽ കിടക്കുന്നു. അവന് പനിയുണ്ട്. അവൻ മധുരനാരങ്ങ ചോദിക്കുന്നു. അവനു കൊടുക്കാൻ നദിയിലെ വെള്ളമല്ലാതെ അവിടെ മറ്റൊന്നുമില്ല. അതുകൊണ്ടവൻ കരയുന്നു. സ്വാളോ, എന്റെ കൊച്ചു സ്വാളോ, എന്റെ വാൾപ്പിടിയിലെ രത്നക്കല്ലെടുത്ത് നീ അവന് കൊണ്ടുപോയി കൊടുക്കുമോ? എന്റെ കാലുകൾ ഈ ദണ്ഡിനോട് ഉറപ്പിച്ചതിനാൽ എനിക്ക് അനങ്ങാനാവുന്നില്ല."

"ഞാൻ ഈജിപ്തിലേക്ക് പോകാൻ തുടങ്ങുകയാണ്. എന്റെ കൂട്ടുകാർ അവിടെ എത്തിയിട്ടുണ്ടാവും. നൈൽ നദിയിലെ വലിയ താമരപ്പൂക്കളുമായി സല്ലപിച്ചുകൊണ്ട്, അവർ അവിടെയെല്ലാം പറക്കുകയായിരിക്കും. പിന്നെയവർ, രാജാവിന്റെ ശവകുടീരത്തിൽ ഉറങ്ങാൻ പോകും. ചായം തേച്ച ശവപ്പെട്ടിയിൽ രാജാവുണ്ട്. മഞ്ഞപ്പട്ടിൽ പൊതിഞ്ഞ ശരീരമാണ്. സുഗന്ധദ്രവ്യങ്ങളാൽ എംബാം ചെയ്തിട്ടുണ്ട്. കഴുത്തിൽ നിറം മങ്ങിയ പച്ചക്കല്ലുമാലയുണ്ട്. കൈകൾ ചുളുങ്ങിയ ഇലപോലെയാണ്."

"സ്വാളോ, എന്റെ കൊച്ചു സ്വാളോ ഒരു രാത്രി എന്നോടൊപ്പം കഴിഞ്ഞു കൂടെ? എന്നിട്ട് ഞാൻ പറഞ്ഞത് ചെയ്തുകൂടെ? ബാലന് ദാഹിക്കുന്നുണ്ട്, അമ്മ ദുഃഖിതയാണ്."

"എനിക്ക് ആൺകുട്ടികളെ ഇഷ്ടമല്ല. കഴിഞ്ഞ ഗ്രീഷ്മത്തിൽ ഞാൻ നദീതീരത്ത് കഴിയുമ്പോൾ രണ്ടു ബാലന്മാർ എന്നെ കല്ലെറിഞ്ഞു. അവർ എന്നെ അടിച്ചില്ല. കാരണം ഞങ്ങൾ സ്വാളോ പക്ഷികൾ അതിവേഗത്തിൽ പറക്കുമല്ലോ. മാത്രവുമല്ല എന്റെ കുടുംബം വേഗതയ്ക്ക് കേൾവിപ്പെട്ടവരാണ്. എങ്കിലും കല്ലെറിയൽ മര്യാദയില്ലാത്ത പ്രവൃത്തി തന്നെയാണ്."

ഹാപ്പി പ്രിൻസിന്റെ സങ്കടം കണ്ട് സ്വാളോവിനും സങ്കടം വന്നു.

"ഇവിടെ വല്ലാത്ത തണുപ്പാണ്. എന്നാലും നിനക്കു വേണ്ടി ഞാനിവിടെ ഒരുദിവസം തങ്ങാം എന്നിട്ട് നീ പറഞ്ഞതുപോലെ ചെയ്യാം."

പ്രിൻസ് സ്വാളോവിന് നന്ദി പറഞ്ഞു.

സ്വാളോ വാൾപ്പിടിയിലെ രത്നക്കല്ല് കൊത്തിയെടുത്ത് പറന്നു. വെളുത്തമാർബിളിൽ മാലാഖമാരെ കൊത്തിവെച്ച് അലങ്കരിച്ച കത്തീഡ്രൽ ഗോപുരത്തിനു മുകളിലൂടെ പറന്നു. കൊട്ടാരത്തിനു മുകളിലൂടെ പറന്നു. നൃത്തശാലയിൽ നിന്ന് നൂപുരധ്വനികൾ കേൾക്കുന്നുണ്ട്. ഒരു

സുന്ദരിപ്പെണ്ണ് കമിതാവിനൊപ്പം ബാൽക്കണിയിൽ വന്നുനിൽക്കുന്നുണ്ട്. അവർ സ്വൈര സല്ലാപം നടത്തുകയാണ്.

നക്ഷത്രങ്ങൾ അതിശയകരം തന്നെ. പ്രേമത്തിന്റെ ശക്തിയും എന്തതിശയം!

അടുത്ത നൃത്തവിരുന്നിലേക്ക് എന്റെ ഉടുപ്പുകൾ തയാറാവുമെന്ന് കരുതുന്നു. പാഷൻ പൂക്കൾ തുന്നിപ്പിടിപ്പിക്കണമെന്ന് ഞാൻ പറഞ്ഞിട്ടുണ്ട്. എന്നാൽ തുന്നൽക്കാരികൾ അലസരാണ്.

സ്വാളോ നദിക്കുമുകളിലൂടെ പറന്നു. കപ്പലിന്റെ അണിയത്ത് റാന്തൽവിളക്കുകൾ പ്രകാശിക്കുന്നു. പിന്നെ ഗെട്ടോ വഴി അവിടെ ജൂതക്കിഴവന്മാർ പരസ്പരം വിലപേശുന്നു. ചെമ്പുതുട്ടുകൾ തൂക്കുകയാണ്. പിന്നെ ദരിദ്രവസതിക്കു സമീപം വന്ന് ഉള്ളിലേക്കു നോക്കി. പനിപിടിച്ച ബാലൻ കിടക്കയിൽ കിടന്നുരുളുന്നു. ക്ഷീണിതയായ അമ്മ ഉറങ്ങിപ്പോയി. രത്നക്കല്ല് മേശയിലെ തിമ്പിളിനു സമീപം വെച്ചു. ബാലനു ചുറ്റും പറന്ന് നെറ്റിത്തടത്തിൽ ചിറകുകൊണ്ട് വീശി, "നല്ല തണുപ്പ് തോന്നുന്നു; എനിക്ക് സുഖപ്പെടുകയാണ്." ബാലൻ സുഖനിദ്രയിലേക്കു വീണു.

സ്വാളോ തിരികെപ്പറന്ന് ഹാപ്പിപ്രിൻസിനു സമീപം എത്തി. കണ്ടതും ചെയ്തതുമായ കാര്യങ്ങൾ പറഞ്ഞു.

"അത് വിചിത്രം തന്നെ. തണുപ്പാണെങ്കിലും എനിക്ക് ചൂടുതോന്നുന്നുണ്ട്."

"നീ പണിയെടുത്തതുകൊണ്ടാവാം അത്." പ്രിൻസ് പറഞ്ഞു.

സ്വാളോ ചിന്തിക്കാൻ തുടങ്ങി. പിന്നെ ഉറങ്ങി. ചിന്തിച്ചാൽ അവന് ഉറക്കം വരും.

നേരം പുലർന്നു. കിളി നദിയിൽ പോയി കുളിച്ചുവന്നു.

"എന്തൊരു പ്രതിഭാസം?'' ഒരു പക്ഷിശാസ്ത്രജ്ഞൻ പാലത്തിലൂടെ നടന്നുപോകുന്നു. മഞ്ഞുകാലത്ത് ഇവിടെയൊരു സ്വാളോ. അതേപ്പറ്റി, പ്രാദേശിക പത്രത്തിലേക്ക് ഒരു നീണ്ട കത്തെഴുതി. എല്ലാവരും അത് ഉദ്ധരിച്ചു തുടങ്ങി. അവർക്ക് മനസിലാവാത്ത ഒരുപാട് പദങ്ങൾ അതിലുണ്ടായിരുന്നു.

"ഇന്നു രാത്രി ഞാൻ ഈജിപ്തിലേക്ക് പോകും." അതിന്റെ സാധ്യത കണ്ട് അവന് ഉത്സാഹമേറി. പൊതുസ്മാരകങ്ങളെല്ലാം സന്ദർശിച്ചു. പള്ളി ഗോപുരത്തിനു മുകളിൽ കുറേനേരം ഇരുന്നു. പോകുന്നിടത്തെല്ലാം കുരുവികൾ ശബ്ദിച്ചു. പരസ്പരം പറഞ്ഞു, "ഇവൻ സാമാന്യനല്ലല്ലോ!" സ്വാളോവിന് ഇത് കേട്ട് ആനന്ദം.

നിലാവ് ഉദിച്ചപ്പോൾ അവൻ ഹാപ്പിപ്രിൻസിനടുത്തേക്ക് പറന്നു;

"ഈജിപ്തിലേക്ക് എന്തെങ്കിലും എത്തിക്കാനുണ്ടോ? ഞാൻ പുറപ്പെടുകയായി."

"സ്വാളോ,സ്വാളോ എന്റെ കുഞ്ഞു സ്വാളോ, നിനക്ക് ഒരു രാത്രി കൂടി ഇവിടെ നിന്നുകൂടെ?"

"എന്നെയവർ ഈജിപ്തിൽ കാത്തിരിക്കുന്നു. നാളെ എന്റെ കൂട്ടു

കാർ, സെക്കന്റ് കാറ്ററാക്ട് എന്ന സ്ഥലത്തേക്ക് പറന്നുപൊങ്ങും. അവിടെയൊരു കൂറ്റൻ ഗ്രാനൈറ്റ് സിംഹാസനത്തിൽ മെമ്നോൺ ദൈവം ഇരിപ്പുണ്ട്. രാവു മുഴുവൻ ദൈവം നക്ഷത്രങ്ങളെ നിരീക്ഷിക്കുന്നു. പ്രഭാത നക്ഷത്രം ഉദിക്കുമ്പോൾ, ഒരുതവണ സന്തോഷത്താൽ ഒച്ചയിടുന്നു. പിന്നെ നിശ്ശബ്ദനാണ്. ഉച്ചയാവുമ്പോൾ മഞ്ഞനിറമുള്ള സിംഹങ്ങൾ നദീതീരത്ത് വെള്ളം കുടിക്കാൻ എത്തുന്നു. അവയുടെ കണ്ണുകൾ, പച്ചനിറത്തിൽ, മരതകരത്നം പോലെയാണ്. അവയുടെ അലർച്ചയ്ക്ക് വെള്ളച്ചാട്ടത്തിനേക്കാൾ ഒച്ചയുണ്ട്.

സ്വാളോ സ്വാളോ കുഞ്ഞ് സ്വാളോ അങ്ങകലെ നഗരത്തിൽ, ഒരു വീടിന്റെ മച്ചിൻപുറത്ത് ഞാനൊരു യുവാവിനെ കാണുന്നു. അവൻ ഒരു ഡെസ്കിലേക്ക് ചാഞ്ഞിരിക്കുന്നു. മേശപ്പുറത്ത് നിറയെ കടലാസുകൾ കാണുന്നു. അടുത്തു തന്നെ ഒരു ടംബ്ലറിൽ, വാടിയ ഒരു കുല വയലറ്റ് പൂക്കൾ ഉണ്ട്. തവിട്ടു നിറത്തിൽ പരുപരുത്ത മുടിയാണവന്. മാതളനാരങ്ങ പോലെ ചുവന്ന ചുണ്ടുകൾ, വലിയ സ്വപ്നം കാണുന്ന കണ്ണുകൾ. തിയറ്ററിലെ സംവിധായകനുവേണ്ടി ഒരു നാടകം മുഴുമിക്കാൻ ശ്രമിക്കുകയാണവൻ. പക്ഷേ, വല്ലാത്ത തണുപ്പ് അവനെ ബാധിച്ചിട്ടുണ്ട്. അതിനാൽ എഴുത്ത് തുടരാനാവുന്നില്ല. നെരിപ്പോടിൽ തീയില്ല. വിശപ്പു കാരണം മോഹാലസ്യപ്പെട്ടേക്കും.

“ഞാൻ ഒരു രാത്രികൂടി ഇവിടെ തങ്ങാം.” സ്വാളോ പറഞ്ഞു. അവന് തീർച്ചയായും നല്ലൊരു ഹൃദയമുണ്ട്. “ഞാനവന് ഒരു മാണിക്യക്കല്ല് കൊണ്ടുപോകട്ടെ.”

“കഷ്ടം, എന്റെ ദേഹത്ത് റൂബിൾ ഇല്ലല്ലോ. ഇനി കണ്ണുകളേയുള്ളൂ. കണ്ണിൽ സഫയർ രത്നമാണ്. ആയിരം കൊല്ലങ്ങൾക്കുമുമ്പ് ഇന്ത്യയിൽ നിന്ന് കൊണ്ടുവന്നതാണവ. അതിൽ ഒന്നെടുത്ത് കൊണ്ടുപോയി, അവന് കൊടുക്കുക. അവനത് ആഭരണവ്യാപാരിക്ക് വിൽക്കട്ടെ. വിറ്റു കിട്ടുന്ന പണംകൊണ്ട് വിറകും ഭക്ഷണവും മേടിക്കട്ടെ. തണുപ്പു മാറ്റി, നാടകം പൂർത്തിയാക്കട്ടെ.”

“പ്രിയപ്പെട്ട രാജകുമാരാ, എനിക്കതു ചെയ്യാനാവില്ല.” സ്വാളോ കരയാൻ തുടങ്ങി.

“സ്വാളോ സ്വാളോ കുഞ്ഞുസ്വാളോ ഞാൻ കൽപ്പിക്കുന്നത് ചെയ്യുക.”

സ്വാളോ ഒരു രത്നക്കല്ല് കൊത്തിയെടുത്ത് അവനടുത്തേക്ക് പറന്നു. മേൽപ്പുരയിൽ ഒരു ദ്വാരം ഉള്ളതിനാൽ എളുപ്പത്തിൽ ഉള്ളിൽ കടക്കാനായി. ഒരു ചാട്ടുളി പോലെ ഉള്ളിലേക്കു കടന്ന സ്വാളോ മുറിയിൽ എത്തി. യുവാവ് മുഖം പൊത്തിയിരിപ്പാണ്. കിളിയുടെ ചിറകടി കേട്ടില്ല. പിന്നെ നോക്കുമ്പോൾ മനോഹരമായ സഫയർ രത്നം പൂക്കളിൽ കിടക്കുന്നു.

“എന്നെ അനുമോദിക്കാൻ ആളുണ്ട്. ഇത് ഏതോ ഒരു ആരാധകന്റെ സമ്മാനമാണ്. ഇനിയെനിക്ക് നാടകരചന പൂർത്തിയാക്കാമല്ലോ.” അയാൾ സന്തോഷവാനായി.

അടുത്ത ദിവസം സ്വാളോ തുറമുഖത്തേക്കു പറന്നു. ഒരു വലിയ കപ്പലിന്റെ അണിയത്ത് ഇരുന്നു. നാവികർ, വലിയ പെട്ടികൾ കയറിന്റെ സഹായത്തോടെ ഇറക്കുന്നു. ഓരോ പെട്ടി വരുമ്പോഴും അവർ "ഹൊയ്... ഹൊയ്.." എന്ന് ആർത്തുവിളിക്കുന്നു.

"ഞാൻ ഈജിപ്തിലേക്കു പോകുന്നു." സ്വാളോ പറഞ്ഞത് ആരും കാര്യമാക്കിയില്ല.

നിലാവുദിച്ചപ്പോൾ അവൻ ഹാപ്പി പ്രിൻസിനടുത്തേക്ക് മടങ്ങിച്ചെന്നു.

"ഞാൻ ഗുഡ് ബൈ പറയാൻ വന്നതാണ്."

സ്വാളോ സ്വാളോ കുഞ്ഞു സോളാ നീ ഇന്നു രാത്രികൂടി എന്നോടൊപ്പം നിൽക്കുമോ?"

"മഞ്ഞുകാലമായല്ലോ. മരവിപ്പിക്കുന്ന മഞ്ഞ് വൈകാതെ ഇവിടെയെത്തും. ഈജിപ്തിൽ സൂര്യൻ ചൂടുതരും. ചീങ്കണ്ണികൾ ചളിയിൽ കിടന്ന്, അലസമായി ചുറ്റും നോക്കും. ബാൽബെക് ക്ഷേത്രത്തിൽ എന്റെ കൂട്ടുകാർ കൂടുണ്ടാക്കുകയായിരിക്കും. വെളുത്തതും പിങ്കു നിറത്തിലുള്ളതുമായ പ്രാവുകൾ അത് നോക്കിനിൽക്കുന്നുണ്ടാവും. പ്രിയമുള്ള രാജകുമാരാ, ഞാൻ നിന്നെ വിട്ടുപോകുന്നു. എന്നാൽ ഒരിക്കലും നിന്നെ മറക്കുകയില്ല. അടുത്ത വസന്തത്തിൽ ഞാൻ വീണ്ടും വരുമ്പോൾ നീ ദാനം ചെയ്ത രണ്ടു രത്നക്കല്ലുകൾക്കു പകരം, രണ്ടെണ്ണം ഞാൻ കൊണ്ടുവരും. ഞാൻ കൊണ്ടുവരുന്ന മാണിക്യക്കല്ലിന് ചുവന്ന പനിനീരിനേക്കാൾ ചുവപ്പുനിറം ഉണ്ടായിരിക്കും. സഫയർ രത്നത്തിന് കടലിനോളം നീലിമ ഉണ്ടായിരിക്കും."

"താഴെ ചത്വരത്തിൽ തീപ്പെട്ടി വിൽപ്പനക്കാരിയായ ഒരു പെൺകിടാവ് നിൽക്കുന്നുണ്ട്." ഹാപ്പി പ്രിൻസ് തുടർന്നു. "തീപ്പെട്ടികൾ ഓവുചാലിൽ വീണ് എല്ലാം നിരുപയോഗമായി. തീപ്പെട്ടി വിറ്റുകിട്ടുന്ന പണവുമായി ചെന്നില്ലെങ്കിൽ അച്ഛൻ അവളെ പ്രഹരിക്കും. അതിനാലവൾ കരയുന്നു. അവൾ ഷൂവും സ്റ്റോക്കിംഗ്സും ധരിച്ചിട്ടില്ല. കൈകളും നഗ്നമാണ്. എന്റെ മറ്റേ കണ്ണിലെ രത്നം കൊത്തിയെടുത്ത് അവൾക്ക് നൽകുക. എന്നാൽ അച്ഛൻ അവളെ അടിക്കുകയില്ല."

"ഞാൻ ഒരു രാത്രികൂടി ഇവിടെ തങ്ങാം, പക്ഷേ നിന്റെ കണ്ണ് കൊത്തിയെടുക്കുകയില്ല. അങ്ങനെ ചെയ്താൽ നീ അന്ധനായി പോവുകില്ലേ?"

"സ്വാളോ, സ്വാളോ, കുഞ്ഞുസ്വാളോ ഞാൻ കൽപ്പിക്കുന്നതുപോലെ ചെയ്യുക."

സ്വാളോ കണ്ണിലെ രത്നക്കല്ല് കൊത്തിയെടുത്ത് പറന്നു, അവളുടെ കൈത്തലത്തിൽ ഇട്ടുകൊടുത്തു.

"എന്തു ഭംഗിയുള്ള കുപ്പിച്ചില്ല്." ഇങ്ങനെ പറഞ്ഞുകൊണ്ടവൾ വീട്ടിലേക്കോടി.

"നീ ഇപ്പോൾ അന്ധനാണ്, സ്വാളോ പറഞ്ഞു. അതിനാൽ എല്ലാകാലവും നിന്നോടൊത്ത് കഴിയാൻ പോകുന്നു."

"വേണ്ട, സ്വാളോ, നീ ഈജിപ്തിലേക്ക് പോവുക."

"ഞാൻ നിന്നോടൊപ്പം താമസിക്കുകയാണ്." ഇങ്ങനെ പറഞ്ഞുകൊണ്ട് സ്വാളോ പ്രിൻസിന്റെ പാദത്തിനു സമീപം ഉറങ്ങി.

പിറ്റേദിവസം മുഴുവൻ, പ്രിൻസിന്റെ ചുമലിൽ കയറിയിരുന്നു. അപരിചിതമായ സ്ഥലങ്ങളിൽ കണ്ട കാഴ്ചകളെല്ലാം പറഞ്ഞുകൊടുത്തു. നൈൽ നദിയുടെ തീരത്ത് നിരയായി നിൽക്കുന്ന ചുവന്ന ഇബിസ് പക്ഷികൾ. നദിയിൽനിന്നും കൊത്തിയെടുത്ത സുവർണമത്സ്യങ്ങൾ അവയുടെ ചുണ്ടിൽ ഉണ്ടാവും. പിന്നെ സ്പിൻക്സ് അതിന് ഈ ഭൂമിയോളം പ്രായം ഉണ്ടെന്നാണ് പറയപ്പെടുന്നത്. അത് മരുഭൂമിയിലാണ് വാസം. എല്ലാം അറിയാമതിന്. തങ്ങളുടെ ഒട്ടകത്തിന്റെ ഒപ്പം മെല്ലെ സംസാരിച്ചുനടക്കുന്ന വർത്തകർ. അവരുടെ കയ്യിൽ അംബർമണികളുണ്ട്. ചന്ദ്രനിലെ മലകളുടെ രാജാവ്, എബണിമരം പോലെ കറുത്തവനാണ്. അദ്ദേഹം ആരാധിക്കുന്നത് ഒരു വലിയ ക്രിസ്റ്റലിനെയാണ്. ഭീമന്മാരായ പച്ചപ്പാമ്പുകൾ, അവ പനകളിലാണുറങ്ങുക. ഇരുപത് പുരോഹിതർ തേൻ കെയ്ക്കുകൾ കൊണ്ട് അതിനെ ഊട്ടുന്നു. പിന്നെ പിഗ്മികൾ, വലിയ തടാകത്തിൽ, പരന്ന ഇലകളിലാണവർ സഞ്ചരിക്കുന്നത്. അവർ എല്ലായ്പോഴും പൂമ്പാറ്റകളുമായി യുദ്ധത്തിലാണ്.

"പ്രിയമുള്ള കുഞ്ഞുസ്വാളോ, നീ എന്നോട് ആശ്ചര്യജനകമായ കാര്യങ്ങൾ പറയുന്നു. എന്നാൽ എന്തിനേക്കാളും വിചിത്രമായത്, പുരുഷന്മാരുടെയും സ്ത്രീകളുടെയും കഷ്ടപ്പാടുകളാണ്. കഷ്ടതയേക്കാൾ ഗഹനമായ മറ്റൊന്നുമില്ല. നീ എന്റെ നഗരത്തിനു മുകളിൽ കൂടി പറക്കുക. എന്നിട്ട് കണ്ടതെല്ലാം എന്നോട് വന്നുപറയുക."

പറഞ്ഞപ്രകാരം സ്വാളോ നഗരത്തിനു മുകളിലൂടെ പറന്നു. ധനികർ അവരുടെ മനോഹരവസതികളിൽ ആഹ്ലാദിക്കുന്നു. യാചകർ അവരുടെ ഗേറ്റിനടുത്ത് നിൽക്കുന്നു. അവൻ ഇരുണ്ട വഴികളിലൂടെ പറന്നു. വെറുതെ ഇരുണ്ട തെരുവിലേക്ക് നോക്കിയിരിക്കുന്ന പട്ടിണിക്കുഞ്ഞുങ്ങളുടെ വെളുത്ത മുഖങ്ങൾ കാണായി. പാലത്തിന്റെ കമാനത്തിനടിയിൽ ഒരൽപ്പം ചൂടു ലഭിക്കാനായി രണ്ട് ആൺകുട്ടികൾ പരസ്പരം കെട്ടിപ്പിടിച്ചു കിടക്കുന്നു. "നമുക്കെന്തുമാത്രം വിശക്കുന്നു" അവർ പറഞ്ഞു. ഇവിടെ കിടക്കാൻ പാടില്ല, കാവൽക്കാരന്റെ അലർച്ച കേൾക്കാം. കുട്ടികൾ മഴയിലേക്കിറങ്ങി.

സ്വാളോ, പ്രിൻസിനോട്, താൻ കണ്ടതെല്ലാം പറഞ്ഞു.

"എന്റെ ശരീരം സ്വർണം കൊണ്ട് പൊതിഞ്ഞതാണല്ലോ. നീ ഓരോ ഇതളുകളായി കൊത്തിയെടുത്ത് പാവങ്ങൾക്കു നൽകണം. സ്വർണം കിട്ടിയാൽ സന്തോഷമാകുമെന്നാണല്ലോ എല്ലാവരും കരുതുന്നത്."

ഹാപ്പി പ്രിൻസിന്റെ നിർദേശപ്രകാരം സ്വാളോ, അവന്റെ ദേഹത്തിൽനിന്ന് ഓരോന്നായി എല്ലാ സ്വർണ ഇതളുകളും കൊത്തിയെടുത്തു. അപ്പോൾ ഹാപ്പിപ്രിൻസ് ചാരനിറത്തിൽ ഒരു മങ്ങിയ രൂപമായി മാറി. അവയെല്ലാം ദരിദ്രർക്കു നൽകി. ഭക്ഷണം കിട്ടിയപ്പോൾ കുഞ്ഞു

ങ്ങളുടെ മുഖം ചുവന്നുതുടുത്തു. അവർ തെരുവിൽ, ചിരിച്ചു, പാടിക്കൊണ്ട് കളിച്ചു, 'ഇപ്പോൾ നമുക്ക് തിന്നാൻ അപ്പമുണ്ടല്ലോ!' എന്ന് പറഞ്ഞുകൊണ്ടിരുന്നു.

മഞ്ഞുകാലം വന്നു. ക്രമേണ എല്ലായിടത്തും ഹിമം മാത്രം. തെരുവുകൾ വെള്ളിപോലെ പ്രകാശിച്ചുകൊണ്ടിരുന്നു. വീടിന്റെ മേൽക്കൂരകളുടെ ഇറമ്പിൽ നിന്നും ക്രിസ്റ്റൽ കഠാരകൾ പോലെ ഐസുകൾ തൂങ്ങിക്കിടക്കുന്നു. എല്ലാവരും രോമക്കുപ്പായം അണിഞ്ഞാണ് പുറത്തിറങ്ങുന്നത്. ചുവന്ന തൊപ്പിധരിച്ച ബാലന്മാർ ഹിമത്തിൽ സ്കെയ്റ്റിംഗ് നടത്തി.

സ്വാളോവിന്ന് തണുപ്പ് ബാധിച്ചു. പക്ഷേ ഹാപ്പി പ്രിൻസിനെ വിട്ടു പോകാനായില്ല. അത്രയ്ക്ക് സ്നേഹമാണ് അവർ തമ്മിൽ. അവൻ ബേക്കറി വാതിൽക്കൽ നിന്ന് റൊട്ടിപ്പൊടി തപ്പിയെടുത്തു തിന്നു. ചൂടു ലഭിക്കാൻ ചിറകുകൾ വീശിക്കൊണ്ടിരുന്നു.

താൻ മരിക്കാൻ തുടങ്ങുന്നുവെന്ന് സ്വാളോവിന് മനസിലായി. ഒരു തവണമാത്രം പ്രിൻസിന്റെ ചുമലിലേക്ക് പറക്കാൻ ശക്തി കൈവരിച്ചു. "ഗുഡ് ബൈ ഡിയർ പ്രിൻസ്, ഞാൻ നിന്റെ കൈയൊന്ന് ചുംബിച്ചോട്ടെ."

"കുഞ്ഞു സ്വാളോ, ഒടുവിൽ നീ ഈജിപ്തിലേക്ക് പോകുകയാണെന്നതിൽ ഞാൻ സന്തോഷിക്കുന്നു. നീയിവിടെ ഒരുപാട് കാലം താമസിച്ചല്ലോ. നീ എന്റെ ചുണ്ടിലാണ് ചുംബിക്കേണ്ടത്. കാരണം ഞാൻ നിന്നെ സ്നേഹിക്കുന്നു."

"ഞാൻ ഈജിപ്തിലേക്കല്ല യാത്രയാവുന്നത്. മൃത്യുഗൃഹത്തിലേക്കാണ് പോവുന്നത്. മരണം എന്നത് നിദ്രയുടെ സഹോദരനല്ലേ?"

സ്വാളോ, ഹാപ്പി പ്രിൻസിന്റെ ചുണ്ടുകളിൽ ചുംബിച്ചു. ഉടൻ തന്നെ മരിച്ചു കാൽക്കൽ വീഴുകയും ചെയ്തു.

ആ നിമിഷം പ്രതിമയുടെ ഉള്ളിൽ എന്തോ ഒന്ന് ഉടയുന്നതുപോലെ വിചിത്രമായൊരു ശബ്ദം ഉണ്ടായി. ഈയനിർമിതമായ ഹൃദയം രണ്ടായി പിളർന്നതാണ്. ഭയാനകമാംവിധം കടുപ്പത്തിൽ, മഞ്ഞ് ഉറഞ്ഞതുകൊണ്ടാണ് അത് സംഭവിച്ചത്.

പിറ്റേ ദിവസം കാലത്ത് മേയറും നഗരസഭാ കൗൺസിലർമാരും നടക്കാനിറങ്ങിയതാണ്. അവർ സ്തൂപത്തിനടുത്തു കൂടി നടന്നു. പ്രിയപ്പെട്ടവരേ "ഹാപ്പി പ്രിൻസിനെ നോക്കുക. എന്ത് വൃത്തികെട്ട രൂപം!"

"അതെ, വൃത്തികെട്ടരൂപം തന്നെ." കൗൺസിലർമാർ മേയറെ അനുകൂലിച്ചു. അവർ എപ്പോഴും അങ്ങനെയാണ്.

അവർ അടുത്തുചെന്നു

"വാൾപ്പിടിയിലെ രത്നക്കല്ല് കാണുന്നില്ല. കണ്ണുകളും പോയിരിക്കുന്നു. ദേഹത്തിൽ സ്വർണവുമില്ല." മേയർ പറഞ്ഞു: "ഭിക്ഷക്കാരനേക്കാൾ അൽപ്പമൊരു മികവു മാത്രം!"

"അതെ, ഭിക്ഷക്കാരനേക്കാൾ അൽപ്പം മെച്ചം." കൗൺസിലർമാർ ഒത്തുപറഞ്ഞു.

"ഇതാ കാലിനടുത്ത് ഒരു ചത്തകിളിയുണ്ടല്ലോ. നമുക്ക് ഉടനെ തന്നെ ഒരു പ്രഖ്യാപനം ഇറക്കണം. കിളികൾ ഇവിടെ വന്ന് ചാവാൻ പാടില്ലെന്ന്."

ക്ലാർക്ക് ഉടൻ ഒരു കുറിപ്പ് തയാറാക്കി. അവർ ഹാപ്പി പ്രിൻസിന്റെ പ്രതിമ വലിച്ചു താഴെയിട്ടു.

അവന് സൗന്ദര്യം ഇല്ലാത്തതുകൊണ്ട്, അവനെക്കൊണ്ട് ഉപയോഗമില്ല. യൂണിവേഴ്സിറ്റിയിലെ കലാധ്യാപകന്റെ കല കൈകാര്യം ചെയ്യുന്ന അധ്യാപകന്റെ അഭിപ്രായമാണത്.

ഹാപ്പി പ്രിൻസിനെ അവർ ചൂളയിൽ ഉരുക്കി.

മേയർ, കൗൺസിൽ വിളിച്ചു ചേർത്തു. "ഈ ലോഹം എന്തു ചെയ്യണം. നമുക്ക് ഇതുകൊണ്ട് മറ്റൊരു പ്രതിമയുണ്ടാക്കാം. അത് എന്റേതു തന്നെയാവട്ടെ."

"എന്റേത്, എന്റേത്" എന്ന് ഓരോ കൗൺസിലറും വിളിച്ചു കൂവി. വാഗ്വാദവും കലഹവുമായി. കുറേ നേരമായിട്ടും അവർ കലഹിക്കുക തന്നെയാണ്.

എന്തു വിചിത്രമായ സംഗതി! സ്ഥാപനത്തിലെ ജോലിക്കാരുടെ ഓവർ സിയർ പറഞ്ഞു. "ഈ ഈയ നിർമിത ഹൃദയം ചൂളയിൽ ഉരുകുകയില്ല. നമുക്കിത് കളയാം."

അവർ പ്രതിമയെ ചവറുകൂമ്പാരത്തിലേക്ക് വലിച്ചെറിഞ്ഞു. അവിടെ കിളിയുടെ ജഡവുമുണ്ടായിരുന്നു.

നഗരത്തിലെ ഏറ്റവും വിലമതിക്കുന്ന രണ്ടുവസ്തുക്കൾ ഇവിടേയ്ക്കു കൊണ്ടുവരൂ. ദൈവം മാലാഖമാരെ വിളിച്ചുപറഞ്ഞു.

മാലാഖമാർ കൊണ്ടുവന്നത് ഈയംകൊണ്ടുള്ള ഹൃദയവും സ്വാളോയുടെ ജഡവുമാണ്.

"നിങ്ങൾ ശരിയായിത്തന്നെ തെരഞ്ഞെടുത്തു. ഈ പറുദീസയിൽ എന്റെ ഉദ്യാനത്തിൽ, ഈ കിളി എക്കാലവും പാറിപ്പറക്കും. എന്റെ സ്വർണ നഗരത്തിൽ, ഹാപ്പി പ്രിൻസ് എന്നെ വാഴ്ത്തും."

2

രാപ്പാടിയും ചെമ്പനീർപ്പൂവും

"ചുവന്ന റോസാപ്പൂക്കൾ കൊണ്ടുവന്നാൽ അവൾ എന്നോടൊപ്പം നൃത്തം ചെയ്യാമെന്ന് സമ്മതിച്ചു." - യുവവിദ്യാർഥി കരഞ്ഞു, "പക്ഷേ എന്റെ ഉദ്യാനത്തിൽ ചുവന്ന റോസാപ്പൂ ഇല്ല."

ഓക്കുമരത്തിലെ തന്റെ കൂട്ടിലിരുന്ന രാപ്പാടി ഇതുകേട്ടു. ഇലകൾക്കിടയിലൂടെ താഴോട്ടു നോക്കി, അതിശയിച്ചു.

"എന്റെ തോട്ടത്തിൽ ചുവന്ന റോസാപ്പൂ ഒന്നുപോലും ഇല്ല." അവൻ വീണ്ടും കരഞ്ഞു. "മനോഹരനയനങ്ങളിൽ കണ്ണുനീർ - ഹാ, സന്തോഷം എന്തെല്ലാം ചെറിയ കാര്യങ്ങളെ ആശ്രയിച്ചാണ്? ജ്ഞാനികൾ എഴുതിവെച്ചതെല്ലാം തന്നെ ഞാൻ വായിച്ചിട്ടുണ്ട്. തത്വശാസ്ത്രത്തിന്റെ നിഗൂഢതകൾ ഞാൻ മനസിലാക്കിയിട്ടുണ്ട്. എങ്കിലും ഒരു ചുവന്ന റോസാപ്പൂ കിട്ടാത്തതിൽ ഞാനിപ്പോൾ വിഷമിക്കുന്നു. ചുവന്ന റോസാപ്പൂ ഒന്നുപോലും ഇല്ല. അവൻ വീണ്ടും കരഞ്ഞു."

"ഇവിടെയിതാ, ഒരു യഥാർഥ പ്രണയിനി" രാപ്പാടി പറഞ്ഞു. എനിക്കവനെ അറിയില്ല. എങ്കിലും എല്ലാ രാവുകളിലും ഞാൻ അവനു വേണ്ടി പാടാറുണ്ടല്ലോ. എല്ലാ രാവിലും അവന്റെ കഥകൾ ഞാൻ താരകങ്ങളോട് പറയാറുണ്ടല്ലോ. ഇപ്പോൾ അവനെ കാണുന്നു. ഹയാസിന്ത് പുഷ്പം പോലെ ഇരുണ്ടതാണവന്റെ തലമുടി. അവൻ ആഗ്രഹിക്കുന്ന ചുവന്ന റോസാപ്പൂ നിറമാണ് അവന്റെ ചുണ്ടുകൾക്ക്. പക്ഷേ, വികാരം കാരണം അവന്റെ മുഖം, ദന്തംപോലെ വെളുത്തിരിക്കുന്നു. അവന്റെ പുരികക്കൊടിയിൽ ദുഃഖത്തിന്റെ മുദ്രയുണ്ട്."

"രാജകുമാരൻ നാളെയൊരു നൃത്തോത്സവം നടത്തുന്നുണ്ട്. എന്റെ കൂട്ട് അവൾ ആയിരിക്കണം. ഒരു ചുവന്ന റോസാപ്പൂ നൽകിയാൽ പുലരും വരെ അവൾ എന്നോടൊത്ത് നൃത്തംവെക്കും. ചുവന്ന റോസാപ്പൂ നൽകി

യാൽ എനിക്കവളെ കൈകളിൽ എടുക്കാം. അവൾ തന്റെ ശിരസ്സ് എന്റെ ചുമലിലേക്ക് ചായ്ക്കും. കൈകൾ കോർത്തു പിടിക്കും. പക്ഷേ എന്റെ തോട്ടത്തിൽ, ചുവന്ന പനിനീർപ്പൂവ് ഇല്ലല്ലോ. ഞാൻ തനിച്ച് ഇരിക്കേണ്ടി വരും. അവൾ എന്നെ കടന്നുപോവും. എന്നെ ശ്രദ്ധിക്കുകയേ ഇല്ല. എന്റെ ഹൃദയം തകർന്നുപോകും."

"ഇതാ ഒരു യഥാർഥ പ്രണയി" - രാപ്പാടി പറഞ്ഞു. "ഞാനെന്തു പാടിയാലും അവനു വിഷമമാണ്. എനിക്ക് സന്തോഷമാവുന്നത് അവനു വേദനയാണ്. പ്രണയമെന്നത് വിസ്മയകരമായ കാര്യമാണെന്നതിൽ സംശയമില്ല. മരതകക്കല്ലിനേക്കാൾ വിലമതിക്കുന്നതാണത്. ഒപാലിനേക്കാൾ പ്രിയപ്പെട്ടതും. പവിഴങ്ങളോ മാതളനാരങ്ങയോ കൊടുത്താൽ പോലും അത് വാങ്ങാൻ കിട്ടുകയില്ല. അത് ചന്തയിൽ വിൽക്കാൻ വെച്ചിട്ടുമില്ല; കച്ചവടക്കാരിൽനിന്ന് വാങ്ങാൻ കിട്ടുന്ന ഒന്നല്ല പ്രണയം; സ്വർണം തൂക്കുന്ന ത്രാസിൽ തൂക്കാനുമാവില്ല."

"സംഗീതജ്ഞർ ഗാലറിയിൽ ഇരിപ്പുണ്ടാകും" - യുവ വിദ്യാർഥി പറഞ്ഞു തുടങ്ങി. "അവർ വാദ്യോപകരണങ്ങൾ വായിക്കും. സംഗീതത്തിനൊത്ത് എന്റെ പ്രിയപ്പെട്ടവൻ നൃത്തം വെക്കും. പാദങ്ങൾ നിലത്ത് തൊടുന്നതുപോലും അറിയാത്ത മട്ടിൽ ലഘുവായ നൃത്തമായിരിക്കും അത്. ആകർഷക വസ്ത്രങ്ങളിഞ്ഞ സാമാജികർ അവളുടെ ചുറ്റും കൂടും. പക്ഷേ, എന്നോടൊപ്പം അവൾ നൃത്തം വെക്കുകയില്ല. കാരണം, അവൾക്കു സമ്മാനിക്കാൻ എന്റെ കയ്യിൽ ചുവന്ന റോസാപ്പൂ ഇല്ല." അവൻ, പുല്ലിൽ കുനിഞ്ഞിരുന്ന് മുഖം പൊത്തി കരഞ്ഞു.

വാൽ പൊക്കിക്കൊണ്ട് ഒരു പച്ചോന്ത് അതിലേ ഓടിപ്പോകുമ്പോൾ ചോദിച്ചു:

"അവൻ എന്തിനാണ് കരയുന്നത്,"

"എന്തിനാണ്?" പൂമ്പാറ്റയും ചോദിച്ചു, അത് സൂര്യരശ്മിയിൽ നൃത്തം വെക്കുകയാണ്.

"എന്തിനാണ്?" ഡെയ്സി, തന്റെ അയൽക്കാരിയോട് പതുക്കെ ചോദിച്ചു.

"ചുവന്ന പനിനീർപ്പൂവിനു വേണ്ടിയാണ് കരയുന്നത്" രാപ്പാടി പറഞ്ഞു.

"ഒരു ചുവന്ന പനിനീർപ്പൂവിനു വേണ്ടിയോ?" എല്ലാവരുടെയും ഒന്നിച്ചുള്ള സ്വരം.

അപഹാസ്യകരം തന്നെ. ഓന്ത് നേരെയങ്ങ് ചിരിച്ചു. "അവനല്ലെങ്കിലും ദോഷവശം കണ്ടെത്തുന്നവനാണ്."

എന്നാൽ രാപ്പാടിയ്ക്ക് യുവാവിന്റെ സങ്കടത്തിന്റെ രഹസ്യമറിയാം. അവൾ നിശ്ശബ്ദയായി ഓക്കു മരത്തിലിരുന്ന് പ്രണയത്തിന്റെ നിഗൂഢതയെക്കുറിച്ച് ചിന്തിച്ചു.

പെട്ടെന്നവൾ ചിറകു വിരിച്ച് ആകാശത്തേക്കുയർന്നു. ഒരു നിഴൽ പോലെ പൂന്തോട്ടങ്ങളും തോട്ടങ്ങളും കടന്നുപോയി.

പുൽത്തകിടിയുടെ മധ്യത്തിൽ വലിയൊരു പനിനീർചെടി. അവൾ അതിനടുത്തേക്ക് പറന്നു.

"എനിക്കൊരു ചുവന്ന റോസാപ്പൂ വേണം. അതിനു പകരമായി ഞാനൊരു ഗാനം മനോഹരമായി ആലപിക്കാം.

"ചെടി തലകുലുക്കി.

"എന്റെ റോസാപ്പൂക്കൾ വെളുത്തവയാണ്, സാഗരനുരകൾ പോലെ. പർവതങ്ങളിലെ മഞ്ഞിനേക്കാൾ വെളുത്തത്. നീ എന്റെ സഹോദരന്റെ അടുത്തേക്ക് പോകുന്നത് നന്നായിരിക്കും. പഴയ സൺഡയലിനു ചുറ്റുമായി അവനു തോട്ടമുണ്ട്. നിനക്ക് ആവശ്യമുള്ള പൂവ് തരാൻ അവനു കഴിഞ്ഞേക്കും."

രാപ്പാടി, സൺഡയലിന്നു സമീപമുള്ള റോസാച്ചേടിയുടെ അടുത്തേക്ക് പറന്നു.

"എനിക്കൊരു ചുവന്ന റോസാപ്പൂ വേണം. നിനക്കായി ഞാൻ ആ ഗാനം മനോഹരമായി ആലപിക്കാം."

ചെടി തലകുലുക്കി.

"എന്റെ പൂക്കൾ മഞ്ഞയാണ്. അംബർ കൊണ്ടുണ്ടാക്കിയ സിംഹാസനത്തിൽ ഇരിക്കുന്ന മത്സ്യകന്യകയുടെ മുടിപോലെ മഞ്ഞയാണ്. പുൽപ്പരപ്പിൽ വിരിഞ്ഞുനിൽക്കുന്ന ഡഫോഡിൽ പുഷ്പങ്ങളേക്കാൾ മഞ്ഞയാണ്. പുല്ലുമുറിയന്ത്രവുമായി ആൾ എത്തുന്നതിനു മുമ്പെ, വിദ്യാർഥിയുടെ ജാലകത്തിനു ചുവടെ, എന്റെ സഹോദരൻ വളർത്തുന്ന തോട്ടത്തിൽ പോയി നോക്കുക, ഒരുപക്ഷേ, അയാൾക്കു നിന്നെ സഹായിക്കാൻ കഴിഞ്ഞേക്കും."

വിദ്യാർഥിയുടെ ജാലകത്തിനു താഴെ റോസാച്ചെടി വളരുന്ന തോട്ടത്തിലേക്കാണ് രാപ്പാടി പിന്നീട് പോയത്.

"എനിക്കൊരു ചുവന്ന റോസാപ്പൂ തരുമോ. പകരം ഞാനൊരു മനോഹരഗാനം ആലപിക്കാം."

ചെടി തലകുലുക്കി.

"എന്റെ റോസാപ്പൂക്കൾ ചുവന്നവതന്നെ. പ്രാവിന്റെ കാലുപോലെ ചുവന്നത്. സമുദ്രാന്തർ ഗുഹകളിൽ ആടിയുലഞ്ഞുകൊണ്ടിരിക്കുന്ന കൂറ്റൻ വിശറി രൂപത്തിലുള്ള കോറലിനേക്കാൾ ചുവന്നവയാണത്. പക്ഷേ, മഞ്ഞുകാലം എന്റെ സിരകളെ മരവിപ്പിച്ചുകളഞ്ഞു. മഞ്ഞ്, മുകുളങ്ങളെ നുള്ളിയെടുത്തു. കൊടുങ്കാറ്റ് ശാഖകളെ ഒടിച്ചു. ഈ വർഷം പൂക്കൾ ഉണ്ടായതേയില്ല."

"ഒരേയൊരു പൂവു മതിയെനിക്ക്." രാപ്പാടി വീണ്ടും പറഞ്ഞു. "ഒരു ചുവന്ന റോസാപ്പൂമാത്രം എനിക്കത് എവിടന്നാണ് കിട്ടുക?"

"അതിനൊരു വഴിയുണ്ട്." ചെടി തുടർന്നു പറഞ്ഞു. "ഭയങ്കരമാണത്. നിന്നോട് അതേപ്പറ്റി പറയാൻ പോലും എനിക്കു ധൈര്യമില്ല."

"എന്നോട് പറയ്. എനിക്ക് പേടിയില്ല."

"നിനക്കൊരു ചുവന്ന റോസാപ്പൂ വേണമെങ്കിൽ നിന്റെ സംഗീതം

കൊണ്ടാണ് അതുണ്ടാക്കുക. അപ്പോൾ പൂനിലാവ് ഉണ്ടായിരിക്കണം. നിന്റെ രക്തം കൊണ്ട് അതിനു നിറം നൽകണം. നിന്റെ മാറിടം മുള്ളിൽ അമർത്തിക്കൊണ്ട് നീ എനിക്കായി പാടണം. രാവു മുഴുവൻ നീ പാടണം. മുള്ള് നിന്റെ ഹൃദയം തുളയ്ക്കും. നിന്റെ ജീവരക്തം എന്റെ സിരകളിലേക്ക് ഒഴുകിവരും. അത് എന്റേതായി മാറും."

"ഒരു ചുവന്ന റോസാപ്പൂവിനു വേണ്ടി മരണം കൈവരിക്കുക എന്നത് ഒരു വലിയ വില നൽകുകയാണ്." രാപ്പാടി "ജീവൻ എല്ലാവർക്കും പ്രിയപ്പെട്ടതാണല്ലോ. മരങ്ങൾ കൂടി നിൽക്കുന്നയിടത്ത് ഇരിക്കുക സന്തോഷകരമാണ്. അവിടെ ഇരുന്ന് സ്വർണരഥത്തിൽ സഞ്ചരിക്കുന്ന സവിതാവിനെ കാണാം. പവിഴരഥത്തിൽ സഞ്ചരിക്കുന്ന ചന്ദ്രനെ കാണാം. റോസാച്ചെടിയുടെ സുഗന്ധത്തിന് മധുരമുണ്ട്. താഴ്വരകളിൽ ഒളിഞ്ഞു കിടക്കുന്ന ബ്ലൂബെൽ പുഷ്പങ്ങൾ മനോഹരമാണ്. കുന്നുകളിൽ വളരുന്ന അതിരാണിപ്പൂക്കളും ചന്തമേറിയവതന്നെ. എങ്കിലും ജീവനേക്കാൾ മഹത്തരമാണ് പ്രേമം. മനുഷ്യന്റെ ഹൃദയവുമായി താരതമ്യപ്പെടുത്തുമ്പോൾ, ഒരുപക്ഷിയുടെ ഹൃദയത്തിനെന്തു പ്രസക്തി?"

അവൾ തന്റെ തവിട്ടു നിറമാർന്ന ചിറകുകൾ വിടർത്തി, ആകാശത്തിലേക്ക് ഉയർന്നുപറന്നു.

ഒരു നിഴലെന്ന വണ്ണം തോട്ടത്തിലൂടെ കടന്നുപോയി, മരങ്ങൾക്കിടയിലൂടെ ഊളിയിട്ടു.

ആ യുവവിദ്യാർഥി, അതേനിലയിൽ പുല്ലിൽ കിടക്കുകയാണ്. മിഴികളിൽ അപ്പോഴും കണ്ണുനീർ ഉണ്ട്.

"നീ സന്തോഷമായിരിക്ക്" രാപ്പാടി പറഞ്ഞു. "നിനക്ക് ഞാൻ ചുവന്ന പനിനീർപ്പൂകൊണ്ടുവരാം. നീലനിലാവിൽ, സംഗീതത്തിൽ നിന്നാണ് ഞാനത് ഉണ്ടാക്കുക. എന്റെ ഹൃദയരക്തം കൊണ്ടതിന് നിറം നൽകും. ഒരു കാര്യം മാത്രമേ ഞാൻ ആവശ്യപ്പെടുന്നുള്ളൂ. നീയൊരു യഥാർഥ പ്രണയി ആയിരിക്കണം. കാരണം, പ്രമേത്തിനാണ് തത്വശാസ്ത്രത്തേക്കാൾ വിലയുള്ളത്."

അവന്റെ ചിറകുകൾക്ക് തീജ്വാലയുടെ നിറമാണ്. അവന്റെ ശരീരവും അങ്ങനെത്തന്നെ. അധരങ്ങൾക്ക് തേൻപോലെ മധുരമുണ്ട്. ശ്വാസത്തിന് സുഗന്ധമുണ്ട്.

വിദ്യാർഥി മുകളിലേക്ക് നോക്കി, ശ്രദ്ധിച്ചു. രാപ്പാടി പറഞ്ഞതൊന്നും അവനു മനസിലായില്ല. പുസ്തകങ്ങളിൽ എഴുതിവെച്ചതേ അവന് അറിയുകയുള്ളൂ.

എന്നാൽ ഓക്കുമരത്തിന് എല്ലാം മനസിലായി. അവൻ ദുഃഖിച്ചു. രാപ്പാടിയെ അവന് ഒരുപാട് ഇഷ്ടമാണ്. തന്റെ ശാഖകളിലാണല്ലോ അത് കൂടു കെട്ടിയിരിക്കുന്നത്.

"നീ എനിക്കു വേണ്ടി, അവസാനമായൊന്നു പാട്. നീ പോയിക്കഴിഞ്ഞാൽ ഞാൻ ഏകാകിയായിത്തീരും."

രാപ്പാടി. വെള്ളി ഭരണിക്കുള്ളിൽ നിന്ന്, ജലക്കുമിളകൾ ഉണ്ടാകുന്നതുപോലെയായിരുന്നു ആ സ്വരം.

ഗാനം തീർന്നപ്പോൾ വിദ്യാർഥി എഴുന്നേറ്റു. പോക്കറ്റിൽനിന്ന് നോട്ടു പുസ്തകവും പെൻസിലുമെടുത്ത് എഴുതിത്തുടങ്ങി. അവൾക്ക് രൂപമുണ്ട്. തോട്ടത്തിൽ കൂടി നടന്നുകൊണ്ട് അവൻ സ്വയം പറഞ്ഞു. അതു നിഷേധിക്കാനാവില്ല. എന്നാൽ വികാരങ്ങൾ ഉണ്ടോ? ഇല്ലെന്ന് ഞാൻ ഭയപ്പെടുന്നു. സത്യത്തിൽ അവൾ ഒരു കലാകാരിയെപ്പോലെയാണ്. പകിട്ടുണ്ട്. പക്ഷേ ആത്മാർഥത ഇല്ല. മറ്റുള്ളവർക്കു വേണ്ടി ഒരു ത്യാഗവും അനുഷ്ഠിക്കുകയില്ല. സംഗീതത്തെ കുറിച്ച് മാത്രം ചിന്തിക്കുന്നു. കലാകാരന്മാർ സ്വാർഥികളാണെന്ന് എല്ലാവർക്കും അറിയാം. സ്വരമാധുര്യം ഉണ്ടെന്ന് സമ്മതിച്ചേ പറ്റൂ. അതുകൊണ്ട് യാതൊന്നും അർഥമാക്കുന്നില്ലെങ്കിൽ, പ്രായോഗിക നന്മയൊന്നുമില്ലെങ്കിൽ അതു കഷ്ടമാണ്. അവൻ മുറിയിൽ പോയി കിടക്കയിൽ കിടന്നു. തന്റെ പ്രേമഭാജനത്തെക്കുറിച്ച് ചിന്തിച്ചുകൊണ്ട് ഉറങ്ങിപ്പോയി.

ആകാശത്തിൽ ചന്ദ്രൻ പ്രകാശിച്ചു. രാപ്പാടി റോസാച്ചെടിയുടെ അടുത്തേക്ക് പറന്നു. മാറിടം അതിന്റെ മുള്ളിൽ അമർത്തിവെച്ചു. രാവു മുഴുവൻ അവൾ പാടിക്കൊണ്ടേയിരുന്നു. ഒരു ക്രിസ്റ്റൽ പോലെ തണുത്ത ചന്ദ്രൻ അതു ശ്രദ്ധിച്ചു. മുള്ള് അവളുടെ മാറിടത്തിലേക്ക് താഴ്ന്നുകൊണ്ടിരുന്നു. ജീവരക്തം അവളിൽനിന്ന് നഷ്ടപ്പെടുകയാണ്.

ഒരു ബാലന്റെയും ബാലികയുടെയും ഹൃദയത്തിൽ നാമ്പിട്ട സ്നേഹത്തെക്കുറിച്ചാണവൾ ആദ്യം പാടിയത്. റോസാച്ചെടിയുടെ ഏറ്റവും ഉയർന്ന ശിഖരത്തിൽ ഒരു പൂവ് ഉണ്ടാകുന്നു. ഗാനം ഒന്നിനു പിറകെ മറ്റൊന്നായി മാറ്റൊലിക്കൊള്ളവേ, ഇതളുകൾ നിരകളായി ഉണ്ടാവുന്നു. നദിയിൽ തങ്ങിനിൽക്കുന്ന മഞ്ഞുപോലെ വിളറിയ പൂവ്. പ്രഭാതത്തിന്റെ കാലടികളെ പോലെ ആയിരുന്നു അത്. ഉഷസ്സന്ധ്യയുടെ ചിറകുകളെപോലെ രജതവർണമാർന്നത്.

ഒരു വെള്ളിത്തകിടിൽ പതിയുന്ന നിഴൽ പോലെ, ഒരു കുളത്തിൽ റോസാപ്പൂനിഴൽ കാണുന്നതുപോലെ.... അങ്ങനെയായിരുന്നു, ഉയർന്ന ശിഖരത്തിൽ വളർന്ന പൂവ്.

മുള്ളിന്മേൽ കൂടുതൽ അമർന്നു നിൽക്കാനാണ് റോസാച്ചെടി ആവശ്യപ്പെട്ടത്. "അമർന്നു നിൽക്ക്," രാപ്പാടി.... ഇല്ലെങ്കിൽ റോസാപ്പൂ പൂർത്തിയാവും മുമ്പ് നേരം പുലരും.

രാപ്പാടി മുള്ളിന്മേൽ തന്റെ മാറിടം കൂടുതൽ അമർത്തി. അവളുടെ ഗാനം ഉച്ചത്തിലായി. കാരണം, അവൾ ഇപ്പോൾ പാടുന്നത്, ഒരു പുരുഷന്റെയും സ്ത്രീയുടെയും ആത്മാവിൽ രാഗം ഉദിക്കുന്നതാണ്.

റോസാദലങ്ങളിൽ ഒരു നേരിയ രക്തച്ഛവി വരുന്നുണ്ട്. വരൻ വധുവിന്റെ ചുണ്ടുകളിൽ ചുംബനമർപ്പിക്കുമ്പോൾ അവളുടെ മുഖം ചുവക്കുന്നതുപോലെ.

മുള്ള് ഇപ്പോഴും രാപ്പാടി ഹൃദയത്തെ സ്പർശിച്ചിട്ടില്ല. റോസാപ്പൂവിന്റെ ഹൃദയവും വിളറിനിന്നു. ഒരു രാപ്പാടിയുടെഹൃദയരക്തം കൊണ്ടു മാത്രമേ ഒരു റോസാപ്പൂവിന്റെ ഹൃദയം തുടുക്കുകയുള്ളൂ.

റോസാച്ചെടി വീണ്ടും പറഞ്ഞു: "നിന്റെ മാറിടം, മുള്ളിന്മേൽ കുറേക്കൂടി ശക്തിയിൽ അമർത്തുക. എങ്കിൽ മാത്രമേ, നേരം പുലരുംമുമ്പ് റോസാപ്പൂ ചുവക്കുകയുള്ളൂ."

രാപ്പാടി വീണ്ടും അമർന്നു നിന്നു. മുള്ളിന്റെ അറ്റം ഹൃദയത്തെ സ്പർശിച്ചു. കഠിനമായൊരു വേദന അവളുടെ ഉള്ളിലൂടെ പാഞ്ഞുപോയി. വേദന അസഹ്യമായിരുന്നു. കരാളമായ വേദന. ഗാനത്തിന്റെ സ്ഥായി, വന്യമായ ഒരവസ്ഥയിൽ എത്തി. കാരണം, മരണത്തോടെ പരിപൂർണത നേടുന്ന സ്നേഹഗാനമാണ് അവളിപ്പോൾ പാടുന്നത്. ശവകുടീരത്തിലും നശിക്കാത്ത സ്നേഹത്തിന്റെ ഗാനം.

അത്ഭുതകരമായി വിരിഞ്ഞ പൂവ് ചുവപ്പായിത്തീർന്നു, പൂർവാകാശത്തിലെ പനിനീർപ്പൂപോലെ. ഇതളുകളിലെ ഞരമ്പുകൾക്കുപോലും ചോരച്ചുവപ്പ്. മാണിക്യക്കല്ലുപോലെ ചുവന്ന ഹൃദയം.

പക്ഷേ, രാപ്പാടിയുടെ സ്വരം നേർത്തു വന്നു. കൊച്ചു ചിറകുകൾ പിടഞ്ഞു. കണ്ണുകളിൽ ഒരു പാട വന്നതുപോലെ. ഗാനം ശൂന്യതയിലേക്ക്, കണ്ഠത്തിൽ എന്തോ തടയുന്നു.

അവസാന സ്വരം ഒരു പൊട്ടിത്തെറി പോലെ. വെളുത്ത ശശാങ്കൻ അതുകേട്ടു. അവൾ ഉഷസ്സന്ധ്യയെ മറന്നു. അത് അംബരത്തിൽ തങ്ങി നിന്നു. ചുവന്ന റോസാപ്പൂ ആ സ്വരം കേട്ടു. പരമാനന്ദം കൊണ്ട് അതിന്റെ ദേഹമാകെ വിറകൊണ്ടു. തണുത്ത പ്രഭാത വായുവിലേക്ക് ഇതളുകൾ തുറന്നു. കുന്നുകളിൽ അവൾ ജീവിച്ചിരുന്ന ഊതവർണമായ ഗുഹയിൽ ശബ്ദം പ്രതിധ്വനിച്ചു. കിനാവുകണ്ട് ഉറങ്ങുകയായിരുന്ന ആട്ടിടയന്മാരെ ആ ശബ്ദം ഉണർത്തി. നദിയിലെ ഈറ്റകളിലൂടെ, സന്ദേശം സാഗരത്തിന് കൈമാറി.

"ഇതുനോക്ക്" റോസാച്ചെടി വിളിച്ചു പറഞ്ഞു. "റോസാപ്പൂവ് പൂർണതിൽ എത്തിയിരിക്കുന്നു." രാപ്പാടി മറുപടി പറഞ്ഞില്ല. നീണ്ടു വളർന്ന പുല്ലുകളിൽ, അത് ചത്തുകിടക്കുന്നു, മാറിടത്തിൽ തറഞ്ഞു കേറിയ മുള്ളുമായി.

മധ്യാഹ്നമായപ്പോൾ വിദ്യാർഥി ജനൽ തുറന്ന് പുറത്തേക്കു നോക്കി.

"ഇതെന്ത്! എന്റെ ഭാഗ്യം വിസ്മയാവഹം തന്നെ. ഒരു ചുവന്ന റോസാപ്പൂവ്! ജീവിതത്തിലൊരിക്കലും ഇത്തരമൊരു പൂവ് ഞാൻ കണ്ടിട്ടില്ല. അതിസുന്ദരമായിരിക്കുന്നു. ഒരു നീണ്ട ലാറ്റിൻ പേര് അതിനുണ്ടെന്നു നിശ്ചയം. അവൻ അത് പറിച്ചെടുത്തു."

അവൻ വേഷം മാറി, തൊപ്പിധരിച്ച്, കയ്യിൽ പനിനീർപ്പൂവുമായി, പ്രൊഫസറുടെ വീട്ടിലേക്ക് ഓടി.

പ്രൊഫസറുടെ മകൾ വാതിലിനടുത്ത് ഇരിപ്പുണ്ട്. ഒരു നീല പട്ടുവസ്ത്രം മടക്കിക്കൊണ്ടിരിക്കുന്നു. അവളുടെ ഓമനയായ നായ്ക്കുട്ടി, കാലിനടുത്ത് കിടക്കുന്നു.

"ഞാനൊരു ചുവന്ന റോസാപ്പൂ കൊണ്ടുവന്നാൽ നീ എന്നോടൊത്ത് നൃത്തം വെക്കുമെന്ന് പറഞ്ഞല്ലോ. ഇതാ ഈ ലോകത്തിൽ വെച്ച് ഏറ്റവും

അരുണിമ പൂണ്ട റോസാപ്പൂ. ഇന്നു രാത്രി നൃത്തവേളയിൽ ഇത് ഹൃദയത്തോട് ചേർത്ത്, ഉടുപ്പിൽ വെക്കണം. എന്നിട്ട് നമുക്ക് ഒന്നിച്ച് നൃത്തം വെക്കാം. ഞാൻ നിന്നെ എത്രമാത്രം സ്നേഹിക്കുന്നു."

അവൾ നെറ്റി ചുളിച്ചു.

"ഇത് എന്റെ ഉടുപ്പിന് ചേരുകയില്ല എന്നാണ് ഞാൻ കരുതുന്നത്. മാത്രവുമല്ല, ചെയ്മ്പർലെയിനിന്റെ മരുമകൻ എനിക്കായി യഥാർഥ രത്നങ്ങൾ തന്നെ കൊടുത്തയച്ചിട്ടുണ്ട്. പൂക്കളേക്കാൾ വിലമതിപ്പ് ഉള്ളവയാണ് രത്നങ്ങൾ എന്ന് എല്ലാവർക്കും അറിയാമല്ലോ."

"ശരി, നീ വളരെ കൃതഘ്നയാണെന്ന് ഞാൻ പറയുന്നു" വിദ്യാർഥി ദേഷ്യത്തോടെ പറഞ്ഞുകൊണ്ട് പൂ വലിച്ചെറിഞ്ഞു. തെരുവിൽ വീണ പൂവിന്റെ മുകളിലൂടെ ഉന്തുവണ്ടിയുടെ ചക്രങ്ങൾ ഉരുണ്ടു നീങ്ങി.

"കൃതഘ്നയോ" പെൺകുട്ടി തുടർന്നു. "ഞാനെന്താണ് നിന്നോടു പറഞ്ഞത്. നീ പരുക്കനാണ്. അല്ലെങ്കിൽത്തന്നെ നീയാരാണ്, വെറുമൊരു വിദ്യാർഥി. ചെയ്മ്പർ ലെയ്നിന്റെ മരുമകൻ ധരിക്കുന്നതു പോലെ വെള്ളി ബക്കിളുകൾ ഉള്ള ഷൂ ധരിക്കാൻ പോലും നിനക്കു കഴിയില്ല. എന്നാണ് ഞാൻ കരുതുന്നത്."

അവൾ എഴുന്നേറ്റ് വീടിനുള്ളിലേക്ക് പോയി.

"പ്രേമമെന്നത് എന്തൊരു വിഡ്ഢിത്തമാണ്" എന്നു പറഞ്ഞു കൊണ്ട് വിദ്യാർഥി നടന്നു നീങ്ങി. ലോജിക്കിനാൽ ഉള്ളതിന്റെ പകുതി ഉപയോഗം പോലും അതുകൊണ്ടില്ല. അത് യാതൊന്നും തെളിയിക്കുന്നില്ല. സംഭവിക്കാൻ ഇടയില്ലാത്ത കാര്യങ്ങളാണ് അതെപ്പോഴും പറയുന്നത്. ശരിയല്ലാത്ത കാര്യങ്ങൾ വിശ്വസിപ്പിക്കുന്നതിന് അത് ഇടയാക്കുന്നു. സത്യത്തിൽ പ്രേമം, തികച്ചും അപ്രായോഗികമാണ്. ഇക്കാലത്ത് പ്രായോഗികത ഉണ്ടെങ്കിൽ മാത്രമേ, എന്തെങ്കിലും നേടാനാവൂ. ഞാൻ ഫിലോസഫിയിലേക്ക് തിരിച്ചുപോയി, മെറ്റാഫിസിക്സ് പഠിക്കട്ടെ."

അവൻ സ്വന്തം മുറിയിലേക്ക് തിരിച്ചു പോയി. പൊടിപിടിച്ച വലിയൊരു പുസ്തകം തപ്പിയെടുത്ത് വായിക്കാൻ തുടങ്ങി.

3

സ്വാർഥരാക്ഷസൻ

എല്ലാ സായാഹ്നത്തിലും, സ്കൂളിൽ നിന്നുള്ള മടക്കയാത്രയിൽ കുട്ടികൾ രാക്ഷസന്റെ തോട്ടത്തിൽ കടന്ന് കളിക്കുക പതിവായിരുന്നു.

വിസ്തൃതമായ വലിയ തോട്ടമാണത്. നിറയെ പതുപതുപ്പുള്ള പച്ച പ്പുല്ല്. അവയ്ക്കിടയിൽ ചന്തമാർന്ന പൂക്കൾ, നക്ഷത്രങ്ങളെപ്പോലെ ശോഭി ച്ചു. പീച്ചുമരങ്ങൾ പന്ത്രണ്ടെണ്ണം അവിടവിടെ നിൽപ്പുണ്ട്. വസന്തത്തിൽ, അവ നിറയെ പിങ്കുവർണവും പേൾനിറവുമുള്ള പൂക്കളുണ്ടാവും. ശര ത്ക്കാലത്ത് നിറയെ പഴങ്ങളും. പഴങ്ങൾ തിന്ന് മധുരമായി പാടുന്ന കിളി കളെ ശ്രദ്ധിച്ചുകൊണ്ട് കുട്ടികൾ നിൽക്കും.

നമുക്കിവിടെ എന്തു സന്തോഷമാണ് കുട്ടികൾ പരസ്പരം പറയും.

യാത്രയിലായിരുന്ന രാക്ഷസൻ ഒരു നാൾ തിരിച്ചെത്തി. സുഹൃ ത്തായ കോർണിഷ് ഓഗർനോടൊപ്പം ഏഴു വർഷം താമസിച്ചാണ് തിരിച്ചു വരവ്. ഇനി സ്വന്തം കോട്ടയിൽത്തന്നെ. കുറച്ചേ സംസാരിക്കൂ അവൻ.

സ്ഥലത്തെത്തിയപ്പോൾ കണ്ടത്, കുട്ടികൾ തന്റെ തോട്ടത്തിൽ കളി ക്കുന്നതാണ്.

"നിങ്ങൾ ഇവിടെ എന്തു ചെയ്യുകയാണ്?" അയാൾ പരുക്കൻ സ്വര ത്തിൽ ചോദിച്ചു.

ഒന്നും മിണ്ടാതെ കുട്ടികൾ ഓടിപ്പോയി.

"എന്റെ തോട്ടം എന്റേതു മാത്രമാണ്" രാക്ഷസൻ പറഞ്ഞു. "അത് എല്ലാവർക്കും അറിയാം. ഇവിടെ മറ്റാരെയും കളിക്കാൻ ഞാൻ അനുവ ദിക്കുകയില്ല."

അവൻ ഉയർന്ന ചുറ്റുമതിൽ പണിതു. ഒരു നോട്ടീസും പതിച്ചു!

'അതിക്രമിച്ചു കടക്കുന്നവൻ ശിക്ഷിക്കപ്പെടും.'

രാക്ഷസൻ വളരെ സ്വാർഥിയാണ്. കുട്ടികൾക്ക് ഇപ്പോൾ കളിക്കാൻ

സ്ഥലമില്ല. അവർ നിരത്തിൽ കളിക്കാൻ തുടങ്ങി. അവിടെ ധാരാളം പൊടിയും കല്ലുകളും ഉള്ളതിനാൽ അവർക്കത് ഇഷ്ടമായില്ല. അവർ ഉയർന്ന ചുറ്റുമതിലിനു ചുറ്റുമായി നടന്നു നോക്കും. ഉള്ളിലുള്ള മനോഹരമായ ഉദ്യാനത്തെക്കുറിച്ച് സംസാരിച്ചുകൊണ്ടാണ് നടക്കുക. "അവിടെ കളിക്കുമ്പോൾ നമുക്കെന്തു സന്തോഷമായിരുന്നു." അവർ പരസ്പരം പറഞ്ഞു.

വസന്തകാലം വന്നു. നാട്ടിൽ എല്ലായിടത്തും പലതരം പൂക്കളും പക്ഷികളും. രാക്ഷസന്റെ തോട്ടത്തിൽ മാത്രം ഇപ്പോഴും മഞ്ഞുകാലത്തിന്റെ പ്രതീതിയാണ്. കുട്ടികളില്ലാത്തതിനാൽ പക്ഷികൾക്ക് അവിടെ പോയി പാടാൻ താൽപ്പര്യമില്ല. മരങ്ങളാവട്ടെ, പുഷ്പിക്കാൻ മറന്നതുപോലെ. ഒരിക്കൽ ചന്തമുള്ളൊരു കൊച്ചുപൂവ്, പുല്ലിനിടയിൽ നിന്ന് തല പുറത്തിട്ടു നോക്കി. നോട്ടീസ് ബോർഡ് വായിച്ചു. കുട്ടികളെ ഓർത്ത് സങ്കടപ്പെട്ടു. വീണ്ടും പുല്ലിനടിയിലേക്ക് തല വലിച്ച് ഉറങ്ങി. മഞ്ഞിനും ഹിമകണങ്ങൾക്കും വളരെ സന്തോഷം. എന്നും ഇവിടെ കഴിയാമല്ലോ. വസന്തം ഈ തോട്ടത്തെ മറന്നുവെന്ന് തോന്നുന്നു.

അവ തന്റെ വെളുത്ത മേൽക്കുപ്പായം കൊണ്ട് പുല്ലുകൾക്ക് നല്ലൊരാവരണം ഇട്ടിട്ടുണ്ട്. എല്ലാ മരങ്ങളിലും വെള്ളി തേച്ച് മിനുക്കിയിരിക്കുന്നു. ഒത്തു കഴിയാൻ അവർ വടക്കൻ കാറ്റിനെ ക്ഷണിച്ചു. ക്ഷണം സ്വീകരിച്ച് അവനും വന്നുചേർന്നു. അവൻ രോമക്കുപ്പായം ധരിച്ച്, അലറിവിളിച്ചുകൊണ്ടു തോട്ടമാകെ ചുറ്റിനടന്നു. പുകക്കുഴലിന്റെ മൂടി തട്ടിമറിച്ചിട്ടു.

"ഈ സ്ഥലം ആഹ്ലാദം തരുന്നല്ലോ" കാറ്റ് പറഞ്ഞു. നമുക്ക് ആലിപ്പഴത്തേയും കൂട്ടിനു വിളിക്കാം.

അവനും വന്നുചേർന്നു. എല്ലാ ദിവസവും മൂന്നുമണിക്കൂർ സമയം അവൻ അവിടെ നൃത്തമാടി. മേൽക്കൂരയിലെ ഓടുകൾ മിക്കവയും തകർത്തു കഴിഞ്ഞു. പിന്നെ അമിതവേഗത്തിൽ തോട്ടമാകെ ചുറ്റിപ്പറന്നു. ചാരനിറത്തിലുള്ള ഉടുപ്പ് അണിഞ്ഞവൻ; ശ്വാസം, ഹിമംപോലെ.

"ഇവിടെ വസന്തം വരാൻ വൈകുന്നതെന്തുകൊണ്ട്? രാക്ഷസൻ പരിതപിച്ചു. അവൻ ജനൽപ്പടിയിലിരുന്ന് തന്റെ തണുത്തുനരച്ച തോട്ടത്തിലേക്കു നോക്കി. "കാലാവസ്ഥയിൽ ചില മാറ്റങ്ങൾ വന്നിട്ടുണ്ടെന്ന് എനിക്ക് തോന്നുന്നു."

പക്ഷേ, വസന്തം വന്നില്ല. ഗ്രീഷ്മവും വന്നില്ല. ശരത്കാല സമയം വന്നപ്പോൾ രാക്ഷസന്റെ തോട്ടമൊഴികെ, മറ്റെല്ലായിടത്തും ഫലങ്ങൾ നിറഞ്ഞു. "അവൻ മഹാസ്വാർഥിയാണ്," ശരത് പറഞ്ഞു.

വിന്റർ ഒഴികെ മറ്റു ഋതുക്കൾ സ്വാർഥിയായ രാക്ഷസന്റെ തോട്ടത്തിൽനിന്ന് മാറിനിന്നു. അതിനാൽ അവന്റെ തോട്ടത്തിൽ എല്ലാകാലവും മഞ്ഞുകാലം, വടക്കൻ കാറ്റ്, ആലിപ്പഴവർഷം, മഞ്ഞ്, ഹിമം ഇവ മാത്രം.

ഒരു പ്രഭാതത്തിൽ രാക്ഷസൻ തന്റെ കിടക്കയിൽ ഉണർന്നു കിടക്കുന്നു. മനോഹരമായ സംഗീതം കേൾക്കുന്നു. കർണാനന്ദകരമായ ആ സംഗീതം. അതുവഴി കടന്നുപോകുന്ന കൊട്ടാരം സംഗീതജ്ഞരുടേതാ

വാമെന്ന് രാക്ഷസനു തോന്നി. ജാലകത്തിനപ്പുറം ഇരിക്കുന്ന ഒരു കൊച്ചു പക്ഷിയുടെ സ്വരമായിരുന്നു അത്. വളരെ കാലമായി സ്വന്തം തോട്ടത്തിൽ നിന്ന് പക്ഷികളുടെ കളകൂജനം കേൾക്കാതിരുന്നതിനാൽ ഒരു പക്ഷിയുടെ പാട്ട് അതിമനോഹര സംഗീതമെന്ന് രാക്ഷസന് തോന്നിയതാണ്.

അതോടെ ആലിപ്പഴവർഷം നിലച്ചു. വടക്കൻ കാറ്റ് എവിടെയോ പോയ് മറഞ്ഞു. തുറന്ന സ്ഥലത്തു കൂടെ സുഗന്ധം ഒഴുകിയെത്തി.

"ഒടുവിൽ വസന്തം വന്നുവല്ലോ." രാക്ഷസൻ ചാടിയെഴുന്നേറ്റ് പുറത്തേക്കു നോക്കി.

എന്താണവൻ കണ്ടത്?

അതിശയകരമായ കാഴ്ചയായിരുന്നു അത്. മതിലിലെ ഒരു വിടവിലൂടെ കുട്ടികൾ തോട്ടത്തിൽ കടന്നിരിക്കുന്നു. അവർ മരക്കൊമ്പുകളിൽ കയറി ഇരിക്കുന്നു. ഓരോ മരത്തിലും ഓരോ ചെറിയ കുട്ടി സ്ഥലം പിടിച്ചിട്ടുണ്ട്. കുട്ടികൾ തിരിച്ചുവന്ന സന്തോഷത്താൽ ഓരോ മരത്തിലും പൂക്കൾ നിറഞ്ഞിരിക്കുന്നു. കുട്ടികളുടെ തലയ്ക്കു മുകളിൽ ചെറു ശിഖരങ്ങളായ കൈകൾ വീശുന്നു. സംഗീതം പൊഴിക്കുന്ന പക്ഷികൾ എല്ലായിടത്തുമുണ്ട്. പൂക്കൾ ചിരിച്ചുകൊണ്ട് ഇലകൾക്കിടയിലൂടെ എത്തിനോക്കുന്നു. അതൊരു ഭംഗിയുള്ള രംഗം തന്നെ. ഒരു കോണിൽമാത്രം മഞ്ഞുകാലം തങ്ങിനിൽക്കുന്നു. തോട്ടത്തിന്റെ ഏറ്റവും അകലെയുള്ളൊരു ഭാഗം അവിടെയൊരു കൊച്ചു ബാലൻ നിൽപ്പുണ്ട്. വളരെ ചെറിയവനാകയാൽ മരത്തിന്റെ ശാഖയിൽ കയറാൻ കഴിയുന്നില്ല. അവൻ കരഞ്ഞുകൊണ്ട് മരത്തിനു ചുറ്റും നടക്കുകയാണ്. ആ പാവം വൃക്ഷത്തിൽ മാത്രം മഞ്ഞും ഹിമവും തങ്ങിനിൽക്കുന്നു. ശാഖകളിൽ വടക്കൻ കാറ്റ് ചീറിയടിക്കുന്നു.

നീ കയറി വാ എന്ന് മരം പറയുന്നുണ്ട്. ശാഖകൾ താഴ്ത്തിക്കൊടുക്കുകയും ചെയ്യുന്നുണ്ട്. എങ്കിലും അവന് അതിൽ കയറാനാവുന്നില്ല.

അതുനോക്കി നിൽക്കവേ, രാക്ഷസന്റെ ഹൃദയത്തിൽ അനുകമ്പ ഉണർന്നു. "ഞാനെന്തൊരു സ്വാർഥനായിരുന്നു. എന്തുകൊണ്ടാണ് വസന്തം ഇവിടേക്കു വരാഞ്ഞത് എന്ന് എനിക്കിപ്പോൾ മനസിലാവുന്നു. ഞാനാ പൈതലിനെ മരക്കൊമ്പിൽ കയറ്റി ഇരുത്തട്ടെ. എന്നിട്ടു വേണം ഈ മതിലുകൾ തകർക്കാൻ. എക്കാലവും എന്റെ തോട്ടം കുട്ടികൾക്കുള്ള കേളീരംഗമായി തീരട്ടെ. യഥാർഥത്തിൽ അവൻ വളരെ ദുഃഖിക്കുകയായിരുന്നു."

രാക്ഷസൻ മെല്ലെ ഇറങ്ങിച്ചെന്ന് മുൻവശത്തെ വാതിൽ സാവകാശം തുറന്നു. പക്ഷേ, കുട്ടികൾ അവനെ കണ്ടതും ഭയപ്പെട്ട് ഓടിക്കളഞ്ഞു. തോട്ടത്തിൽ മഞ്ഞുകാലം ഇരിപ്പുറപ്പിച്ചു.

അകലെ നിന്നിരുന്ന ചെറിയ ബാലൻ മാത്രം ഓടിയില്ല. കണ്ണ് നിറഞ്ഞിരുന്നതിനാൽ രാക്ഷസൻ വരുന്നത് അവൻ കണ്ടിരുന്നില്ല. രാക്ഷസൻ പതുങ്ങിച്ചെന്ന് പിറകിലൂടെ അവനെയെടുത്ത് മരക്കൊമ്പിൽ വെച്ചതും മരമാകെ പൂവണിഞ്ഞു. നിമിഷാർധംകൊണ്ട് കളകൂജന

ത്തോടെ കിളികൾ എത്തി. അവ പാടിത്തുടങ്ങി. ബാലൻ കൈകൾ നീട്ടി, രാക്ഷസന്റെ കഴുത്തിൽ ചുറ്റി അവനെ ഉമ്മ വച്ചു. ഓടിപ്പോയി ദൂരെ നിന്നിരുന്ന കുട്ടികൾ ഈ കാഴ്ച കണ്ടു. രാക്ഷസൻ ദുഷ്ടനല്ല എന്നു തിരിച്ചറിഞ്ഞ്, അവരെല്ലാം മടങ്ങിവന്നു. ഒപ്പം തന്നെ വസന്തവുമെത്തി.

"കുട്ടികളേ, ഇത് ഇനിമേലിൽ നിങ്ങളുടെ തോട്ടമാണ്."

ഒരു ഭീമൻ മഴുകൊണ്ടുവന്ന് അവൻ മതിൽ തകർത്തു. പന്ത്രണ്ടുമണിയോടെ ചന്തയിലേക്കു പോവുകയായിരുന്ന ജനങ്ങൾ നല്ലൊരു കാഴ്ച കണ്ടു. അവർ ഇതുവരെ കണ്ടതിൽ വെച്ച് ഏറ്റവും മനോഹരമായൊരു ഉദ്യാനം. രാക്ഷസൻ കുട്ടികളോടൊപ്പം ചിരിച്ചുകളിക്കുന്നു.

സായാഹ്നം വരെ കളി തുടർന്ന കുട്ടികൾ, രാക്ഷസനോട് യാത്ര പറയാൻ വന്നു.

"നിങ്ങളുടെ കൂട്ടുകാരൻ എവിടെ? ഞാൻ മരത്തിൽ ഉയർത്തിവെച്ച ആ കൊച്ചു ബാലൻ?"

രാക്ഷസന് അവനോടാണ് ഏറ്റവും സ്നേഹം. കാരണം അവൻ തന്നെ ചുംബിച്ചുവല്ലോ.

"ഞങ്ങൾക്കറിയില്ല. അവൻ പോയിട്ടുണ്ടാവും."

"നാളെ തീർച്ചയായും വരണമെന്ന് അവനോടു പറയണം."

അവൻ താമസിക്കുന്നത് എവിടെയെന്ന് തങ്ങൾക്കറിയില്ല എന്നാണ് കുട്ടികൾ പറഞ്ഞത്. മാത്രവുമല്ല, മുമ്പൊരിക്കലും അവർ അവനെ കണ്ടിരുന്നുമില്ല.

രാക്ഷസൻ ദുഃഖിച്ചു.

സ്കൂൾ വിട്ടു വരും വഴി, എല്ലാദിവസവും കുട്ടികൾ തോട്ടത്തിൽ വന്ന് രാക്ഷസനോടൊപ്പം കളിക്കുക പതിവായി. രാക്ഷസൻ അതിയായി സ്നേഹിച്ച ബാലൻ മാത്രം പിന്നീടൊരിക്കലും വന്നില്ല.

രാക്ഷസൻ എല്ലാ കുട്ടികളോടും ദയാപൂർവം പെരുമാറി. എങ്കിലും കൊച്ചുബാലനെ കാണാൻ അതിയായി ആഗ്രഹിക്കുകയും ചിലപ്പോഴെല്ലാം അവനെക്കുറിച്ച് സംസാരിക്കുകയും ചെയ്തു. "ഞാനവനെ ഒന്നു കാണാൻ എന്തുമാത്രം ആഗ്രഹിക്കുന്നു! എന്ന് ഇടയ്ക്ക് പറയുകയും പതിവായി.

വർഷങ്ങൾ കടന്നുപോയി. രാക്ഷസൻ വൃദ്ധനും ക്ഷീണിതനുമായി. കുട്ടികൾക്കൊപ്പം കളിക്കാൻ വയ്യാതായി. ഒരു വലിയ കസേരയിൽ കിടന്ന് അവർ കളിക്കുന്നത് നോക്കും. തോട്ടം നോക്കി അതിന്റെ ചാരുത ആസ്വദിക്കും.

ഭംഗിയുള്ള ധാരാളം പൂക്കൾ അവിടെയുണ്ട്. എന്നാൽ ഏറ്റവും ഭംഗിയുള്ള പൂക്കൾ കുട്ടികൾ തന്നെ.

ഒരു മഞ്ഞുകാല പ്രഭാതത്തിൽ, വസ്ത്രം ധരിച്ചുകൊണ്ടിരിക്കെ, രാക്ഷസൻ പുറത്തേക്കു നോക്കി. ഇപ്പോൾ മഞ്ഞിനോട് അവന് വെറുപ്പ് ഇല്ല. വസന്തം ഉറങ്ങുകയാണെന്ന് അവനറിയാം. പൂവുകൾ വിശ്രമിക്കുകയാണ്.

എന്തോ വിസ്മയം കണ്ടതുപോലെ പെട്ടെന്നവൻ കണ്ണുതിരുമ്മി നോക്കി, വീണ്ടും വീണ്ടും നോക്കി. ഉജ്ജ്വലമായ കാഴ്ച തന്നെ. ദൂരെ തോട്ടത്തിൽ മരം നിറയെ വെള്ളപ്പൂക്കൾ. ശാഖകളെല്ലാം സ്വർണം. തൂങ്ങിക്കിടക്കുന്ന ഫലങ്ങൾ. എല്ലാം തന്നെ വെള്ളിയിൽ നിർമിതം. തന്നെ ചുംബിച്ച ബാലൻ അതിനു ചുവട്ടിൽ നിൽക്കുന്നു.

അമിതാഹ്ലാദത്താൽ രാക്ഷസൻ ഇറങ്ങിയോടി. ബാലന്റെ സമീപമെത്തി. വളരെ അടുത്തെത്തിയപ്പോൾ രാക്ഷസന്റെ മുഖം കോപം കൊണ്ടു ചുവന്നു.

"നിന്നെ ഉപദ്രവിക്കാൻ ധൈര്യപ്പെട്ടവൻ ആരാണ്?" ബാലന്റെ കരതലത്തിലും പാദത്തിലും രണ്ടു നഖപ്പാടുകൾ ഉണ്ടായിരുന്നു.

"ആരാണിതു ചെയ്തതെന്ന് പറയ്. ഞാൻ എന്റെ വലിയ വാളുകൊണ്ട് അവനെ വധിക്കും."

"വേണ്ട ഇത് സ്നേഹത്തിന്റെ മുറിവുകളാണ്."

"നീയാരാണ്?" രാക്ഷസൻ വിസ്മയിച്ചു. ബാലന്റെ മുമ്പിൽ മുട്ടുകുത്തി.

ബാലൻ പുഞ്ചിരിച്ചുകൊണ്ട് രാക്ഷസനോടു പറഞ്ഞു: "നീയൊരിക്കൽ തോട്ടത്തിൽ കളിക്കാൻ എന്നെ അനുവദിച്ചില്ലേ? ഇന്നു നീ എന്നോടൊപ്പം എന്റെ തോട്ടത്തിലേക്കു വരണം. അതായത് സ്വർഗത്തിലേക്ക്."

അന്നു സായാഹ്നത്തിൽ കുട്ടികൾ പതിവുപോലെ കളിക്കാനെത്തി. രാക്ഷസൻ പൂമരത്തിനു ചുവട്ടിൽ മരിച്ചുകിടക്കുന്നു. ദേഹം നിറയെ വെളുത്ത പൂക്കൾ.

4

ആത്മസുഹൃത്ത്

പ്രഭാതത്തിൽ, എലി കുളത്തിലെ മാളത്തിൽനിന്ന് തല പുറത്തിട്ടു. ഉരുണ്ടു തിളങ്ങുന്ന കണ്ണുകളാണതിന്. ബലമുള്ള മീശ. ഇന്ത്യൻ റബർ പോലെ നീണ്ടു കറുത്തവാൽ. കൊച്ചു താറാവുകൾ കുളത്തിൽ നീന്തുന്നു. ഒറ്റനോട്ടത്തിൽ, മഞ്ഞ നിറത്തിലുള്ള ജലപുഷ്പങ്ങൾപോലെയുണ്ട്. അവയുടെ അമ്മയ്ക്ക് തൂവെള്ള നിറമാണ്. ചുവന്ന കാലുകളും. വെള്ളത്തിൽ തലകുത്തിനിൽക്കുന്നതെങ്ങനെയെന്ന് മകളെ പഠിപ്പിക്കുകയാണ്.

നിങ്ങൾക്ക് തലകുത്തി നിൽക്കാനായില്ലെങ്കിൽ സമുദായത്തിൽ ഒരു സ്ഥാനവും ഉണ്ടാവില്ല. - അവൾ അങ്ങനെ പറയാറുണ്ട്. അത് എങ്ങനെയാണ് ചെയ്യുക എന്ന് ഇടയ്ക്കെല്ലാം കാണിച്ചുകൊടുക്കുകയും ചെയ്യും. താറാക്കുഞ്ഞുങ്ങൾ അത് ശ്രദ്ധിക്കാറേയില്ല. സമുദായം എന്നത് എന്തെന്നോ, അതിലെ വലിയ സ്ഥാനം എന്തെന്നോ അറിയാൻ മാത്രം അവയ്ക്കു പ്രായമായിട്ടില്ലല്ലോ.

"അനുസരണയില്ലാത്ത വർഗം തന്നെ." വെള്ളത്തിലെ എലി പറഞ്ഞു. "അവർ മുങ്ങിച്ചാവുക തന്നെ ചെയ്യും."

"അങ്ങനെയൊന്നുമില്ല" അമ്മത്താറാവ് ഉടൻ പറഞ്ഞു. ഒരു തുടക്കത്തിൽ രക്ഷിതാക്കൾക്ക് അധികം ക്ഷമ ഉണ്ടാവില്ല."

"ങ്ഹാ, രക്ഷിതാക്കളുടെ വികാരം എന്താണെന്ന് എനിക്കറിയില്ല." എലി തുടർന്നു. "ഞാനൊരു ഗൃഹസ്ഥനല്ല. ഞാൻ വിവാഹം കഴിച്ചിട്ടില്ല. കഴിക്കാൻ ആഗ്രഹിക്കുന്നുമില്ല. സ്നേഹം അതിന്റെ വഴിനോക്കട്ടെ. സൗഹൃദമാണ് ഏറ്റവും വലുത്. ആത്മാർഥ സൗഹൃദത്തിനേക്കാൾ മഹനീയമായി ഈ ലോകത്ത് എന്തെങ്കിലുമുണ്ടോ എന്ന് എനിക്കറിയില്ല."

"എന്നാൽ ആത്മാർഥ സുഹൃത്തിന്റെ കടമകൾ എന്തെല്ലാമാണെന്നു കേൾക്കട്ടെ." ആറ്റുവഞ്ചിച്ചെടിയിൽ ഇരുവരുടെയും സംഭാഷണം ശ്രദ്ധിച്ചുകൊണ്ടിരുന്ന പച്ചോന്ത് ചോദിച്ചു.

"അതുതന്നെയാണ് എനിക്കും അറിയേണ്ടത്." താറാവ് പറഞ്ഞു. അവൾ കുളത്തിന്റെ മറുകരയിലേക്ക് നീന്തി. കുഞ്ഞുങ്ങൾക്ക് നല്ലൊരു മാതൃകയാവട്ടെ എന്നു കരുതി, തലകുത്തി നിന്നു.

"എന്തൊരു മണ്ടൻ ചോദ്യം" എലി പറഞ്ഞു. "ആത്മാർഥ സുഹൃത്ത് എന്നോട് ആത്മാർഥത കാണിക്കണം. അതുതന്നെ."

"പകരം നീ എന്താണ് ചെയ്യുക. തന്റെ കൊച്ചു ചിറകുകൾ വീശിക്കൊണ്ട് ഒരു ചില്ലയിൽ ചാഞ്ചാടിക്കൊണ്ടിരുന്ന കൊച്ചുകിളി ചോദിച്ചു.

"എനിക്ക്, നീ പറയുന്നത് മനസിലാവുന്നില്ല. ഞാൻ അതേക്കുറിച്ച് ഒരു കഥ പറയാം." ലിന്നെറ്റ് കിളി പറഞ്ഞു.

"അത് എന്നെക്കുറിച്ചാണോ?" എലിയുടെ ചോദ്യം. "എന്നാൽ ഞാനതു കേൾക്കാം. കഥ കേൾക്കാൻ എനിക്കു വളരെ ഇഷ്ടമാണ്."

"നിന്നെക്കുറിച്ചുതന്നെ." ലിന്നെറ്റ് പറന്നുവന്ന് താഴെയിരുന്നു. എന്നിട്ട് ആത്മസുഹൃത്തിന്റെ കഥ പറയാൻ തുടങ്ങി:

"പണ്ട് പണ്ട്, സത്യസന്ധനായ ഒരു പയ്യൻ ഉണ്ടായിരുന്നു. പേര് ഹാൻസ്."

"അവനൊരു പ്രമുഖൻ ആയിരുന്നോ?"

"അല്ല. അവൻ പ്രമുഖനാണെന്ന് ഞാൻ കരുതുന്നേയില്ല. എന്നാൽ ദയാപൂർണമായ ഒരു ഹൃദയം അവനുണ്ടായിരുന്നു. വട്ടമുഖം സൽസ്വഭാവിയുടേതായിരുന്നു. ഒരു കൊച്ചുവീട്ടിൽ തനിച്ചാണ് താമസം. എല്ലാ ദിവസവും സ്വന്തം തോട്ടത്തിൽ പണി ചെയ്യും. അവന്റെ തോട്ടത്തെപ്പോലെ മനോഹരമായ മറ്റൊന്ന് ആ പ്രദേശത്ത് ഇല്ല. തോട്ടത്തിൽ, ഗില്ലിപ്പൂക്കളും മധുര വില്യമും ആട്ടിടയൻ പേഴ്സും ഫ്രാൻസിലെ സുന്ദരിമാരും ഉണ്ട്. പിന്നെ പല നിറം റോസാപ്പൂക്കൾ, ലൈലാക്, ക്രോക്കസ്, മഞ്ഞയും സ്വർണവർണത്തിലും ഉണ്ട്. വെള്ളയും ഊതയുമായ വയലറ്റ് പൂക്കൾ, കൊളംബിൻ, ലേഡി സ്മോക്ക്, മർജോരം, കാട്ടുബാഡിൽ കൗസ്ലിപ്, ഡെലുസ്പുഷ്പം, ഡാഫോഡിൽ ഇവയെല്ലാം ഉണ്ട്. ഇതിനും പുറമെ ക്ലോപുഷ്പങ്ങൾ. അതിന്റെ പ്രത്യേകത അത് എല്ലാകാലത്തും ഉണ്ടായിരിക്കും എന്നതാണ്. ഒരുതവണ പൂക്കൾ വാടിക്കഴിയുമ്പോൾ, അവയുടെ സ്ഥാനത്ത് മറ്റൊരുകൂട്ടം പൂക്കൾ പ്രത്യക്ഷപ്പെടും. ഇങ്ങനെ ഓരോ തവണയും പുതിയവ ഉണ്ടാകുമ്പോൾ അതിന്റെ നിറവും മറ്റൊന്നായിരിക്കും. എപ്പോഴുമെവിടെയും മധുരഗന്ധവും മനോഹര കാഴ്ചയും.

കൊച്ചു ഹാൻസിന് ധാരാളം സുഹൃത്തുക്കൾ ഉണ്ട്. ആത്മസുഹൃത്തെന്നു പറയാൻ, മില്ലർ ബിഗ്ഹഗ്. ഹാൻസിനോട് അവനും ആത്മാർഥ സൗഹൃദം തന്നെ. ഹാൻസിന്റെ തോട്ടമതിലിനടുത്തു കൂടി അയാൾ കടന്നുപോകുമ്പോൾ ഒരു വലിയ നോസ്ഗേ, കൈയെത്തിച്ച് പറിക്കും. അല്ലെങ്കിൽ ഒരു കുടന്ന ചെറിയ പൂക്കൾ. പഴങ്ങൾ വിളഞ്ഞ സമയമാണെങ്കിലോ! പോക്കറ്റ് നിറയെ ചെറിപ്പഴമോ പ്ലം പഴമോ പറിച്ചിടും.

"യഥാർഥ സുഹൃത്തുക്കൾക്ക്, എല്ലാ വസ്തുക്കളും പൊതുവായി ഉള്ളതാണല്ലോ." മില്ലർ പറയുക പതിവായി, ഹാൻസ്, വെറുതെ ചിരിച്ച്

തലയാട്ടും. ഇത്തരം മുന്തിയ ആശയങ്ങൾ ഉള്ള സുഹൃത്തിന്റെ പേരിൽ അഭിമാനിക്കുകയും ചെയ്യും.

ചിലപ്പോഴെല്ലാം അയൽക്കാർ കരുതും, മില്ലർ ഹാൻസിന്, പകരമായൊന്നും നൽകാറില്ലല്ലോ എന്ന്. നൂറുകണക്കിന് ചാക്കുനിറയെ ധാന്യമാവ് അയാളുടെ മില്ലിൽ ഉണ്ട്. പിന്നെ കറവയുള്ള ആറു പശുക്കൾ, ഒരുപാട് ആടുകൾ. എന്നാൽ ഹാൻസ്, അതൊന്നുമോർത്ത് തല പുകയ്ക്കാറില്ല. യഥാർഥ സൗഹൃദത്തിന്റെ നിസ്വാർഥതയെ പറ്റി, മില്ലർ പറയാറുള്ള കാര്യങ്ങളാണ് അവന് ഏറെ സന്തോഷം നൽകുന്നത്.

അങ്ങനെ, കൊച്ചു ഹാൻസ് തന്റെ തോട്ടത്തിൽ പണിയെടുത്തുകൊണ്ടേയിരുന്നു. വസന്തത്തിലും ഗ്രീഷ്മത്തിലും ശരത്തിലും എല്ലാം അവൻ സന്തോഷവാനാണ്. എന്നാൽ വിന്ററിൽ വിൽപ്പനയ്ക്ക് ചന്തയിലെത്തിക്കാൻ പൂക്കളോ പഴങ്ങളോ ഇല്ല. തണുപ്പും വിശപ്പും അവനെ ആക്രമിച്ചു. അത്താഴത്തിന് കാര്യമായൊന്നുമില്ല. ഏതാനും ഉണങ്ങിയ പിയർ പഴങ്ങളും ഉണങ്ങിയ കായ്കളും മാത്രം. അക്കാലത്ത് അവൻ വളരെ ഏകാകിയുമാണ്. കാരണം, മില്ലർ അവനെ കാണാൻ വരാറില്ല.

“മഞ്ഞുകാലത്ത് ഹാൻസിനെ പോയി കണ്ടിട്ട് ഒരു കാര്യവുമില്ല.” മില്ലർ ഭാര്യയോട് പറഞ്ഞു, “കഷ്ടപ്പെടുന്ന സമയത്ത് അവരെ തനിയെ വിടുന്നതാണ് നല്ലത്. സന്ദർശകർ അവർക്കൊരു ശല്യമാവുമല്ലോ. സുഹൃദ്ബന്ധത്തെ പറ്റി എന്റെ അഭിപ്രായം അതാണ്. അത് ശരിയാണു താനും. വസന്തം വരുന്നതുവരെ കാത്തിരിക്കാം. എന്നിട്ട് വേണം അവന്റെയടുത്തൊന്നു പോകാൻ. അപ്പോൾ അവൻ എനിക്ക് ഒരു വലിയ കുട്ട നിറയെ വസന്തപുഷ്പങ്ങൾ തരും. അത് അവന് സന്തോഷം നൽകും.”

“മറ്റുള്ളവരെക്കുറിച്ച് നിങ്ങൾ നന്നായി ചിന്തിക്കുന്നു.”

നെരിപ്പോടിനടുത്ത് പൈൻ തടികൊണ്ടുണ്ടാക്കിയ ചാരുകസേരയിൽ സുഖമായി ഇരുന്നുകൊണ്ട് ഭാര്യ പറഞ്ഞു, “ചിന്താർഹമായ കാര്യം തന്നെ. നിങ്ങൾ, സുഹൃദ്ബന്ധത്തെക്കുറിച്ച് സംസാരിക്കുന്നത് കേൾക്കാൻ രസമാണ്. പാതിരിപോലും ഇത്രയും നല്ലകാര്യങ്ങൾ പറയാറില്ല; ചെറുവിരലിൽ സ്വർണമോതിരമണിഞ്ഞ്, മൂന്നുനിലക്കെട്ടിടത്തിൽ വസിക്കുന്നവൻ.”

“നമുക്ക് ഹാൻസിനെ ഇങ്ങോട്ടു വിളിച്ചുകൂടെ?” ഇളയമകൻ പറഞ്ഞു, അയാൾ കഷ്ടപ്പാടിലാണെങ്കിൽ, എന്റെ കഞ്ഞിയിൽ പാതി ഞാൻ അയാൾക്കു കൊടുക്കാം. എന്റെ വെളുത്ത മുയലുകളെ കാണുമ്പോൾ അയാൾക്കു സന്തോഷമാകും.”

“നീയെന്തൊരു വിഡ്ഢിപ്പയ്യൻ! നിന്നെ സ്കൂളിൽ പഠിപ്പിച്ചിട്ടെന്തു കാര്യം? നീ യാതൊന്നും പഠിക്കുന്നില്ല എന്നാണ് ഞാൻ മനസിലാക്കുന്നത്. അയാൾ ഇവിടെ വന്നാൽ നമ്മുടെ ചൂടുള്ള നെരിപ്പോട് കാണും. നല്ല അത്താഴം, ചുവന്ന വീഞ്ഞു നിറച്ച വലിയ പാത്രം, ഇതെല്ലാം കണ്ട് അവന് അസൂയ തോന്നും. അസൂയ എന്നത് ഭയങ്കരമായ കാര്യമാണ്.

അത് ആളുകളെ ചീത്തയാക്കും. ഹാൻസിന്റെ പ്രകൃതം ചീത്തയാവാൻ ഞാൻ ഒട്ടും ആഗ്രഹിക്കുന്നില്ല. ഞാനവന്റെ ആത്മാർഥസുഹൃത്തല്ലേ. എപ്പോഴും അവനെ നിരീക്ഷിക്കാറുണ്ട്. അവൻ പ്രലോഭനങ്ങൾക്കു കീഴടങ്ങാതിരിക്കാൻ ഞാൻ ശ്രദ്ധിക്കുന്നു. മാത്രമല്ല. അവൻ ഇവിടെ വന്നാൽ ധാന്യപ്പൊടി കടം ചോദിക്കാനിടയുണ്ട്. അതുപറ്റില്ല. സൗഹൃദവും ധാന്യപ്പൊടിയും രണ്ടും രണ്ടുതന്നെ. അവ രണ്ടും കൂട്ടിക്കുഴയ്ക്കാൻ പാടില്ല. പദങ്ങൾ പലതരത്തിൽ ഉച്ചരിക്കാറുണ്ടല്ലോ. വ്യത്യസ്ത കാര്യങ്ങൾ ഉദ്ദേശിച്ചുകൊണ്ടാണത്. എല്ലാവർക്കും അതറിയാം."

"നിങ്ങൾ എത്ര തന്നായി സംസാരിക്കുന്നു." ഒരു വലിയ പാത്രത്തിൽ വീഞ്ഞ് പകർന്നുകൊണ്ട് ഭാര്യപറഞ്ഞു. "കേട്ടിട്ട് ശരിക്കും ഒരു മയക്കംപോലെ. ഒരു പള്ളിയിൽ ഇരിക്കുന്നതുപോലെയുണ്ട്."

"നന്നായി അഭിനയിക്കുന്ന ഒരുപാട് ആളുകൾ ഉണ്ട്. എന്നാൽ നന്നായി സംസാരിക്കാൻ അറിയുന്നവർ ചുരുക്കമാണ്. നന്നായി സംസാരിക്കുക എന്നത് വിഷമമുള്ള കാര്യമാണെന്ന് കണ്ടല്ലോ. അതൊരു നല്ല കാര്യവുമാണ്."

ഇതും പറഞ്ഞുകൊണ്ട് അയാൾ മകനെ നോക്കി. അവനു ലജ്ജ തോന്നി. തലകുനിച്ച് ഇരിപ്പാണ്. മുഖം ചുവന്നിട്ടുണ്ട്. കരയാൻ തുടങ്ങുന്നു.

"അവനു ചെറുപ്പമായതിനാൽ അവനോട് ക്ഷമിക്കാം."

"കഥ അവസാനിച്ചോ?" എലിയുടെ ചോദ്യം "ഇല്ല - ലിന്നെറ്റ് പക്ഷി പറഞ്ഞു. "തുടങ്ങിയിട്ടേയുള്ളൂ."

"അപ്പോൾ നീ പ്രായത്തിനൊപ്പം വളർന്നിട്ടില്ല." എലി പറഞ്ഞു. "ഇക്കാലത്ത് നല്ല കഥപറച്ചിലുകാർ, കഥയുടെ അവസാനഭാഗമാണ് തുടങ്ങുക. അതും കഴിഞ്ഞിട്ട് കഥയുടെ ആദ്യ ഭാഗം പറയും. അതവസാനിപ്പിക്കുന്നത്, കഥയുടെ മധ്യഭാഗത്തോടുകൂടിയാണ്. ഇതാണ് പുതിയ രീതി. ഒരു നിരൂപകൻ ഈ കുളത്തിനു ചുറ്റും ചെറുപ്പക്കാരുമൊത്ത് നടക്കുമ്പോൾ പറഞ്ഞു കേട്ടതാണിത്. അയാൾ ഇതെല്ലാം വളരെ നീട്ടി വലിച്ചാണ് പറയുന്നത്. അയാൾ പറയുന്നത് ശരിയാണെന്ന് എനിക്കുറപ്പുണ്ട്. കാരണം. അയാൾക്ക് നീലക്കണ്ണടയുണ്ട്. കഷണ്ടിത്തലയുമുണ്ട്. ഇടയ്ക്ക് എപ്പോഴെങ്കിലും ചെറുപ്പക്കാരൻ അഭിപ്രായം പറഞ്ഞാൽ, അയാളുടെ പ്രതികരണം, പൂ-ഹ് എന്നാണ്. അതങ്ങനെ നിൽക്കട്ടെ, കഥ തുടരുക. മില്ലറെ എനിക്ക് വല്ലാതെ ഇഷ്ടമായി. എന്നിൽ എല്ലാത്തരം മനോഹരഭാവങ്ങളുമുണ്ട്. അതിനാൽ ഞങ്ങൾ തമ്മിൽ അനുഭാവം ഏറെയുണ്ട്."

"ശരി" ലിന്നെറ്റ് കിളി പറഞ്ഞു. അത് ഒറ്റക്കാലിൽ മാറിമാറി തുള്ളിക്കൊണ്ടിരുന്നു.

മഞ്ഞുകാലം കഴിഞ്ഞതും വസന്തകുസുമങ്ങൾ കണ്ണുമിഴിക്കാൻ തുടങ്ങി. വിളറിയ മഞ്ഞ നക്ഷത്രങ്ങളെപോലെ. ഞാൻ ലിറ്റിൽ ഹാൻസ്നെ പോയി കാണട്ടെയെന്ന് മില്ലർ, ഭാര്യയോട് പറഞ്ഞു.

"നിങ്ങൾക്കെന്തു നല്ല മനസാണ്." ഭാര്യ പറഞ്ഞു "എപ്പോഴും മറ്റുള്ളവരെക്കുറിച്ച് ചിന്തിക്കുന്നു. പൂക്കൾ കൊണ്ടുവരാൻ വലിയ കുട്ട തന്നെയെടുത്തോളൂ."

ഇരുമ്പു ചങ്ങലകൊണ്ട് മിൽ അടച്ചുപൂട്ടി, കുട്ടയുമായി മില്ലർ കുന്നിറങ്ങി.

"ഗുഡ്മോർണിങ് ലിറ്റിൽ ഹാൻസ്."

"ഗുഡ് മോർണിങ്." തൂമ്പയിൽ ഊന്നിനിന്നുകൊണ്ട്, ചെവിയോടു ചെവിയെത്തുന്ന നല്ലൊരു ചിരി ചിരിച്ചു, അവൻ.

"മഞ്ഞുകാലം എങ്ങനെയായിരുന്നു? കുഴപ്പമില്ല. നീ നല്ലവനായതു കൊണ്ടാണല്ലോ ഇങ്ങനെ ചോദിക്കുന്നത്? മഞ്ഞുകാലം അൽപ്പം കുഴപ്പം പിടിച്ചതുതന്നെയായിരുന്നു. ഇപ്പോൾ വസന്തം വന്നതിനാൽ എനിക്കു വളരെ സന്തോഷമാണ്. പൂക്കൾ ധാരാളമുണ്ട്."

"ഹാൻസ് നിന്നെപ്പറ്റി ഞങ്ങൾ മഞ്ഞുകാലത്ത് സംസാരിക്കാറുണ്ടായിരുന്നു. നീയെങ്ങനെ കഴിയുന്നുവെന്ന് അത്ഭുതപ്പെട്ടു."

"നിന്റെ മനസിന്റെ ദയ. ഞാൻ വിചാരിച്ചു എന്നെ മറന്നുകാണുമെന്ന്."

"ഹാൻസ്, നിന്റെകാര്യമോർത്ത് എനിക്കത്ഭുതമാണ്. സൗഹൃദം മറക്കപ്പെടുകയില്ല. അതാണതിന്റെ അതിശയകരമായ കാര്യം. പക്ഷേ, നിനക്ക് ജീവിതത്തിന്റെ കവിത മനസിലാവുകയില്ല എന്നു തോന്നുന്നു. നിന്റെ വസന്തകുസുമങ്ങൾ എങ്ങനെയുണ്ട്?"

"അവ വളരെ മനോഹരമായിരിക്കുന്നു. അവ ധാരാളം ഉണ്ടായതിൽ എനിക്ക് ഭാഗ്യമുണ്ട്. അതെല്ലാം ചന്തയിൽ കൊണ്ടുപോയി ബർഗോമാസ്റ്ററുടെ മകൾക്കു വിൽക്കണം. ആ പണം കൊണ്ട് എന്റെ ഉന്തുവണ്ടി തിരിച്ചു വാങ്ങണം."

"വണ്ടി തിരിച്ചുവാങ്ങുകയോ? നീയത് വിറ്റിട്ടില്ലല്ലോ. എന്ത് മണ്ടത്തരമാണ് നീ കാണിച്ചത്?"

"സത്യം പറയട്ടെ എനിക്കതു വിൽക്കേണ്ടിവന്നു. മഞ്ഞുകാലം എനിക്ക് കടുത്തതായിരുന്നു. അപ്പം വാങ്ങാൻ പണമില്ല. ഞായറാഴ്ചയുടുപ്പിന്റെ വെള്ളിബട്ടണുകളാണ് ആദ്യം വിറ്റത്. പിന്നെ വെള്ളിച്ചെയിൻ. പിന്നെ എന്റെ പുകവലിക്കുഴൽ. ഒടുവിൽ ഉന്തുവണ്ടിയും വിറ്റു. ഇനി അതെല്ലാം തിരിച്ചു വാങ്ങാൻ പോകുകയാണ്."

"ഹാൻസ്, ഞാൻ എന്റെ ഉന്തുവണ്ടി നിനക്കുതരാം. അധികം റിപ്പയർ ആവശ്യമില്ല. എന്നാലും ഒരു വശം പൊളിഞ്ഞതാണ്. ചക്രം പിടിപ്പിച്ച സ്ഥാനത്തും അൽപ്പം തകരാറുണ്ട്. അത്രയേ ഉള്ളൂ. എന്നാലും ഞാനത് നിനക്കുതരാം. ഞാനങ്ങനെ ഔദാര്യം കാണിക്കാറുണ്ടെന്ന് നിനക്കറിയാമല്ലോ. അങ്ങനെ ഓരോന്ന് കൊടുക്കുന്നതിനാൽ ഞാനൊരു മണ്ടനാണെന്ന് പലരും പറയാറുമുണ്ട്. പക്ഷേ, ഞാൻ മറ്റുള്ളവരെപ്പോലെയൊന്നുമല്ല. സൗഹൃദത്തിന്റെ സാരസ്യമാണ് ഔദാര്യം. മാത്രമല്ല എനിക്കൊരു പുതിയ ഉന്തുവണ്ടി ഉണ്ടുതാനും. എളുപ്പം തീരുമാനമെടുക്ക്, ഞാനത് തരാം."

"ശരിയാണോ! നീ വളരെ കാരുണ്യമുള്ളവനാണല്ലോ." അവന്റെ തമാശഭാവമുള്ള വട്ടമുഖം സന്തോഷംകൊണ്ട് വികസിച്ചു. "ഞാനത് എളുപ്പം ശരിയാക്കിയെടുക്കും. ഒരു മരപ്പലക ഇവിടെയുണ്ട്."

"മരപ്പലക ഉണ്ടെന്നോ? എന്റെ മെതിക്കളത്തിന്റെ മോന്തായത്തിന് അത് അത്യാവശ്യം തന്നെ. ഒരു വലിയ വിടവുണ്ടതിന്. ചോളം നനഞ്ഞുപോകും. നീയിത് പറഞ്ഞത് ഭാഗ്യമായി. ഒരു സൽപ്രവൃത്തി, മറ്റൊന്നിലേക്ക് വഴി കാണിക്കും എന്നു പറയുന്നത് എത്ര ശരിയാണ്. ഞാൻ ഉന്തുവണ്ടി നിനക്കു തന്നു. ഇപ്പോൾ നീയെനിക്ക് പലക തരാൻപോകുന്നു. പലകയേക്കാൾ വിലയുണ്ടല്ലോ ഉന്തുവണ്ടിക്ക്. സൗഹൃദം അതൊന്നും കണക്കുവെക്കാറില്ല. നീയത് ഉടനെകൊണ്ടുവാ ഇന്നുതന്നെ എനിക്ക് പണിതുടങ്ങാമല്ലോ."

"തീർച്ചയായും. ഹാൻസ് ഷെഡിനുള്ളിലേക്ക് ഓടിപ്പോയി പലകയുമായി തിരിച്ചെത്തി.

"ഇത് അത്രയൊന്നും വലുതല്ലല്ലോ." അത് നോക്കിക്കൊണ്ട് മില്ലർ പറഞ്ഞു, എന്റെ ഉപയോഗം കഴിഞ്ഞാൽ, ഇത്, വണ്ടി നന്നാക്കാൻ മാത്രം ഉണ്ടാവില്ല. പക്ഷേ അതെന്റെ കുറ്റമല്ലല്ലോ. ഞാൻ എന്റെ ഉന്തുവണ്ടി തന്ന സ്ഥിതിക്ക് പകരമായി നീ കുറെ പൂക്കൾ തരുമല്ലോ കുട്ട ഇതാ. നിറച്ചും വേണം."

"ഇത് നിറച്ചുമോ." അൽപ്പം ദുഃഖത്തോടെ പറഞ്ഞു. അത് വളരെ വലിയ കുട്ടയായിരുന്നു. അത് നിറച്ചുകഴിഞ്ഞാൽ, ചന്തയിൽ കൊണ്ടുപോകാൻ പൂക്കൾ അധികം ശേഷിക്കുകയില്ല. തനിക്ക് വെള്ളി ബട്ടണുകൾ വാങ്ങണമല്ലോ.

"ശരി, ഞാൻ എന്റെ ഉന്തുവണ്ടി തന്ന സ്ഥിതിക്ക്, പകരം കുറെ പൂക്കൾ തരുന്നത് അധികമൊന്നുമല്ല. ഞാൻ പറയുന്നത് തെറ്റാവാം. പക്ഷേ, യഥാർഥ സൗഹൃദം സ്വാർഥതയിൽ നിന്ന് മുക്തമായിരിക്കണം."

"പ്രിയസുഹൃത്തേ, എന്റെ നല്ല സുഹൃത്തേ, എന്റെ തോട്ടത്തിലെ പൂക്കൾ മുഴുവൻ ഞാൻ നിനക്കുതരാം. വെള്ളി ബട്ടണുകൾ കിട്ടുന്നതിനേക്കാൾ, എനിക്ക് വേണ്ടത്. നിന്റെ നല്ല അഭിപ്രായങ്ങളാണ്."

ഹാൻസ് ഓടിപ്പോയി. മില്ലറുടെ വലിയ കുട്ട നിറയെ പൂക്കൾ പറിച്ചുകൊടുത്തു.

"ഗുഡ്ബൈ ലിറ്റിൽ ഹാൻസ്" ചുമലിൽ പലകയും കയ്യിൽ തൂക്കിയ കുട്ടയുമായി മില്ലർ കുന്നു കയറാൻ തുടങ്ങി.

ഗുഡ് ബൈ പറഞ്ഞുകൊണ്ട് ഹാൻസ് സന്തോഷത്തോടെ കിളയ്ക്കാൻ തുടങ്ങി. ഉന്തുവണ്ടിയുടെ കാര്യമാലോചിച്ച് അവൻ സന്തോഷിച്ചു.

അടുത്ത ദിവസം തന്റെ പോർച്ചിൽ അൽപ്പം തോട്ടപ്പണി ചെയ്യുകയാണ് ഹാൻസ്. ഹണിസ്കൾ ചെടി പോർച്ചിന്റെ ഭിത്തിയോട് ചേർത്തുവെച്ച് പടർന്നു വളരാൻ പാകത്തിൽ നിർത്തുകയാണ്. റോഡിൽ നിന്ന് മില്ലർ വിളിക്കുന്നു. ഹാൻസ് കോണിയിൽ നിന്ന് താഴെയിറങ്ങി. മതിലി

നരികിലേക്കു ചെന്നു. ഒരു വലിയ ചാക്ക് ധാന്യപ്പൊടി മുതുകിൽ ചുമ ന്നുകൊണ്ട് മില്ലർ നിൽക്കുന്നു

"പ്രിയപ്പെട്ട ഹാൻസ് നീ ഇതൊന്ന് മാർക്കറ്റിലേക്ക് കൊണ്ടുപോ ണം."

"ഓ, ഇന്നെനിക്ക് ധാരാളം പണിയുണ്ട്. കൊണ്ടുപോകാൻ കഴിയാ ത്തതിൽ ഖേദിക്കുന്നു. ഈ വള്ളിപ്പടർപ്പുകൾ എല്ലാമൊന്ന് ശരിയാക്കി വെക്കണം. ചെടി നനയ്ക്കാനുണ്ട്. പുല്ലരിഞ്ഞ് കെട്ടാക്കിവെക്കണം."

"അങ്ങനെയാണോ? എന്റെ ഉന്തുവണ്ടി ഞാൻ നിനക്ക് തരാമെന്ന് പറഞ്ഞിട്ടുണ്ടല്ലോ. അപ്പോൾ നീയത് നിഷേധിക്കുന്നത് ശരിയല്ലല്ലോ. സൗഹൃദമില്ലായ്മയല്ലേ അത്."

"ഓ, അങ്ങനെ പറയരുത്. ഈ ലോകത്ത് യാതൊന്നിനോടും ഞാൻ സൗഹൃദമില്ലായ്മ കാട്ടുകയില്ല."

ഇതും പറഞ്ഞ് അവൻ ഓടിപ്പോയി; തന്റെ തൊപ്പിയുമായി വന്നു, വലിയ ചാക്ക് മുതുകിലേറ്റി നടന്നു.

വല്ലാതെ ചൂടുള്ള ദിവസമാണത്. റോഡിൽ നിറയെ പൊടിയാണ്. ആറാമത്തെ നാഴികക്കല്ലിനു സമീപം എത്തിയപ്പോഴേക്കും ഹാൻസ് വല്ലാതെ തളർന്നു. ഭാരം ഇറക്കി വിശ്രമിക്കേണ്ടിവന്നു. വീണ്ടും എഴു ന്നേറ്റ് നടന്നു, മാർക്കറ്റിലെത്തി. ധാന്യപ്പൊടി നല്ല വിലയ്ക്ക് വിൽക്കു കയും ചെയ്തു. ഉടനെ വീട്ടിലേക്ക് മടങ്ങി. കാരണം, വൈകിയാൽ കവർച്ച ക്കാർ തന്നെ പിടിച്ചുവെച്ച് പണം കവർന്നെടുക്കുമെന്നവൻ ഭയപ്പെട്ടു.

"ഇതൊരു വല്ലാത്ത ദിവസമാണ്." ഉറങ്ങാൻ കിടക്കുമ്പോൾ അവൻ പറഞ്ഞു. മില്ലർക്ക് ഒരു സഹായം നൽകാനായതിൽ എനിക്ക് വളരെ സന്തോഷമുണ്ട്. അവൻ എന്റെ ആത്മസുഹൃത്താണല്ലോ. മാത്രവുമല്ല, അവന്റെ ഉന്തുവണ്ടി എനിക്കു തരാമെന്നു പറയുകയും ചെയ്തിട്ടുണ്ടല്ലോ."

പിറ്റേ ദിവസം നേരം പുലർന്നതും, മില്ലർ പണത്തിനായി വന്നു. ഹാൻസ്, ക്ഷീണം കാരണം അപ്പോഴും കിടക്കുകയായിരുന്നു.

"നീയൊരു മടിയൻ തന്നെയാണ്. എനിക്കു പറയാൻ തോന്നുന്നു. എന്റെ ഉന്തുവണ്ടി നിനക്കു തരാൻ തീർച്ചയാക്കിയ സ്ഥിതിക്ക് നീ കഠി നമായി അധ്വാനിക്കുക തന്നെ വേണം. അലസത മഹാപാപമാണ്. എന്റെ സുഹൃത്തുക്കൾ അലസരായിരിക്കുന്നതും, ഇഴഞ്ഞ് പണിയെടുക്കുന്നതും എനിക്ക് ഇഷ്ടമല്ല. ഞാനിങ്ങനെ തുറന്നു പറയുന്നതിൽ നിനക്കൊന്നും തോന്നരുത്. നീയെന്റെ സുഹൃത്ത് ആയിരുന്നില്ലെങ്കിൽ ഞാനിങ്ങനെ പറയുകയില്ലായിരുന്നു. വേണ്ടത് പറയാനല്ലെങ്കിൽ പിന്നെയെന്തിനാണ് സൗഹൃദം? മറ്റുള്ളവരെ സന്തോഷിപ്പിക്കാനായി, ഭംഗിവാക്കുകൾ ആർക്കും പറയാവുന്നതാണ്. എന്നാൽ യഥാർഥ സുഹൃത്ത്, അസുഖക രമായ കാര്യങ്ങൾ പറഞ്ഞേക്കും. അത് സുഹൃത്തിനെ വേദനിപ്പിക്കുന്നു എന്ന കാര്യം സാരമാക്കാറില്ല. അയാൾ തീർച്ചയായും നല്ലൊരു സുഹൃ ത്തുതന്നെ. അപരന്റെ നന്മ ഉദ്ദേശിച്ചാണ് അങ്ങനെ ചെയ്യുന്നതെന്ന് അറിയാം."

"എനിക്ക് ദുഃഖമുണ്ട്" ഹാൻസ് കണ്ണുതിരുമി തൊപ്പിമാറ്റിവെച്ചു. നല്ല ക്ഷീണമുണ്ട്. അതിനാൽ കുറച്ചു നേരം കൂടി കിടക്കാമെന്നു കരുതി. എന്നിട്ട് പക്ഷികൾ പാടുന്നതു കേൾക്കാമല്ലോ. നിനക്കറിയാമോ പക്ഷികൾ പാടുന്നത് കേട്ടു കിടക്കുന്ന ദിവസം എനിക്ക് കൂടുതൽ പണിചെയ്യാനാവും."

"അക്കാര്യത്തിൽ എനിക്ക് സന്തോഷമുണ്ട്." മില്ലർ സ്നേഹം ഭാവിച്ച്, ഹാൻസിന്റെ പുറത്ത് തലോടി, "നീ ഉടനെ എന്റെ മില്ലിലേക്കു വരണം. അതിന്റെ മോന്തായത്ത് അൽപ്പം അറ്റകുറ്റപ്പണി ചെയ്യാനുണ്ട്."

പാവം ഹാൻസ് അവന് തന്റെ തോട്ടത്തിൽ ധാരാളം പണിയുണ്ട്. ചെടികൾ നനച്ചിട്ട് രണ്ടുദിവസമായി. പക്ഷേ മില്ലർ പറയുന്നത് നിഷേധിക്കാനാവുന്നില്ല. തന്റെ നല്ല സുഹൃത്താണല്ലോ അവൻ.

"ഞാനൽപ്പം തിരക്കിലാണെന്നു പറഞ്ഞാൽ അത് സൗഹൃദമില്ലായ്മയായി നിനക്ക് തോന്നുമോ?" ഹാൻസ് അൽപ്പം ലജ്ജയോടെ പേടിയോടെ ചോദിച്ചു.

"തീർച്ചയായും എന്റെ ഉന്തുവണ്ടി ഞാൻ നിനക്കു തരാമെന്നു വിചാരിച്ചതിനാൽ, ഞാൻ ആവശ്യപ്പെടുന്നതൊന്നും തന്നെ അധികമല്ല. നീ വരില്ലെങ്കിൽ, ഞാൻ പോയി സ്വയം അതു ചെയ്യും."

"അതെന്തായാലും വേണ്ട എന്നു പറഞ്ഞുകൊണ്ട് ഹാൻസ് ചാടിയെഴുന്നേറ്റ് മില്ലറോടൊപ്പം നടന്നു.

പകൽ മുഴുവൻ ഹാൻസ് അവിടെ പണിയെടുത്തു. അസ്തമയമായപ്പോൾ മില്ലർ അവിടെയെത്തി.

"നീ മേൽപ്പുരയിലെ ദ്വാരം അടച്ചില്ലേ?" അയാൾ ഉത്സാഹപൂർവം ചോദിച്ചു.

"അതു ശരിയാക്കിയല്ലോ."

ഹാൻസ് കോണിയിൽ നിന്നിറങ്ങിവന്നു.

"ഹാ, മറ്റുള്ളവർക്കു വേണ്ടി, ഒരു പണി ചെയ്യുന്നതുപോലെ സന്തോഷപ്രദമായ മറ്റൊന്നുമില്ല."

"നീയിങ്ങനെ സംസാരിക്കുന്നതു കേൾക്കാൻ എനിക്കിഷ്ടമാണ്." ഹാൻസ് നെറ്റിതുടച്ച് ഇരുന്നുകൊണ്ട് പറഞ്ഞു:

വലിയൊരു ആനുകൂല്യം തന്നെയത്. നിനക്ക് ഉള്ളതുപോലെ മനോഹരമായ ആശയങ്ങളൊന്നും എനിക്ക് തോന്നാറില്ല. നിനക്കും അങ്ങനെയെല്ലാം ലഭിക്കും. പക്ഷേ കുറച്ചു കഷ്ടപ്പെടേണ്ടിവരും. ഇപ്പോൾ നിനക്ക് പ്രായോഗികത മാത്രമേയുള്ളൂ. ഇനിയൊരിക്കൽ തിയറിയും വശമാക്കും."

"എനിക്കതു സാധിക്കുമെന്ന് നിനക്കു തോന്നുന്നോ? മോന്തായം നീ നന്നാക്കിക്കഴിഞ്ഞല്ലോ. വീട്ടിൽപോയി വിശ്രമിക്ക്. നാളെ നീ എന്റെ ആടുകളെ കുന്നിൻ പുറത്ത് കൊണ്ടുപോകണം."

പാവം ഹാൻസ് എന്തെങ്കിലുമൊന്ന് പറയാൻ ഭയപ്പെട്ടു. പിറ്റേദിവസം അതികാലത്ത് മില്ലർ തന്റെ ആടുകളെ ആട്ടിത്തെളിച്ച് ഹാൻസിന്റെ അടുത്തെത്തി. അവൻ അവയെ മലമുകളിലേക്ക് തെളിച്ചുകൊണ്ടുപോയി.

അന്നു പകൽ മുഴുവൻ അവയോട് മല്ലിട്ട്, സായാഹ്നത്തിൽ തിരിച്ചെത്തുമ്പോൾ ഹാൻസ് അവശനായിരുന്നു. നേരം നന്നായി വെളുക്കുന്നതുവരെ അവൻ ഉറങ്ങി.

"എന്റെ തോട്ടത്തിൽ പണിയെടുക്കാൻ പറ്റിയ നല്ല ദിവസം." ഹാൻസ് ജോലി തുടങ്ങി.

പല ദിവസങ്ങളിലായി, തന്റെ പൂക്കളെ പരിപാലിക്കാൻ ഹാൻസിനു കഴിഞ്ഞിരുന്നില്ല. സുഹൃത്തായ മില്ലർ, ദിവസം മുഴുവൻ നീണ്ടു നിൽക്കുന്ന എന്തെങ്കിലും ജോലിക്കായി പറഞ്ഞു വിടും. അതല്ലെങ്കിൽ മില്ലിൽ എന്തെങ്കിലും പണി ചെയ്യിക്കും. തങ്ങളെ മറന്നുപോയെന്ന് പൂക്കൾ കരുതിയേക്കുമോ എന്നായിരുന്നു അവന്റെ ഭയം. മില്ലർ തന്റെ പ്രിയസുഹൃത്താണല്ലോ എന്ന് സമാധാനിക്കുകയും ചെയ്തു. മാത്രമല്ല, അയാൾ തനിക്ക് ഉന്തുവണ്ടി തരാമെന്നു പറഞ്ഞിട്ടുണ്ടല്ലോ. അത് അയാളുടെ ഔദാര്യമല്ലേ.

ഹാൻസ് മില്ലർക്കു വേണ്ടി പല ജോലികൾ ചെയ്യുകയും, മില്ലർ സൗഹൃദത്തിന്റെ സുന്ദരഭാവങ്ങൾ അവനായി പറയുകയും ചെയ്തു. മില്ലർ പറയുന്നതെല്ലാം ഹാൻസ് ഒരു നോട്ടുപുസ്തകത്തിൽ എഴുതി വെക്കും. രാത്രി അതു വായിക്കും. കാരണം അവനൊരു വിജ്ഞാനദാഹിയാണ്.

ഒരു സായാഹ്നത്തിൽ ഹാൻസ് തന്റെ നെരിപ്പോടിന്റെ അടുത്തിരിക്കുമ്പോൾ വാതിലിൽ ഉച്ചത്തിൽ തട്ടുന്ന ശബ്ദം കേട്ടു. ഒരു വല്ലാത്ത രാത്രി ആയിരുന്നു അത്. കാറ്റ് ചീറിയടിക്കുന്നു. അതൊരു കൊടുങ്കാറ്റാണെന്ന് അവൻ കരുതി. മറ്റുശബ്ദങ്ങൾക്ക് അതീതമായി, രണ്ടാമതും മൂന്നാമതും തട്ടുന്ന ശബ്ദം കേട്ടു.

"ഏതോ പാവം യാത്രക്കാരനായിരിക്കാം എന്നു പറഞ്ഞുകൊണ്ട് ഹാൻസ് വാതിലിനടുത്തേക്ക് ഓടി.

മില്ലർ നിൽക്കുന്നു. ഒരു കയ്യിൽ റാന്തൽ മറ്റേക്കയ്യിൽ ഒരു വടി.

"പ്രിയപ്പെട്ട കൊച്ചു ഹാൻസ് ഞാൻ വലിയ വിഷമത്തിൽ പെട്ടിരിക്കുന്നു. എന്റെ ചെറിയമകൻ കോണിയിൽ നിന്നു വീണ് മുറിവു പറ്റി. ഞാൻ ഡോക്ടറുടെ അടുത്തുപോകുകയാണ്. പക്ഷേ, അയാൾ വളരെ അകലെയാണ് താമസിക്കുന്നത്. മോശം രാത്രിയുമാണ്. എന്നേക്കാൾ ഈ യാത്രയ്ക്ക് നല്ലത് നീയാണെന്ന് എനിക്ക് പെട്ടെന്നു തോന്നി. നിനക്കറിയാമല്ലോ എന്റെ ഉന്തുവണ്ടി ഞാൻ നിനക്കു തരുമെന്ന്. അതിനു പകരമായി നീ എനിക്കുവേണ്ടി എന്തെങ്കിലുമൊന്നു ചെയ്യേണ്ടേ?"

"തീർച്ചയായും." ഹാൻസ് തുടർന്നു. "നീ ഇവിടെവന്നതുതന്നെ എനിക്കൊരു പാരിതോഷികമല്ലേ? ഞാൻ ഉടൻ പുറപ്പെടാം. പക്ഷേ ആ റാന്തൽ എനിക്കു തരണം. രാത്രിവല്ലാതെ ഇരുണ്ടതാണ്. ഞാൻ ഏതെങ്കിലും കുഴിയിൽ ചെന്നുവീഴും."

"ഞാൻ ഖേദിക്കുന്നു," മില്ലർ പറഞ്ഞു. "ഈ റാന്തൽ പുതിയതാ

ണ്. അതിനെന്തെങ്കിലും പറ്റിയാൽ എനിക്ക് വലിയൊരു നഷ്ടമായിരിക്കും അത്."

"ശരി ഞാൻ ഇതില്ലാതെ തന്നെ പോകാം." അവൻ തന്റെ തടിച്ച രോമക്കോട്ടു ധരിച്ചു. കുങ്കുമവർണത്തിലുള്ള ചൂടുള്ള തൊപ്പി, പിന്നെ കഴുത്തടച്ചു കെട്ടിക്കൊണ്ട് ഒരു മഫ്ളറും.

എന്തൊരു കൊടുങ്കാറ്റായിരുന്നു അത്. കനത്ത ഇരുട്ടിൽ ഹാൻസിന് ഒന്നും കാണാനാവുന്നില്ല. കാറ്റിന്റെ ശക്തി കാരണം നിവർന്നു നിൽക്കാൻ സാധിക്കുന്നില്ല. എന്നാലും നല്ല ധൈര്യമുണ്ട്. മൂന്നു മണിക്കൂർ സമയം നടന്ന് ഡോക്ടറുടെ വസതിയിലെത്തി വാതിലിൽ മുട്ടി.

"ആരാണത്?" ഡോക്ടർ ജനലിൽക്കൂടി നോക്കി

"ലിറ്റിൽ ഹാൻസ്. ഡോക്ടർ"

"എന്തു വേണം ലിറ്റിൽ ഹാൻസ്."

"മില്ലറുടെ മകൻ കോണിയിൽനിന്ന് വീണു. പരിക്കു പറ്റി. ഉടൻ വരാൻ മില്ലർ പറഞ്ഞു."

"ആൾ റൈറ്റ്." ഡോക്ടർ വലിയ ബൂട്ടുകൾ ധരിച്ചു. കയ്യിലൊരു റാന്തലുമായി ഇറങ്ങിവന്നു. കുതിരപ്പുറത്തുകയറി. മില്ലറുടെ വീടിനു നേർക്ക് യാത്രയായി. ഹാൻസ് തളർച്ചയോടെ പിറകെ യാത്രയായി.

പക്ഷേ, കാറ്റിന്റെ വേഗത വർധിച്ചുകൊണ്ടിരുന്നു. തുള്ളിക്കൊരു കുടം മട്ടിൽ മഴ തകർത്തു പെയ്യുന്നു. എവിടെക്കാണ് നീങ്ങുന്നതെന്നു പോലും ഹാൻസിന് മനസിലാവുന്നില്ല. കുതിരയുടെ ഒപ്പം എത്തുന്നുമില്ല. അവനു വഴി തെറ്റി. നിറയെ കുണ്ടും കുഴികളും ഉള്ള ഒരു തരിശു ഭൂമിയിലാണ് അവൾ എത്തിച്ചേർന്നത്. വെള്ളം നിറഞ്ഞ വലിയൊരു കുഴിയിൽ അവൻ മുങ്ങിപ്പോയി.

അവന്റെ ശരീരം വെള്ളത്തിൽ പൊങ്ങിക്കിടന്നത് ആട്ടിടയരാണ് കണ്ടത്. അവർ അത് അവന്റെ വീട്ടിൽ എത്തിച്ചു.

ലിറ്റിൽ ഹാൻസിന്റെ ശവസംസ്കാരത്തിന് എല്ലാ ജനങ്ങളും ഒത്തുകൂടി. അവൻ വളരെ ജനപ്രിയൻ ആയിരുന്നു. ദുഃഖാചരണക്കാരിൽ മുഖ്യൻ മില്ലർ തന്നെ.

"ഞാനവന്റെ ഉറ്റസുഹൃത്താകയാൽ എനിക്കുതന്നെയാണ് ഒന്നാം സ്ഥാനം" എന്നുപറഞ്ഞുകൊണ്ട് അയാൾ ശവഘോഷയാത്രയുടെ മുമ്പിൽ നടന്നു. അയാൾ നീണ്ട കറുത്ത കുപ്പായം ധരിച്ചിട്ടുണ്ട്. ഒരു വലിയ തൂവാലകൊണ്ട് ഇടയ്ക്കിടെ കണ്ണുകൾ തുടയ്ക്കുന്നു.

"അവൻ പോയത് എല്ലാവർക്കും ഒരു നഷ്ടമാണ്." ശവസംസ്കാരം കഴിഞ്ഞപ്പോൾ ഇരുമ്പുപണിക്കാരൻ പറഞ്ഞു. കെയ്ക്കും വീഞ്ഞും കഴിച്ചുകൊണ്ട് എല്ലാവരും സത്രത്തിൽ ഇരിക്കുകയാണ്. "ഏറ്റവും വലിയ നഷ്ടം എനിക്കുതന്നെ." മില്ലർ പറഞ്ഞു. "എന്റെ ഉന്തുവണ്ടി ഞാനവന് കൊടുക്കാമെന്നു പറഞ്ഞതാണ്. ഇനി അത് എന്തുചെയ്യണമെന്നറിയില്ല. അത് എന്റെ വീട്ടിൽ സ്ഥലം മുടക്കിക്കിടപ്പാണ്. വല്ലാതെ പൊട്ടിപ്പൊളിഞ്ഞതിനാൽ വിൽക്കുമ്പോൾ കാര്യമായൊന്നും കിട്ടുകയില്ല. ഇനി

ആർക്കും ഒന്നും തന്നെ കൊടുക്കാതിരിക്കാൻ ശ്രദ്ധിക്കും. ഔദാര്യം കാട്ടിയാൽ കഷ്ടപ്പാടാണ്.

കുറച്ചുനേരത്തെ മൗനത്തിനു ശേഷം എലി ചോദിച്ചു:

"കഴിഞ്ഞോ?"

"ഉവ്വ്, കഥയുടെ അവസാനമാണിത്." ലിന്നെറ്റ് കിളി പറഞ്ഞു.

"മില്ലർക്ക് എന്തു സംഭവിച്ചു?"

"ഓ അതെനിക്കറിയില്ല. ഞാനത് കാര്യമാക്കുന്നില്ല എന്നുറപ്പാണ്."

"നിനക്ക് യാതൊരു സഹതാപവുമില്ല എന്നു തെളിഞ്ഞിരിക്കുന്നു." എലി പ്രസ്താവിച്ചു.

"കഥയുടെ ഗുണപാഠം നിങ്ങൾക്കു മനസിലായിട്ടില്ല എന്നാണ് ഞാൻ കരുതുന്നത്." കിളി പറഞ്ഞു.

"എന്താ പറഞ്ഞത്?"

"കഥയ്ക്കൊരു ഗുണപാഠം ഉണ്ടെന്നാണോ നീ പറഞ്ഞുവരുന്നത്?"

"തീർച്ചയായും."

"ശരി - എനിക്ക് ദേഷ്യം വരുന്നുണ്ട് - നീയത് ആദ്യം തന്നെ പറയണമായിരുന്നു. അതായത് കഥ തുടങ്ങുംമുമ്പ്. നീയങ്ങനെ പറഞ്ഞിരുന്നെങ്കിൽ ഞാൻ കഥ ഒട്ടും തന്നെ ശ്രദ്ധിക്കുമായിരുന്നില്ല. വിമർശകൻ ചെയ്തതുപോലെ ഞാൻ പൂ... ഹ്.. എന്ന് പറയുമായിരുന്നു. ഏതായാലും ഞാനിപ്പോൾ അങ്ങനെ പറയാം." എലി, അവന് കഴിയുന്നത്ര ഉച്ചത്തിൽ പൂപാ.. ഹ എന്ന് ശബ്ദിച്ചു. പിന്നെ, വാൽ ചലിപ്പിച്ച് മാളത്തിലേക്കോടിപ്പോയി.

"നിങ്ങൾ ഈ എലിയെ എങ്ങനെ ഇഷ്ടപ്പെടുന്നു." ഏതാനും നിമിഷങ്ങൾ കഴിഞ്ഞ് തുഴഞ്ഞുകൊണ്ട് അവിടെയെത്തിയ താറാവ് ചോദിച്ചു. "നല്ലവശങ്ങൾ ധാരാളമുണ്ടവന്. എന്റെ കാര്യം നോക്കുകയാണെങ്കിൽ എനിക്കൊരു മാതാവിന്റെ വികാരമാണുള്ളത്. കണ്ണുനീരോടെയല്ലാതെ, ഒരു അവിവാഹിതനെ എനിക്ക് നോക്കിക്കാണാനാവില്ല."

"ഞാനവനെ ശല്യം ചെയ്തുവെന്ന് ഭയപ്പെടുന്നു." ലിന്നെറ്റ് കിളി പറഞ്ഞു. "സത്യമെന്താണെന്നുവെച്ചാൽ ഒരു ഗുണപാഠമുള്ള കഥ ഞാനവനോട് പറഞ്ഞതാണ്."

"ഹാ, അതെപ്പോഴും അപകടകരമായ കാര്യം തന്നെയാണ്." താറാവ് പറഞ്ഞു.

"ഞാനും അതിനോട് യോജിക്കുന്നു."

5

ശ്രേഷ്ഠനായ ഒരു റോക്കറ്റ്

രാജാവിന്റെ മകന്റെ വിവാഹം നടത്താൻ പോകുന്നു. ആകപ്പാടെ ആഹ്ലാദകരമായ ഒരു അന്തരീക്ഷം. രാജകുമാരന്റെ ഒരുവർഷത്തെ കാത്തിരിപ്പ് അവസാനിക്കുന്നു. ഒടുവിൽ അവൾ വരുന്നു. ഒരു റഷ്യൻ രാജകുമാരി.

അവൾ വരുന്നത് ഫിൻലണ്ടിൽ നിന്നാണ്. ആറ് റെയിൻഡീറുകൾ വലിക്കുന്ന ഹിമവണ്ടിയിലാണ് വരുന്നത്. ഹിമവണ്ടി, സ്വർണ അരയന്നത്തിന്റെ രൂപത്തിലാണ്. അരയന്നത്തിന്റെ രണ്ടു ചിറകുകൾക്കിടയിൽ അവൾ കിടക്കുകയാണ്. കീരിയുടെ രോമംകൊണ്ടു നിർമിതമായ മേൽക്കുപ്പായം പാദത്തോളം നീണ്ടുകിടക്കുന്നു. വെള്ളിനൂലുകൾകൊണ്ടുണ്ടാക്കിയ ചെറിയ തൊപ്പി തലയിലുണ്ട്. എല്ലാ കാലവും കഴിഞ്ഞുകൂടിയിരുന്ന മഞ്ഞുകൊട്ടാരത്തിന്റെ നിറമാണവൾക്ക്. മഞ്ഞിൻതെരുവിലൂടെ എത്തിയ അവളെ കണ്ട് ജനങ്ങൾ വിസ്മയിച്ചു; 'ഒരു വെള്ള പനിനീർപ്പൂവുപോലെ' എന്നു പറഞ്ഞുകൊണ്ട്, ബാൽക്കണിയിൽ നിന്നുകൊണ്ട് അവളുടെ ദേഹത്തേക്ക് പൂക്കൾ എറിഞ്ഞു.

അവളെ സ്വീകരിക്കാൻ രാജകുമാരൻ കൊട്ടാരത്തിന്റെ ഗെയ്റ്റിൽ നിൽപ്പുണ്ട്. വയലറ്റ് നിറത്തിൽ, സ്വപ്നം മയങ്ങുന്ന കണ്ണുകൾ, തലമുടി സ്വർണനൂലുകൾ പോലെ. ഒരു കാൽമുട്ട് നിലത്തു കുത്തിക്കൊണ്ട്, രാജകുമാരൻ രാജകുമാരിയുടെ കൈ ചുംബിച്ചു.

"ചിത്രത്തിൽ, നീ മനോഹരിയാണ്. പക്ഷേ, ചിത്രത്തിൽ കണ്ടതിനേക്കാൾ കൂടുതൽ സൗന്ദര്യമുണ്ട്. നിനക്ക്." രാജകുമാരിയുടെ മുഖം ചുവന്നു.

"മുമ്പ് ഒരു വെള്ള പനിനീർപ്പൂവുപോലെയായിരുന്നു അവൾ." ചെറുപ്പമായ ഒരു പരിചാരകൻ, തന്റെ അടുത്തു നിന്നവനോട് പറഞ്ഞു.

എന്നാൽ ഇപ്പോഴവൾ ചുവന്ന റോസാപ്പൂപോലെയാണ്." സദസ്യർ ആഹ്ലാദിച്ചു.

അടുത്ത മൂന്നുദിനങ്ങൾ എല്ലാവരും, വൈറ്റ് റോസ് റെഡ് റോസ്, റെഡ് റോസ് വൈറ്റ് റോസ് എന്ന് ഉരുവിട്ടുകൊണ്ടിരുന്നു.

പരിചാരകന്റെ ശമ്പളം ഇരട്ടിയാക്കാൻ രാജാവ് കൽപ്പന നൽകിക്കഴിഞ്ഞു. അവന് ശമ്പളമേ ഇല്ലായിരുന്നു. അതിനാൽ ഇരട്ടിച്ചത് കൊണ്ടും യാതൊരു ഗുണവുമില്ല. പക്ഷേ, അതൊരു വലിയ ബഹുമതിയാണ്, കൊട്ടാരം ഗസറ്റിൽ പ്രസിദ്ധപ്പെടുത്തുകയും ചെയ്തു.

മൂന്നു ദിവസങ്ങൾക്കുശേഷം വിവാഹാഘോഷം നടന്നു. അതിഗംഭീരമായ ആഘോഷമായിരുന്നു അത്. പവിഴങ്ങൾകൊണ്ട് അലങ്കാരപ്പണി ചെയ്ത് ഊതവർണത്തിലുള്ള മേലാപ്പിനടിയിലൂടെ, വധുവും വരനും കൈകൾ കോർത്തുപിടിച്ച് നടന്നു.

പിന്നെ അഞ്ചുമണിക്കൂർ നീണ്ടുനിന്ന രാജകീയവിരുന്ന്. വലിയ ഹാളിൽ ഏറ്റവും ഉയർന്ന പീഠങ്ങളിൽ രാജകുമാരനും രാജകുമാരിയും ഇരിക്കുന്നു. സ്ഫടികപ്പാത്രങ്ങളിൽ അവർ വീഞ്ഞ് കുടിക്കുന്നു. യഥാർഥ പ്രണയികൾക്കു മാത്രമേ അത്തരം കപ്പുകളിൽ നിന്ന് കുടിക്കാനാവൂ. അല്ലാത്തവരുടെ ചുണ്ട് സ്പർശിച്ചാൽ പാത്രം ചാരനിറവും മങ്ങിയതുമായിത്തീരും.

"കണ്ടില്ലേ, അവർ പരസ്പരം സ്നേഹിക്കുന്നു എന്നതിനുള്ള തെളിവാണ്," ചെറുപ്പക്കാരനായ പരിചാരകൻ പറഞ്ഞു, "തെളിഞ്ഞ സ്ഫടികം തന്നെ."

രാജാവ് വീണ്ടും അവന്റെ ശമ്പളം ഇരട്ടിപ്പിച്ചു. "എന്തൊരു ബഹുമതി!" സാമാജികർ ഒന്നിച്ചു പറഞ്ഞു.

വിരുന്നിനുശേഷം നൃത്തമാണ്. വരനും വധുവും പനിനീർപ്പൂ നൃത്തം ചെയ്യണം. ഓടക്കുഴൽ, രാജാവു തന്നെ വായിക്കാം എന്നേറ്റു. രാജാവ് വളരെ മോശമായിട്ടാണ് ഓടക്കുഴൽ വായിച്ചത്. എന്നാൽ അത് പറയാൻ ആർക്കും ധൈര്യമില്ല. കാരണം, അതു രാജാവാണല്ലോ. ആകെ രണ്ടു സ്വരമേ വായിച്ചുള്ളൂ. അത് ഏതാണെന്ന് അയാൾക്കറിയില്ലതാനും. പക്ഷേ അതുകാര്യമല്ല. രാജാവ് എന്തു ചെയ്താലും, "മനോഹരം, മനോഹരം" എന്നേ കാണികൾ പറയൂ.

അവസാനത്തെ ഇനം വെടിക്കെട്ടാണ്. പാതിരാത്രിയിലാണ് അത് നടത്തുന്നത്. രാജകുമാരി ഇന്നേവരെ വെടിക്കെട്ട് കണ്ടിട്ടില്ല. രാജകീയ വെടിക്കെട്ടു നിർമാതാവ്, കല്യാണദിവസം ഹാജരാവണമെന്ന്, രാജാവ് മുമ്പേ തന്നെ കൽപ്പന കൊടുത്തിട്ടുണ്ട്.

"വെടിക്കെട്ട് എങ്ങനെയാണ്." മട്ടുപ്പാവിൽ ഉലാത്തിക്കൊണ്ടിരുന്ന രാജകുമാരി, രാജകുമാരനോട് ചോദിച്ചിരുന്നു. മറ്റുള്ളവരോട് ചോദിച്ചാലും മറുപടി പറയുന്നത് രാജാവുതന്നെ.

"അത്, "അറോറ ബൊറിയാലിസ്" പോലിരിക്കും. കുറേക്കൂടി സ്വാഭാവികത ഉണ്ടാവും. നക്ഷത്രങ്ങളേക്കാൾ എനിക്കിഷ്ടം അതാണ്.

അത് പ്രത്യക്ഷപ്പെടാൻ തുടങ്ങുന്നത്, ആഹ്ലാദകരമായ ഒരനുഭവമാണ്. എന്റെ ഓടക്കുഴൽ വായനപോലെ തീർച്ചയായും നിങ്ങളതു കാണണം."

രാജകീയ ഉദ്യാനത്തിന്റെ അങ്ങേയറ്റത്ത് വെടിക്കെട്ടു പ്രകടനത്തിന് ഉള്ളതെല്ലാം സജ്ജീകരിച്ചിട്ടുണ്ട്. പൈറോടെക്നിസ്റ്റ് യഥാസ്ഥാനത്ത് നിൽക്കുന്നു.

വെടിക്കെട്ടു ഘടകങ്ങൾ പരസ്പരം സംസാരിച്ചുതുടങ്ങി.

"ലോകം വളരെ മനോഹരമാണല്ലോ." ഏറുപടക്കത്തിന്റെ അഭിപ്രായമാണ്. "ആ മഞ്ഞ നിറത്തിലുള്ള ടുലിപ് പുഷ്പങ്ങളെ നോക്കുക. അവ ശരിയായ പടക്കം ആയിരുന്നെങ്കിൽ, ഇത്ര മനോഹരം ആവുമായിരുന്നില്ല. കുറേ യാത്ര ചെയ്തതിൽ എനിക്കു സന്തോഷമുണ്ട്. യാത്ര എല്ലായ്പോഴും മനസിനെ ജീവസ്സുറ്റതാക്കും. മുൻവിധികൾ തകർത്തുകളയും."

"രാജാവിന്റെ ഉദ്യാനമെന്നാൽ ലോകമല്ല, മണ്ടാ." നിലച്ചക്രം പറഞ്ഞു. "നിർമാണം തുടങ്ങുന്ന സമയത്ത്, വീഞ്ഞപ്പലകകൊണ്ടുള്ള പെട്ടിയോട് അതിനെ ബന്ധിച്ചിരുന്നു. അതിനാൽ അൽപ്പം അഹങ്കാരമുണ്ട്. ഹൃദയം തകർന്നുവെന്ന് പറയും. "ഇനിയുള്ള കാലം പ്രണയം ഒരു ഫാഷനല്ല. കവികൾ പ്രണയത്തെ കൊന്നുകളഞ്ഞു. അവർ അതിനെപ്പറ്റി ഒരുപാട് എഴുതി, പക്ഷേ ആരുമത് വിശ്വസിച്ചില്ല. അക്കാര്യത്തിൽ എനിക്ക് അത്ഭുതമില്ല. യഥാർഥപ്രണയം നോവനുഭവിക്കുന്നു, നിശ്ശബ്ദവുമാണത്. എനിക്കുതന്നെ ഒരിക്കൽ അങ്ങനെ ഉണ്ടായിട്ടുണ്ട്. പക്ഷേ, അത് ഇപ്പോഴൊരു കാര്യമല്ല. റൊമാൻസ് എന്നേ പോയ്ക്കഴിഞ്ഞു."

"നോൺസെൻസ്" റോമൻ മെഴുകുതിരിയുടെ സ്വരമാണ് - റൊമാൻസ് മരിക്കുകയില്ല. അത് ചന്ദ്രനെ പോലെയാണ്. എക്കാലവും ജീവിക്കും. വരനും വധുവും പരസ്പരം സ്നേഹിക്കുമല്ലോ. ഇന്നു കാലത്ത്, ഒരു ബ്രൗൺ പേപ്പർക്കൂടിൽ നിന്നാണ് ഞാനിതെല്ലാം മനസിലാക്കിയത്. ഞാനിരുന്ന മേശ വലിപ്പിൽ തന്നെയായിരുന്നു അതും. ഏറ്റവും ഒടുവിലത്തെ കോടതിവാർത്തകളെല്ലാം അതിനറിയാം."

എന്നാൽ നിലച്ചക്രം നിഷേധരൂപത്തിൽ തലകുലുക്കി. "റൊമാൻസ് മരിച്ചു, റൊമാൻസ് മരിച്ചു. റൊമാൻസ് മരിച്ചു." അവൾ പുലമ്പിക്കൊണ്ടിരുന്നു. ഒരു കാര്യം, നിരവധി തവണ ആവർത്തിച്ചു പറഞ്ഞാൽ, അത് അങ്ങനെത്തന്നെ ആയിത്തീരും എന്ന് കരുതുന്ന അനേകരിൽ ഒരാളാണ് അവൾ.

പെട്ടെന്ന്, വരണ്ട, തീക്ഷ്ണമായ ചുമ കേട്ടു. എല്ലാവരും ചുറ്റും നോക്കി.

ഉയരംകൂടിയ മേൽപ്പോട്ടു നോക്കുന്ന റോക്കറ്റിന്റെ ശബ്ദമാണത്. നീണ്ടവടിയുടെ അറ്റത്ത് അതിനെ കെട്ടിയതാണ്. എന്തെങ്കിലുമൊന്ന് നിരീക്ഷിക്കുന്നതിന് മുമ്പ്, മറ്റുള്ളവരുടെ ശ്രദ്ധ ആകർഷിക്കാൻ അങ്ങനെ ചെയ്യുക പതിവാണ്.

അഹെം, അഹെം എന്നു പറഞ്ഞു അവൻ. നിലച്ചക്രം ഒഴികെ എല്ലാ

വരും അവനെ ശ്രദ്ധിച്ചു. അവൾ അപ്പോഴും, പിറുപിറുത്തുകൊണ്ട് തല യിളക്കിക്കൊണ്ടിരുന്നു, "റൊമാൻസ് ചത്തുപോയി."

"ഓർഡർ ഓർഡർ!" ഒരു പടക്കം വിളിച്ചു പറഞ്ഞു. "അവനൊരു രാഷ്ട്രീയക്കാരനാണെന്നു തോന്നുന്നു. പ്രാദേശിക തിരഞ്ഞെടുപ്പുവേള കളിൽ ഒരു മുഖ്യസ്ഥാനം അവനുണ്ട്. അതിനാൽ പാർലമെന്ററി കാര്യ ങ്ങൾ നന്നായറിയാം."

"അത് ശരിക്കും മരിച്ചു." എന്നു പറഞ്ഞുകൊണ്ട് നിലച്ചക്രം ഉറക്ക മായി.

ഇപ്പോൾ നിശ്ശബ്ദത. റോക്കറ്റ് മൂന്നാം തവണയും ചുമച്ചു. വളരെ വ്യക്തമായി മെല്ലെ പറഞ്ഞുതുടങ്ങി. സ്മരണകൾ അയവിറക്കുന്നതു പോലെയുണ്ട്. ആരോടാണോ സംസാരിക്കുന്നത്, അയാളുടെ ചുമലിനു മീതെ കൂടി നോക്കുക പതിവാണ്. ഒരു പ്രത്യേകരീതിയുമുണ്ട്.

"രാജകുമാരന് എന്തൊരു ഭാഗ്യമാണ്! എന്നെ വിടുന്ന ദിവസം തന്നെ യാണവൻ വിവാഹിതനാകുന്നത്. ഇത് കുറേക്കൂടി മുമ്പ് ആയിരുന്നെ ങ്കിൽ, അത് അവന് അത്രതന്നെ ഗുണം ചെയ്യുമായിരുന്നില്ല. രാജകുമാര ന്മാർ എപ്പോഴും ഭാഗ്യവാന്മാരാണ്."

"ഞാൻ മറ്റൊരു തരത്തിലാണു ചിന്തിച്ചത്." ഏറുപടക്കം തുടർന്നു, "രാജകുമാരന്റെ ബഹുമാനാർഥം നമ്മെ, വിടുന്നു എന്നാണ്."

"നിനക്ക് അങ്ങനെ ആയിരിക്കാം. അക്കാര്യത്തിൽ സംശയമില്ലെനി ക്ക്. പക്ഷേ, എന്റെ കാര്യം വ്യത്യസ്തമാണ്. ശ്രേഷ്ഠരായ മാതാപിതാ ക്കളുടെ ശ്രേഷ്ഠനായ മകനാണ് ഞാൻ. എന്റെ അമ്മ, അക്കാലത്ത് അറി യപ്പെടുന്ന നിലച്ചക്രം ആയിരുന്നു. ലയത്തോടുകൂടിയ നൃത്തത്തിന് കേൾവികേട്ട വ്യക്തിയായിരുന്നു. ഒരു വലിയ പൊതുദർശനത്തിൽ പത്തൊമ്പതു പ്രാവശ്യം കറങ്ങിയത്രെ. ഓരോ തവണ ചുറ്റുമ്പോഴും പിങ്കുനിറത്തിലുള്ള ഏഴു നക്ഷത്രങ്ങളെ ആകാശത്തിലേക്ക് വിട്ടു. വ്യാസം മൂന്നര അടി ആയിരുന്നു. ഏറ്റവും മികച്ച വെടിമരുന്നാണ് അതിൽ ഉണ്ടാ യിരുന്നത്. അച്ഛൻ എന്നെപ്പോലെതന്നെ ഒരു റോക്കറ്റ് ആയിരുന്നു; ഫ്രാൻസിൽ നിർമിച്ചത്. അച്ഛൻ വളരെ ഉയരത്തിലേക്ക് പോകും. തിരി ച്ചുവരില്ലേ എന്ന് കാണികൾ ഭയപ്പെടും. പക്ഷേ തിരിച്ചുവരും. അതിനുള്ള ഏർപ്പാട് അതിൽ ഉണ്ടായിരുന്നു. സ്വർണ മഴപെയ്യുന്നതു പോലെ അതി പ്രകാശത്തോടെയാണ് തിരികെ വീഴുന്നത്. പത്രങ്ങൾ വളരെ പുകഴ്ത്തി ക്കൊണ്ട് അതേപ്പറ്റി എഴുതി. ഒരു പൈലോടെക്നിക് കലയുടെ വിജയ മെന്ന് ഗസറ്റ് പ്രഖ്യാപിച്ചു."

"പൈറോടെക്നിക് എന്നല്ലേ നീ ഉദ്ദേശിച്ചത്." ബംഗാൾ ലൈറ്റ് വിളിച്ചു ചോദിച്ചു. "അത് പൈറോടെക്നിക് ആണെന്ന് എനിക്കറിയാം. എന്റെ പെട്ടിയിൽ അങ്ങനെ എഴുതിവെച്ചത് ഞാൻ കണ്ടിട്ടുണ്ട്."

"ഞാൻ പൈലോടെക്നിക് എന്നാണല്ലേ പറഞ്ഞത്." റോക്കറ്റ് ഗൗര വസ്വരത്തിൽ പറഞ്ഞു.

തന്നെ അടിച്ചമർത്തിയതായി ബംഗാൾ ലൈറ്റിനു തോന്നി. തനിക്ക്

ഇത്തിരി പ്രാധാന്യമൊക്കെയുണ്ടെന്ന് കാണിക്കാനായി, അവൻ ഏറു പടക്കത്തിൽ ബലം പ്രയോഗിച്ചു.

"ഞാൻ പറയുകയായിരുന്നു." റോക്കറ്റ് തുടർന്നു "ഞാൻ പറയുകയായിരുന്നു. ഞാനെന്താണ് പറഞ്ഞുകൊണ്ടിരുന്നത്."

"നീ നിന്നെപ്പറ്റിത്തന്നെ പറയുകയായിരുന്നു." റോമൻ മെഴുകുതിരിയുടെ സ്വരമായിരുന്നു അത്.

"ശരി തന്നെ. ഒട്ടും മയമില്ലാത്ത മട്ടിൽ നിങ്ങളെന്നെ തടസപ്പെടുത്തിയപ്പോൾ, രസകരമായ ഒരു കാര്യത്തെക്കുറിച്ച് ചർച്ച ചെയ്യുകയായിരുന്നു നാം. പരുക്കൻമട്ട് എനിക്കു പിടിക്കില്ല. അതുപോലെത്തന്നെ, മോശമായ പെരുമാറ്റരീതികളും കാരണം, ഞാൻ പെട്ടെന്നു വികാരഭരിതനാവുന്നു. ഈ ലോകം മുഴുവൻ പരതിയാലും എന്നെപ്പോലെ, പെട്ടെന്നു വികാരഭരിതനാവുന്ന മറ്റൊരുവനെ കാണാനാവില്ല, അത് ഉറപ്പാണ്."

"വികാരഭരിതൻ എന്നു വെച്ചാൽ എന്താണ്"? ചോദ്യം പടക്കത്തിന്റേതാണ്, റോമൻ മെഴുകുതിരിയോടാണ്.

"കാലിൽ തഴമ്പ് ഉള്ളവൻ എല്ലായ്പോഴും മറ്റുള്ളവരുടെ കാൽവിരലുകളിൽ ചവിട്ടും, അവൻ തന്നെ."

റോമൻ മെഴുകുതിരി, സ്വരം താഴ്ത്തിയാണ് ഇതുപറഞ്ഞത്. ഇതു കേട്ടതും പടക്കം പൊട്ടുന്നതുപോലെ, പടക്കം പൊട്ടിച്ചിരിച്ചു.

"നീയെന്തിനാണ് ചിരിക്കുന്നതെന്ന് പറയ്." റോക്കറ്റ് അന്വേഷിച്ചു. "ഞാൻ ചിരിക്കുന്നില്ലല്ലോ?"

"ഞാൻ സന്തോഷംകൊണ്ട് ചിരിക്കയാണ്" എന്നായിരുന്നു പടക്കത്തിന്റെ മറുപടി.

"അതൊരു സ്വാർഥതതന്നെ, റോക്കറ്റിന് ദേഷ്യം വന്നു. "നിനക്ക് സന്തോഷിക്കാൻ എന്തവകാശം? നീ മറ്റുള്ളവരെക്കുറിച്ച് ചിന്തിക്കണം. അല്ലെങ്കിൽ എന്നെപ്പറ്റി ചിന്തിക്ക്. ഞാൻ എല്ലായ്പോഴും എന്നെപ്പറ്റിയാണല്ലോ ചിന്തിക്കുന്നത്. എല്ലാവരും അങ്ങനെത്തന്നെ ചെയ്യണമെന്നാണ് ഞാൻ ആഗ്രഹിക്കുന്നത്. അതിന് സഹതാപം എന്നാണു പറയുക. അത് സുന്ദരമായൊരു നന്മതന്നെ. എനിക്കാണെങ്കിൽ അത് കൂടിയ അളവിൽ തന്നെയുണ്ട്. ഉദാഹരണത്തിന്, ഇന്നുരാത്രി എനിക്ക് എന്തെങ്കിലും സംഭവിച്ചാൽ അത് എല്ലാവർക്കും ദൗർഭാഗ്യമായിരിക്കും. രാജകുമാരനും രാജകുമാരിക്കും പിന്നീടൊരു കാലത്തും സന്തോഷം ഉണ്ടാവില്ല. അവരുടെ ദാമ്പത്യജീവിതം പാഴാവുകതന്നെ ചെയ്യും. രാജാവിനാണെങ്കിൽ, അത്തരമൊരു കാര്യത്തെ മറികടക്കാനുമാവില്ല. എന്റെ പ്രാധാന്യത്തെ പറ്റി ചിന്തിക്കുമ്പോൾതന്നെ, എനിക്കു കരച്ചിൽ വന്നേക്കും."

"മറ്റുള്ളവർക്ക് സന്തോഷം നൽകണമെന്നുണ്ടെങ്കിൽ നീ സ്വയം നനയാതെ കരുതണം. റോമൻ മെഴുകുതിരി പറഞ്ഞു.

"അതങ്ങനെത്തന്നെയാണ് വേണ്ടത്. ബംഗാൾ ലൈറ്റിന് ഇപ്പോൾ ആത്മവീര്യം കൂടിയിരിക്കുന്നു. അത് സാമാന്യബുദ്ധിയാണ്."

"സാമാന്യബുദ്ധിതന്നെ" റോക്കറ്റ് ക്ഷോഭത്തോടെ തുടർന്നു.

"ഞാൻ സാധാരണക്കാരനല്ലെന്നും മികവുള്ളവനാണെന്നുമുള്ള കാര്യം നിങ്ങൾ മറക്കുന്നു. സാമാന്യബുദ്ധി ആരിലും ഉണ്ടാവാം, ഭാവനയില്ലാത്തവർക്ക്. പക്ഷേ, എനിക്ക് ഭാവനയുണ്ട്. വസ്തുക്കളെല്ലാം യഥാർഥത്തിൽ കാണുന്നതുപോലെയല്ലെന്ന് എനിക്കറിയാം. ഞാനവയെ തികച്ചും വ്യത്യസ്തമായി കരുതുന്നു. ഞാൻ ഉണങ്ങിയ മട്ടിൽ ഇരുന്നാൽ, ഇവിടെയുള്ള ഒരുത്തനും, എന്റെ വൈകാരിക പ്രകൃതത്തെ അഭിനന്ദിക്കുകയില്ല എന്നത് ഉറപ്പുതന്നെ. ഭാഗ്യവശാൽ ഞാനത് സാരമാക്കുന്നില്ല. ഒരുവൻ, ജീവിതത്തിലുടനീളം നിലനിർത്തുന്ന ഒരു കാര്യം മറ്റുള്ളവരെല്ലാം തന്നേക്കാൾ താഴ്ന്നപടിയിലാണ് എന്ന ബോധമാണ്. ഈയൊരു വികാരം ഞാൻ വളർത്തിയെടുക്കുന്നുണ്ട്. പക്ഷേ, നിങ്ങൾക്കൊന്നും തന്നെ ഹൃദയമില്ല. ഇവിടെ നിങ്ങൾ ചിരിച്ച് ബഹളം വെക്കുകയാണ്. രാജകുമാരിയും രാജകുമാരനും ഇപ്പോൾ വിവാഹിതരായിട്ടില്ലാത്തതുപോലെ."

"വളരെ ശരിയാണ്. തീ ബലൂണിന് വിസ്മയം എന്തുകൊണ്ടല്ല? അത്യധികം സന്തോഷമുള്ള ഒരവസരമാണിത്. ഞാൻ മാനത്തേക്ക് ഉയർന്ന് പോകുമ്പോൾ ഇക്കാര്യം നക്ഷത്രങ്ങളോടു പറയും. സുന്ദരിയായ വധുവിനെക്കുറിച്ച് ഞാനവരോടു പറയുമ്പോൾ, അവ മിന്നിത്തിളങ്ങുന്നത് നിങ്ങൾക്കു കാണാം."

"ഹാ, ജീവിതത്തെക്കുറിച്ച് സർവസാധാരണമായ കാഴ്ചപ്പാടുതന്നെയത്?" റോക്കറ്റ് തുടർന്നു. "ഞാനതു തന്നെയാണ് പ്രതീക്ഷിച്ചതും നിന്നിൽ എന്തെങ്കിലും ഉണ്ടോ? ഉള്ള് പൊള്ളയല്ലേ? ആഴമുള്ള നദിയുള്ള ഏതെങ്കിലും രാജ്യത്തായിരിക്കും രാജകുമാരിയും രാജകുമാരനും ജീവിക്കാൻ പോകുന്നത്. ചിലപ്പോൾ അവർക്കൊരു പുത്രൻ ഉണ്ടായേക്കും. രാജകുമാരനെ പോലെ, വയലറ്റ് കണ്ണുകളും മനോഹരമായ തലമുടിയും ഉള്ള കൊച്ചുമിടുക്കൻ. അവൻ ആയയോടൊപ്പം ഒരുനാൾ നടക്കാൻ ഇറങ്ങിയേക്കും. ആയ ചിലപ്പോൾ മരച്ചുവട്ടിൽ കിടന്ന് ഉറങ്ങിപ്പോകും. കൊച്ചുകുമാരൻ, ആഴമേറിയ നദിയിൽ വീണുമരിച്ചേക്കും. എന്തു ഭയാനകമായ ദൗർഭാഗ്യം! പാവം! ഏകമകൻ നഷ്ടപ്പെടുക! എന്തു ഭയാനകമായ സ്ഥിതി! എനിക്കത് ആലോചിക്കാനാവുന്നില്ല."

"പക്ഷേ അവർക്ക് ഏകപുത്രനെ നഷ്ടപ്പെട്ടിട്ടില്ലല്ലോ. റോമൻ മെഴുകുതിരിയാണ് പറയുന്നത് - അവർക്ക് യാതൊരു ദൗർഭാഗ്യവും നേരിട്ടിട്ടില്ല."

അങ്ങനെ സംഭവിച്ചു എന്നു ഞാൻ പറഞ്ഞില്ല, അങ്ങനെ സംഭവിക്കാം. ഏക പുത്രനെ നഷ്ടപ്പെട്ടിട്ട്, അതേപ്പറ്റി പറഞ്ഞിട്ട് കാര്യമില്ല. തൂവിപ്പോയ പാലിന്റെ പേരിൽ മനുഷ്യർ കരയുന്നതു കാണുമ്പോൾ എനിക്കു വെറുപ്പാണ്. പക്ഷേ അവർക്ക് മകനെ നഷ്ടപ്പെട്ടാൽ, അത് എന്നെയാണ് ബാധിക്കുക."

"തീർച്ചയായും അങ്ങനെത്തന്നെ," ബംഗാൾ ലൈറ്റ് തുടർന്നു. ഞാൻ കണ്ടവരിൽ വെച്ച് ഏറ്റവുമധികം അതു ബാധിക്കുക നിന്നെത്തന്നെയാണ്."

"ഞാൻ കണ്ടതിൽ വെച്ച് ഏറ്റവും പരുക്കൻ നീയാണ്. എനിക്ക് രാജകുമാരനുമായുള്ള സൗഹൃദത്തെക്കുറിച്ച് നിനക്കൊന്നുമറിയില്ല."

"അതിന് നീയവനെ അറിയുകപോലുമില്ലല്ലോ? ഞാനവനെ അറിയുമെന്ന് പറഞ്ഞിട്ടില്ലല്ലോ. ഞാനവനെ അറിയുമായിരുന്നെങ്കിൽ. അവന്റെ സുഹൃത്ത് ആവുമായിരുന്നില്ല. ഒരാളുടെ സുഹൃത്തുക്കളെ അറിയുക എന്നത് ഭയങ്കരമായ കാര്യമാണ്."

"നീ ഉണങ്ങിയിരിക്കുന്നതാണ് നല്ലത്" തീ ബലൂൺ പറഞ്ഞു. "അത് വളരെ പ്രധാനമായ കാര്യമാണ്."

"നിനക്കത് വളരെ പ്രധാനമാണെന്ന കാര്യത്തിൽ എനിക്കു സംശയമില്ല. എനിക്ക് അങ്ങനെ വന്നാൽ ഞാൻ കരയും." റോക്കറ്റ് കരയുക തന്നെ ചെയ്തു. റോക്കറ്റിന്റെ തണ്ടിൽ കൂടി മഴത്തുള്ളികൾ പോലെ കണ്ണുനീർ ഒഴുകി. നിലത്തു കൂടി ഇഴഞ്ഞു നീങ്ങിയിരുന്ന രണ്ടു വണ്ടുകൾ കണ്ണുനീരിൽ മുങ്ങിപ്പോയി. അവർ ഒന്നിച്ച് ഒരു വീട് നിർമിക്കുന്നതിനെക്കുറിച്ച് ചിന്തിക്കുകയായിരുന്നു. അതിനുവേണ്ടി, ഈർപ്പമില്ലാത്ത സ്ഥലം അന്വേഷിക്കുകയായിരുന്നു.

"അവൻ സത്യത്തിൽ ഒരു റൊമാന്റിക് പ്രകൃതക്കാരൻ തന്നെ." കാതറിൻ വീൽ തുടർന്നു. "കാരണം, ഇവിടെ കരയാൻ കാരണമൊന്നും ഇല്ല, എന്നിട്ടും അവൻ കരയുന്നു." അവൾ ദീർഘമായൊരു നെടുവീർപ്പിട്ടു, എന്നിട്ട് തന്റെ പെട്ടിയെക്കുറിച്ച് ചിന്തിച്ചു.

പക്ഷേ, റോമൻ മെഴുകുതിരിയും ബംഗാൾ ലൈറ്റും തികച്ചും കുപിതരാണ്. അവർ അത്യുച്ചത്തിൽ ഹംബഗ്, വഞ്ചകൻ എന്നിങ്ങനെ പറഞ്ഞുകൊണ്ടിരുന്നു. അവർ അത്യന്തം പ്രായോഗികമതികളാണ്. എന്തിനെങ്കിലും തടസവാദം ഉന്നയിക്കുമ്പോഴെല്ലാം, ഹംബഗ് എന്ന് പറയുക പതിവാണ്.

അപ്പോൾ ചന്ദ്രനുദിച്ചു, ശോഭയാർന്നൊരു വെള്ളിത്തകിടുപോലെയുണ്ടത്. നക്ഷത്രങ്ങൾ പ്രകാശിച്ചുതുടങ്ങി. കൊട്ടാരത്തിൽനിന്ന് സംഗീതം ഒഴുകിയെത്തുന്നുണ്ട്.

നൃത്തപ്പരിപാടി നയിക്കുന്നത് രാജകുമാരിയും രാജകുമാരനും തന്നെ. അതിമനോഹരമായ അവരുടെ നൃത്തം കാണാൻ, ധവളാഭയാർന്ന ലില്ലിപ്പൂക്കൾ ജാലകത്തിലൂടെ തലനീട്ടി നോക്കി. ചുവന്ന പോപ്പിപുഷ്പങ്ങൾ തലയാട്ടി രസിച്ചു.

ക്ലോക്കിൽ പത്ത് അടിച്ചു, പിന്നെ പതിനൊന്ന് പന്ത്രണ്ട്. സമയം അർധരാത്രി. എല്ലാവരും ഹാളിൽ നിന്ന് മട്ടുപ്പാവിൽ വന്നുനിന്നു. കൊട്ടാരത്തിലെ പൈറോടെക്നിസ്റ്റ് കരിമരുന്നു വിദഗ്ധനെ രാജാവ് വിളിച്ചു.

"ഇനി വെടിമരുന്നു പ്രയോഗം തുടങ്ങട്ടെ." രാജാവ് കൽപ്പന നൽകി.

വിദഗ്ധൻ പ്രണാമശൈലിയിൽ ശിരസ്സ് നമിച്ചു, തോട്ടത്തിന്റെ അങ്ങേയറ്റത്തേക്ക് നടന്നു. അനുയായികളായി ആറുപേർ ഉണ്ട്. എല്ലാവരുടെ കയ്യിലും നീണ്ട വടിയുടെ അറ്റത്ത് തീപ്പന്തങ്ങൾ.

അത് ഉജ്വലമായൊരു കാഴ്ചതന്നെ!

വിസ്.. വിസ്.. കാതറിൻവീൽ കറങ്ങിത്തിരിഞ്ഞു. ബൂം.... ബൂം.. റോമൻ തിരിയുടെ ശബ്ദം. ഏറുപടക്കങ്ങൾ അവിടെയാകെ നൃത്തം വെച്ചു. ബംഗാൾലൈറ്റ്, എല്ലാത്തിനേയും ചുവപ്പിച്ചു. ഗുഡ് ബൈ പറഞ്ഞുകൊണ്ട് തീ ബലൂൺ പറന്നുപോയി, നീല തീപ്പൊരികൾ ചുറ്റും ചിതറിക്കൊണ്ട്. ബേംഗ് ബേംഗ് പടക്കങ്ങൾ മറുപടിയോതി, അവ സ്വയം നന്നായി രസിക്കുന്നതു പോലെയുണ്ട്. റോക്കറ്റ് ഒഴികെ എല്ലാവരുടേയും പ്രകടനം മികച്ചതായി.

കരഞ്ഞതിനാൽ റോക്കറ്റ് ആകെ നനഞ്ഞിരുന്നു. അതിനാൽ പൊങ്ങുവാൻ കഴിഞ്ഞതേയില്ല. അവന്റെ ശരീരത്തിലെ പ്രവർത്തനഘടകം വെടിമരുന്നാണല്ലോ. കണ്ണീരുകൊണ്ടു നനഞ്ഞതിനാൽ അത് ഉപയോഗശൂന്യമായതാണ്. അവൻ ഒരിക്കൽപ്പോലും സംസാരിച്ചിട്ടില്ലാത്ത പാവം കൂട്ടുകാർ പോലും അതിശയകരമായ പ്രകടനം കാഴ്ചവെച്ചു. അന്തരീക്ഷത്തിൽ സ്വർണപുഷ്പങ്ങളും തീപ്പൂക്കളും നിറഞ്ഞു. രാജകുമാരി സന്തോഷത്താൽ ചിരിച്ചാർത്തു.

ഹുസാ, ഹുസാ, ജനങ്ങൾ ആകമാനം ഒച്ചയുണ്ടാക്കി.

"അവർ ഏതോ മഹത്തായ അവസരത്തിനായി കാത്തിരിക്കയാണെന്ന് തോന്നുന്നു," റോക്കറ്റ് പറഞ്ഞു. അക്കാര്യത്തിൽ സംശയമേതുമില്ല. അവന് മുമ്പത്തേക്കാൾ അഹന്ത കൂടിയതായി തോന്നി.

അടുത്തദിവസം വേലക്കാർ സ്ഥലം വൃത്തിയാക്കാനെത്തി.

'ഇവർ ഒരു നിവേദകസംഘം തന്നെ.' റോക്കറ്റ് കരുതി. 'ഞാനവരെ അന്തസ്സോടെ സ്വീകരിക്കും.'

റോക്കറ്റ് തന്റെ മൂക്ക് വായുവിൽ ഉയർത്തിപ്പിടിച്ചു. ഗൗരവമുള്ള ഒരു കാര്യം ചിന്തിക്കുന്നതായി ഭാവിച്ചു. എന്നാൽ, പോകാൻ തുടങ്ങും വരെ, അവർ അവരെ ശ്രദ്ധിച്ചതേയില്ല. പോകുമ്പോഴാണ് ഒരുവന്റെ കണ്ണിൽ പെട്ടതുതന്നെ.

"ഹലോ, എന്തൊരു മോശം റോക്കറ്റാണിത്." അവൻ റോക്കറ്റ് ഒരു കുഴിയിലേക്ക് വലിച്ചെറിഞ്ഞു.

"മോശം റോക്കറ്റോ?" വായുവിൽ കറങ്ങി നീങ്ങുമ്പോൾ അവൻ സ്വയം പറഞ്ഞു. അങ്ങനെയാവാൻ വഴിയില്ല. മഹത്തായ റോക്കറ്റ് എന്നാവും അവൻ പറഞ്ഞത്. ബാഡ് എന്ന ശബ്ദവും ഗ്രാൻഡ് എന്ന ശബ്ദവും ഏതാണ്ട് ഒരുപോലെയാണല്ലോ കേൾക്കുക. ചിലപ്പോൾ രണ്ടും ഒന്നുതന്നെ. റോക്കറ്റ് ചളിയിൽ പതിച്ചു.

"ഇവിടെ ഒരു സുഖവുമില്ല" - റോക്കറ്റ് തുടർന്നു "ഇത് ഫാഷനബിൾ ആയ കുളിസ്ഥലമായിരിക്കണം. എന്റെ ആരോഗ്യം നവീകരിക്കാൻ അവർ എന്നെ ഇങ്ങോട്ട് അയച്ചതാവണം. എന്റെ നാഡികളെല്ലാം തകർന്നിരിക്കുന്നു. എനിക്കു വിശ്രമം വേണം."

തിളങ്ങുന്ന രത്നക്കണ്ണുകളുമായി ഒരു തവള ചാടിയെത്തി. മിനുങ്ങുന്ന പച്ചക്കുപ്പായവുമുണ്ട്.

"ഒരു പുതിയ അതിഥിയാണല്ലോ ഇത്." തവള പറഞ്ഞു. "ചളിയെ

പ്പോലെ മറ്റൊന്നുമില്ല. മഴക്കാലവും ഒരു കുഴിയുമുണ്ടെങ്കിൽ എനിക്കു സന്തോഷമായി. ഇന്ന് മഴയാണെന്ന് നിനക്ക് തോന്നുന്നോ? അങ്ങനെ ആയിരിക്കട്ടെ. പക്ഷേ മേഘമില്ലാത്ത തെളിഞ്ഞ നീലാകാശമാണല്ലോ ഞാൻ കാണുന്നത്. എന്തൊരു കഷ്ടം!"

"അഹെം, അഹെം റോക്കറ്റ് ചുമച്ചു."

"നിനക്ക് എന്തു നല്ല സ്വരമാണ്." തവള തുടർന്നു. "യഥാർഥത്തിൽ അത് ക്രോക് ശബ്ദം പോലെയുണ്ട്. ലോകത്തിൽ വെച്ച് ഏറ്റവും സംഗീതാത്മകമായ സ്വരമാണ്. ക്രോക്, ക്രോക്. ഇന്ന് സായാഹ്നത്തിൽ, ഞങ്ങളുടെ ഗ്ലീ-ക്ലബിൽ നിന്ന് നിനക്കത് കേൾക്കാം. കൃഷിക്കാരന്റെ വീടിനു സമീപമുള്ള പഴയ താറാവുകുളത്തിലാണ് ഞങ്ങൾ ഇരിക്കുക. ചന്ദ്രനുദിച്ചാൽ ഞങ്ങൾ രാഗം തുടങ്ങുകയായി. അത് എല്ലാവരേയും കോരിത്തരിപ്പിക്കും. അതുകേൾക്കാനായി ജനം ഉണർന്നുകിടക്കും. സത്യം പറയട്ടെ, കഴിഞ്ഞ രാത്രി, കൃഷിക്കാരന്റെ ഭാര്യ, അവളുടെ അമ്മയോട് പറയുന്നത് ഞാൻ കേൾക്കുകയുണ്ടായി, തവള കരച്ചിൽ കാരണം, രാത്രി ഒരുപോള കണ്ണടയ്ക്കാൻ കഴിയുന്നില്ലെന്ന്. പ്രശസ്തരാവുന്നു എന്നറിഞ്ഞ്, ഞങ്ങൾ സന്തുഷ്ടരാണ്."

"അ്ഹെം... അ്ഹെം..." റോക്കറ്റിനു ദേഷ്യം വന്നു. ഇടയ്ക്കൊരു വാക്ക് പറയാനാവാത്തതിനാണ് ദേഷ്യം.

"തീർച്ചയായും മനോഹരശബ്ദം തന്നെ. നീ താറാവുകുളത്തിനടുത്തേക്ക് വരുമല്ലോ." എന്റെ മക്കൾ എവിടേക്കാണ് പോയതെന്നു നോക്കട്ടെ ഞാൻ. എന്റെ പുത്രിമാർ ആറുപേരും സുന്ദരിമാരാണ്. കോലാച്ചിമീൻ അവരെ കണ്ടെങ്കിലോ എന്നാണെന്റെ ഭയം. അവൻ ആളൊരു ഭയങ്കരനാണ്. അവരെ പ്രാതൽ ആക്കാൻ അവൻ ഒട്ടും മടിക്കില്ല. ശരി, ഗുഡ് ബൈ നമ്മുടെ സംഭാഷണം ഞാൻ നന്നായി ആസ്വദിച്ചു എന്നു പറയാതെ വയ്യ."

"സംഭാഷണമോ, അതുകൊള്ളാം." റോക്കറ്റ് ഇടപെട്ടു. "മുഴുവൻ സമയവും നീ തന്നെ സംസാരിക്കുയായിരുന്നില്ലേ? അത് സംഭാഷണമാണോ?"

"ആരെങ്കിലും കേൾക്കാനും വേണമല്ലോ. എനിക്കാണെങ്കിൽ സംസാരിക്കാൻ വളരെ താൽപ്പര്യവുമാണ്. സമയം ലാഭം! വാദകോലാഹലവുമില്ല." തവള പറഞ്ഞുനിർത്തി.

"പക്ഷേ, വാദപ്രതിവാദം എനിക്കിഷ്ടമാണ്." റോക്കറ്റ് ഉടൻ തന്നെ പറഞ്ഞു.

"ഞാനങ്ങനെ കരുതുന്നില്ല," തവള സന്തുഷ്ടിയോടെ പറഞ്ഞു. "വാദപ്രതിവാദമെന്നത് വൃത്തികെട്ട ഏർപ്പാടാണ്. നല്ലൊരു സമുദായത്തിൽ എല്ലാവരുടേയും അഭിപ്രായം ഇതുതന്നെ. ഞാൻ ഒരിക്കൽക്കൂടി ഗുഡ് ബൈ പറയട്ടെ. എന്റെ മക്കളെ ദൂരെക്കാണുന്നുണ്ട്." ഇത്രയും പറഞ്ഞ് തവള നീന്തിപ്പോയി.

"നീയൊരു ശല്യക്കാരൻ തന്നെ. നിന്നെ വളർത്തിയത് ഒട്ടും പന്തി

യായിട്ടില്ല. തന്നെപ്പറ്റി മാത്രം സംസാരിക്കുന്നവരോട് എനിക്ക് വെറുപ്പാണ്. അതും, ഞാൻ എന്നെപ്പറ്റി സംസാരിക്കണമെന്ന് കരുതുമ്പോൾ. ഇതിന്നാണ് സ്വാർഥത എന്നു പറയുന്നത്. സ്വാർഥത ഞാൻ കഠിനമായി വെറുക്കുന്നു. പ്രത്യേകിച്ച് എന്റെ പ്രകൃതത്തെക്കുറിച്ചാവുമ്പോൾ. എന്റേത് അനുതാപമുള്ള പ്രകൃതമാണെന്ന് പ്രസിദ്ധമാണ്. എന്നെ മാതൃകയാക്കേണ്ടതാണ്. എന്റേതിനേക്കാൾ മെച്ചമായ ഒരു മാതൃകയും നിനക്ക് ലഭിക്കുകയില്ല. കാര്യം മനസിലാക്കാൻ, നിനക്ക് ഇതൊരു നല്ല സന്ദർഭമാണ്. ഞാൻ രാജസദസിലേക്ക് പോകയാണ്. അവിടെ, ഞാനവർക്ക് പ്രിയപ്പെട്ടവനാണ്. രാജകുമാരിയും കുമാരനും ഇന്നലെ വിവാഹിതരായത് എന്റെ മഹനീയ സാന്നിധ്യത്തിലാണ്. നിനക്ക് ഇക്കാര്യമൊന്നും അറിയില്ല. കാരണം നിങ്ങളെല്ലാം പ്രാദേശികജീവികളാണ്."

റോക്കറ്റിന്ന് മറുപടി കൊടുത്തത് തുമ്പിയാണ്. തവിട്ടുനിറത്തിലുള്ള വലിയൊരു ചെടിപ്പടർപ്പിൽ ആണ് അതിന്റെ ഇരിപ്പ്.

"അവനോട് പറഞ്ഞിട്ട് കാര്യമില്ല. കാരണം അവൻ പോയ്ക്കഴിഞ്ഞു."

"അതുകൊണ്ട് അവനുതന്നെയാണ് നഷ്ടം. എനിക്കല്ല." റോക്കറ്റിന്റെ മറുപടി ഇങ്ങനെയാണ്, "അവൻ ശ്രദ്ധിക്കുന്നില്ലെന്നു കരുതി അവനോടുള്ള എന്റെ സംസാരം നിർത്താൻ ഭാവമില്ല. എനിക്ക് എന്റെ സംസാരം കേൾക്കാൻ ഇഷ്ടമാണ്. അതെന്റെ വലിയൊരു സന്തോഷമാണ്. ഞാൻ ചിലപ്പോൾ സ്വയം നീണ്ട സംഭാഷണം നടത്താറുണ്ട്. ചിലപ്പോൾ ഞാൻ സംസാരിക്കുന്നതിലെ ഒറ്റവാക്കുപോലും എനിക്കു മനസിലാവാറില്ല എന്നത് എന്റെ സാമർഥ്യം കാണിക്കുന്നു."

"എങ്കിൽ നീ ഫിലോസഫി പ്രസംഗിക്കുന്നതായിരിക്കും നല്ലത്." തുമ്പിയുടെ അഭിപ്രായമാണത്. തുമ്പി, അരിപ്പപോലുള്ള ഭംഗിയേറിയ ചിറകുവിരുത്തി പറന്നുപോയി.

"ഇവിടെ നിൽക്കാതെ അവൻ പോയത് മണ്ടത്തരം തന്നെ. മനസ് ഉൽകൃഷ്ടമാക്കാൻ അവന് സന്ദർഭം ലഭിക്കാറില്ല. എന്നാലും ഞാനിത് സാരമാക്കുന്നില്ല. എന്നെപ്പോലുള്ള ബുദ്ധിജീവികൾക്ക് എന്നെങ്കിലുമൊരിക്കൽ അനുമോദനത്തിന് അവസരം ലഭിക്കും."

റോക്കറ്റ്, ചളിയിലേക്ക് അൽപ്പം കൂടി താഴ്ന്നു. അൽപ്പം കഴിഞ്ഞ്, വെളുത്ത വലിയൊരു താറാവ് റോക്കറ്റിനടുത്തേക്ക് വന്നു. അവളുടെ മഞ്ഞക്കാലുകൾക്ക് ചർമബന്ധിതമായ വിരലുകളുണ്ട്. വലിയ സുന്ദരിയാണെന്നാണ് ഭാവം.

"ക്വാക്ക്, ക്വാക്ക്, ക്വാക്ക് നിന്റെ രൂപം വിചിത്രമായിരിക്കുന്നു. ഈ രൂപത്തിൽ നീയെവിടെയാണ് ജനിച്ചത്. അതോ അപകടത്തിന്റെ ഫലമാണോ?"

"നീയൊരു നാട്ടിൻപുറത്തുകാരിയാണെന്ന് വളരെ വ്യക്തം. അല്ലെങ്കിൽ ഞാൻ ആരെന്ന് നീ അറിയുമായിരുന്നു. നിന്റെ അജ്ഞതയ്ക്ക് ഞാൻ മാപ്പു തരാം. മറ്റുള്ളവർ എന്നെപ്പോലെ ശ്രേഷ്ഠരാണെന്ന് കരു

തുന്നത് ശരിയല്ല. എനിക്ക് മാനത്തേക്ക് കുതിക്കാൻ കഴിയും എന്നറിഞ്ഞാൽ നീ അത്ഭുതപ്പെടും. എന്നിട്ട് ഞാനൊരു സ്വർണ മഴയായി പെയ്യും."

"ഞാനതേപ്പറ്റി അധികമൊന്നും ചിന്തിക്കുന്നില്ല എന്നായിരുന്നു താറാവിന്റെ മറുപടി. അതുകൊണ്ട് എനിക്ക് എന്തെങ്കിലും ഉപയോഗമുള്ളതായി തോന്നുന്നില്ല. ഒരു കാളയെപ്പോലെ നിലം ഉഴാൻ നിനക്കുകഴിഞ്ഞെങ്കിൽ അല്ലെങ്കിൽ കുതിരയെപോലെ വണ്ടി വലിക്കുമെങ്കിൽ, അതുമല്ലെങ്കിൽ ഒരു കാവൽനായയെപോലെ ആടുകളെ സംരക്ഷിക്കാൻ നിനക്കു സാധിച്ചെങ്കിൽ എന്തെങ്കിലുമൊന്നു ചെയ്തെന്നു പറയാമായിരുന്നു."

"എന്റെ നല്ല ജന്തുവേ" റോക്കറ്റ് ഉദ്ധതമായ സ്വരത്തിൽ തുടർന്നു: "നീ താഴെക്കിടയിലുള്ളവനാണെന്ന് ഞാൻ മനസിലാക്കുന്നു. എന്റേതുപോലൊരു സ്ഥാനത്തുനിൽക്കുന്നവൻ ഒരിക്കലും ഉപകാരപ്പെടാറില്ല. ഞങ്ങൾക്ക് നിശ്ചിതമായ ചില സാധ്യതകൾ ഉണ്ട്. അതുതന്നെ കുറച്ചധികമാണ്. ഒരുതരത്തിലുള്ള പ്രവൃത്തിയോടും എനിക്ക് അനുഭാവമില്ല. നീ പറയുന്നതരത്തിലുള്ളവയോട് ഒട്ടും തന്നെയില്ല. മറ്റൊന്നും ചെയ്യാനില്ലാത്തവർക്ക്, അഭയമേകുന്ന ഒരിടമാണ് കഠിനാധ്വാനം ചെയ്യൽ എന്നാണ് എന്റെ അഭിപ്രായം."

"ശരി ശരി - സമാധാനകാംക്ഷിയാണ് താറാവ്. ഒരിക്കലും ആരോടും കലഹിക്കാറുമില്ല. എല്ലാവർക്കും വ്യത്യസ്തമായ കാഴ്ചപ്പാടാണല്ലോ. നീ ഇവിടെത്തന്നെ താമസിക്കാൻ പോകുകയാണെന്ന് ഞാൻ കരുതുന്നു."

"അല്ല സുഹൃത്തേ ഞാനൊരു സന്ദർശകൻ മാത്രമാണ്. ഒരു ശ്രേഷ്ഠനായ സന്ദർശകൻ. സത്യം പറഞ്ഞാൽ ഈ സ്ഥലം അൽപ്പം വിഷമമുണ്ടാക്കുന്നതുതന്നെ. കൂട്ടുകൂടാൻ ആരുമില്ല. അതേസമയം ഏകാന്തവുമല്ല. നഗരപ്രാന്തമാണിത്. ഞാൻ രാജസദസിലേക്കൊന്നുപോയി നോക്കട്ടെ. ലോകത്തിനൊരു വിസ്മയം കാണിക്കാനാണല്ലോ ഞാൻ നിയോഗിക്കപ്പെട്ടിരിക്കുന്നത്."

"പൊതുജീവിതത്തിലേക്ക് കടന്നുചെല്ലണമെന്ന് ഒരുകാലത്ത് എനിക്കൊരു തോന്നലുണ്ടായിരുന്നു." താറാവ് തുടർന്നു. "പുനരുദ്ധാരണം ആവശ്യമായ പലകാര്യങ്ങളും ഉണ്ട്. കുറച്ചുകാലം മുമ്പൊരിക്കൽ ഞാനൊരു മീറ്റിങ്ങിനു പോയപ്പോൾ അധ്യക്ഷ കസേരയിൽ ഇരുന്നു. ഞങ്ങൾക്ക് ഇഷ്ടമില്ലാത്ത എന്തിനേയും കുറ്റപ്പെടുത്തുന്ന പ്രമേയം പാസാക്കി. അതിന് ഫലമൊന്നും കണ്ടില്ല. ഞാനെന്റെ ഗൃഹത്തിലേക്ക് മടങ്ങി. കുടുംബകാര്യങ്ങൾ നോക്കി കഴിയട്ടെ."

"എന്നെ നിർമിച്ചതുതന്നെ പൊതുജീവിതത്തിനു വേണ്ടിയാണ്." എന്നാണ് റോക്കറ്റ് തുടങ്ങിയത് - "എന്റെ ബന്ധുക്കളും എല്ലാം അങ്ങനെത്തന്നെ. ഞങ്ങൾ പ്രകടനത്തിനു വരുമ്പോഴെല്ലാം ജനം ഉത്തേജിതരാവുന്നു. ഞാൻ മാത്രമായി പ്രത്യക്ഷപ്പെടാറില്ല. അങ്ങനെയാണെങ്കിൽ

അതൊരു ഉജ്ജ്വലമായ കാഴ്ചയായിരിക്കും. ഗാർഹികതയിലേക്കു തിരിഞ്ഞാലോ? അതു ഒരാളെ പെട്ടെന്ന് വൃദ്ധനാക്കും. അപ്പോൾ ഉന്നതചിന്തകളിൽ നിന്ന് മനസ്സ് വ്യതിചലിക്കും."

"ഹാ, ജീവിതത്തിലെ ഉന്നതമായ കാര്യങ്ങൾ! അവ എത്ര മനോഹരമായിരിക്കും!" താറാവ് അത്ഭുതപ്പെട്ടു. "എനിക്ക് വിശക്കുന്നുണ്ട് എന്ന കാര്യമാണ് ഇതെന്നെ ഓർമിപ്പിക്കുന്നത്." ക്വാക്ക്, ക്വാക്ക് ക്വാക് എന്ന് ശബ്ദിച്ചുകൊണ്ട് അവൾ നീന്തിയകന്നു.

"തിരികെ വാ, തിരികെ വാ." റോക്കറ്റ് വിളിച്ചു പറഞ്ഞു. "എനിക്ക് നിന്നോട് ഒരുപാട് സംസാരിക്കാനുണ്ട്." താറാവ് ശ്രദ്ധിച്ചതേയില്ല.

അവൾ പോയതിൽ എനിക്ക് സന്തോഷമുണ്ട് എന്നായി റോക്കറ്റ്. അവൾക്ക് ഒരു മധ്യവർഗ മനസാണ്.

റോക്കറ്റ് ചളിയിലേക്ക് കുറെക്കൂടി താഴ്ന്നു. ബുദ്ധിജീവികൾക്ക് നേരിടുന്ന ഏകാന്തതയെക്കുറിച്ച് ചിന്തിക്കാൻ തുടങ്ങി.

വെളുത്ത മേൽക്കുപ്പായം ധരിച്ച രണ്ടുബാലന്മാർ ഓടിവന്നു. ഒരു കെറ്റിലും വിറകുകെട്ടും ഉണ്ട്.

"ഇവർക്കായിരിക്കും ചുമതല." റോക്കറ്റ് അന്തസ്സോടെ തെളിഞ്ഞു നിന്നു.

"ഹലോ, ഇവിടെയിതാ ഒരു പഴഞ്ചൻ കൊള്ളി. ഇത് എങ്ങനെയാണ് ഇവിടെയെത്തിയത്?"

അവൻ റോക്കറ്റിനെ കുഴിയിൽനിന്ന് വലിച്ചെടുത്തു.

"പഴഞ്ചൻ വടിപോലും" റോക്കറ്റ് പിറുപിറുത്തു. "അങ്ങനെയല്ലല്ലോ. അവൻ പറഞ്ഞത് ഗോൾഡ് സ്റ്റിക് എന്നാവും. ഓൾഡ് സ്റ്റിക് എന്നല്ല. ഗോൾഡ് സ്റ്റിക് എന്നു പറഞ്ഞത് അനുമോദനം തന്നെയാണ്. എന്നെക്കണ്ടിട്ട്, രാജസദസിലെ പ്രമുഖരായ ആരെങ്കിലുമാണെന്ന് തോന്നിക്കാണും."

"അതെടുത്ത് തീയിലിടാം. രണ്ടാമത്തെ ബാലൻ പറഞ്ഞു. കെറ്റിൽ വേഗം തിളയ്ക്കും."

അവർ വിറകുകൊള്ളികൾ കെട്ടിവെച്ചു, മുകളിൽ റോക്കറ്റും വെച്ച് തീകൊളുത്തി.

"ഇത് വളരെ കേമമായിരിക്കുന്നു. അവർ എന്നെ പകൽ സമയത്തു തന്നെ തൊടുത്തുവിടാൻ പോകുന്നു. പകൽ വെളിച്ചത്തിൽ എല്ലാവർക്കും നന്നായി കാണാമല്ലോ."

"ഇനി നമുക്ക് ഉറങ്ങാം. ഉണരുമ്പോഴേക്ക് കെറ്റിൽ തിളയ്ക്കുമല്ലോ."

രണ്ടു ബാലന്മാരും പുൽത്തകിടിയിൽ കിടന്ന് കണ്ണുകൾ അടച്ചു.

നനഞ്ഞ റോക്കറ്റിന് തീപിടിക്കാൻ ഒരുപാട് സമയമെടുത്തു. ഒടുവിൽ കത്തി.

"ഞാനിതാ പോകുന്നു" റോക്കറ്റ് ഉറക്കെ വിളിച്ചുകൂവി. "ഞാൻ ഉയരത്തിൽ ഉയരത്തിൽ പോകും. നക്ഷത്രങ്ങളുടെ അപ്പുറത്തേക്ക് ചന്ദ്രനും അപ്പുറത്തേക്ക്, സൂര്യനിൽനിന്നും അകലേക്ക് ഉയരെ... ഉയരെ..."

ഫിസ്... ഫിസ്... ഫിസ്.. റോക്കറ്റ് ഉയരത്തിലേക്ക് പോയി.

"എന്തൊരാനന്ദം! ഞാനിങ്ങനെ പോയ്ക്കോണ്ടേയിരിക്കും. ഞാൻ വിജയിച്ചു."

എന്നാൽ ആരും അവനെ കണ്ടില്ല.

ദേഹമാകെ വിചിത്രമായ ഇക്കിളിപ്പെടുത്തുന്ന അനുഭവം.

"ഞാനിതാ പൊട്ടിത്തെറിക്കാൻ പോകുന്നു. ലോകമാകെ തീയായിരിക്കും. ലോകമാകെ ജനങ്ങളിൽ ഒരാളും ഒരു വർഷത്തേക്ക് യാതൊന്നും സംസാരിക്കില്ല. അത്രയും വലിയ ശബ്ദമായിരിക്കും എന്റേത്."

അവൻ പൊട്ടിത്തെറിച്ചു.

ബേംഗ്.. ബേംഗ് ബേംഗ്.. വെടിമരുന്നു ചിതറി.

ആരുമത് കേട്ടില്ല, സമീപത്ത് ഉറങ്ങിയ ബാലൻമാർ പോലും.

അവശേഷിച്ചത് ഒരു വടി മാത്രം. കുഴിയുടെ വക്കിൽകൂടി നടക്കുകയായിരുന്ന അരയന്നത്തിന്റെ മുതുകിലാണത് പതിച്ചത്.

"എന്റെ ദൈവമേ, കൊള്ളികൾ മഴയായി പെയ്യുന്നു."

അവൾ വെള്ളത്തിലേക്കെടുത്തു ചാടി.

"ഞാൻ ഒരു വലിയ അനുഭൂതി ഉണ്ടാക്കിയെന്ന് ബോധ്യമായി."

റോക്കറ്റ് നെടുവീർപ്പിട്ടു. നിർജീവമായി.

6

യുവരാജാവ്

(സ്വാരവാക്കിലെ റാണിയായ മാർഗരറ്റ് ലേഡീ ബ്രൂക്കിന്)

കിരീടധാരണദിനത്തിന്റെ തലേന്നാൾ രാത്രി. കമനീയമായ സ്വന്തം മുറിയിൽ യുവാവ് തനിച്ചാണ്. സേവകവൃന്ദം, ശിരസ്സ് നിലത്തോളം സ്പർശിക്കുംവിധം താണുവണങ്ങി, വിടവാങ്ങിക്കഴിഞ്ഞു. അവൻ പോയത് കൊട്ടാരത്തിലെ വിശാലമായ ഹാളിലേക്കാണ്.

കൊട്ടാരത്തിലെ ആഘോഷങ്ങൾക്ക് അനിവാര്യമായ ആചാരനിഷ്ഠകൾ അവർക്ക് കുറേക്കൂടി പഠിക്കാനുണ്ട്. അതു പഠിപ്പിക്കുന്ന പ്രൊഫസറുടെ സമീപത്തേക്കാണ് അവർ പോയത്.

സംഘത്തിൽ ചിലർ സാധാരണമട്ടിൽ തന്നെയാണ് പെരുമാറുന്നത്. അത്തരം പെരുമാറ്റം ഒരു രാജസദസിൽ അക്ഷന്തവ്യമായ അപരാധമാണുതാനും.

പതിനാറു വയസുമാത്രം പ്രായമുള്ള രാജകുമാരൻ ഒരു ബാലൻ തന്നെയാണ്. അനുചരവൃന്ദം വിടവാങ്ങിപ്പോയതിൽ അവന് ഒട്ടും ദുഃഖമില്ല. ചിത്രത്തയ്യലുള്ള കുഷനുകളാൽ അലംകൃതമായ സോഫയിലേക്ക് ആശ്വാസനിശ്വാസത്തോടെ അവൻ ചാരിക്കിടന്നു. വിശാലമായ കണ്ണുകൾ, തുറന്ന വായ ആടിന്റെ രൂപമുള്ള വനദേവതയെ പോലെയോ, വേട്ടക്കാർ കെണിയിൽ പിടിച്ച മറ്റേതോ മൃഗത്തെപ്പോലെയോ ആയിരുന്നു അവൻ.

യഥാർഥത്തിൽ, വേട്ടക്കാർ തന്നെയാണ് അവനെ കണ്ടെത്തിയതും. തന്നെ വളർത്തി വലുതാക്കിയ, സാധുവായ ആട്ടിടയന്റെ ആടുകളെ അനുഗമിക്കുകയായിരുന്നു അവൻ. ആട്ടിടയന്റെ മകനായിത്തന്നെ അവൻ സ്വയം കരുതിപ്പോന്നു.

വൃദ്ധരാജാവിന്റെ ഏകപുത്രിയുടെ മകൾ, താഴെക്കിടയിലുള്ള ആ യുവാവിനെ രഹസ്യവിവാഹം ചെയ്തിട്ടുണ്ട്.

അവന്റെ ചേതോഹരമായ പുല്ലാങ്കുഴൽ നാദം അവളെ അത്യധികം വശീകരിച്ചതാണ് കാരണം. യുവാവിനെ സ്നേഹിക്കാൻ രാജപുത്രി നിർബന്ധിതയായി.

റിമിനിയിൽനിന്നുള്ള ഒരു കലാകാരനെപ്പറ്റി മറ്റുള്ളവർ സംസാരിക്കുന്നത് കേട്ടിട്ടുണ്ട്. പലതവണ കണ്ടിട്ടുള്ള ആ കലാകാരനെ, കുമാരി ആദരവോടെ നോക്കിക്കണ്ടു. അവൻ പെട്ടെന്നൊരുദിനം, നഗരത്തിൽ നിന്ന് അപ്രത്യക്ഷനായി. കത്തീഡ്രലിൽ ചെയ്തുകൊണ്ടിരുന്ന അവന്റെ ശിൽപ്പത്തിന്റെ ജോലി അപ്പോൾ പൂർത്തിയായിരുന്നുമില്ല.

ഒരാഴ്ച കഴിഞ്ഞശേഷം, കലാകാരന്റെ അമ്മയോടൊപ്പം കഴിഞ്ഞിരുന്ന രാജപുത്രിയെ ആരോ ചിലർ തട്ടിയെടുത്തു. അവളെ കൃഷിക്കാരന്റെയും പത്നിയുടെയും കൈകളിൽ ഏൽപ്പിച്ചു. കാടിന്റെ ഒരൊഴിഞ്ഞ മൂലയിലാണ് അവരുടെ വാസം. നഗരത്തിൽനിന്ന് അവിടേക്ക് ഒരുദിവസത്തെ യാത്രയുണ്ട്.

ഒരു കുഞ്ഞിന് ജന്മം കൊടുത്ത രാജപുത്രി, ഒരുമണിക്കൂറിനകം നിര്യാതയായി. ദുഃഖംകൊണ്ടോ വ്യാധികൊണ്ടോ ആണ് കുമാരി മരിച്ചതെന്ന് കൊട്ടാരവൈദ്യൻ പറയുന്നുണ്ട്. എങ്കിലും മാരകശക്തിയുള്ള ഒരു ഇറ്റാലിയൻ വിഷം, സുഗന്ധം ചേർത്ത വൈനിൽ കലക്കിക്കൊടുത്തതാണെന്ന് ജനങ്ങൾ പറഞ്ഞു കേൾക്കായി.

വിശ്വസ്തരായ കൊട്ടാരം ജോലിക്കാരിൽ ചിലർ കുഞ്ഞിനെ ഒരു ആട്ടിടയനെ ഏൽപ്പിക്കുകയായിരുന്നു.

മുമ്പേ തയാറാക്കി വെച്ചിരുന്ന ഒരു തുറന്ന കുഴിയിൽ രാജകുമാരിയുടെ ശരീരം ഇട്ടുമൂടി. അവിടെ മറ്റൊരു മൃതദേഹവും ഉണ്ട്. കൈകൾ പുറകിലേക്ക് പിടിച്ചുകെട്ടിയ തരത്തിൽ ഒരു യുവാവിന്റെ ശരീരം. അവന്റെ മാറിടത്തിൽ ചോരകിനിയുന്ന ധാരാളം മുറിവുകളുമുണ്ട്.

ഇങ്ങനെയെല്ലാമാണ് ജനം, ഗൂഢമായി പരസ്പരം പറഞ്ഞിരുന്നത്.

എല്ലാറ്റിനും ഇടയാക്കിയ വൃദ്ധരാജാവ് തന്റെ മരണശയ്യയിലാണ്. മഹാപാപത്തിന്റെ ഓർമ മനസിൽ വന്നതോ, അതല്ല തന്റെ രാജ്യം അന്യം വന്നുപോകാതിരിക്കാനോ എന്തോ അപ്പോഴേക്കും വളർന്നിരുന്ന ബാലനെ കൊണ്ടുവരാൻ വിശ്വസ്തർ നിയുക്തരായി. അവൻ തന്റെ അനന്തരാവകാശിയാണെന്ന് കൊട്ടാരം കൗൺസിലിൽ പ്രഖ്യാപിക്കുകയും ചെയ്തു.

താൻ അംഗീകരിക്കപ്പെട്ടുകഴിഞ്ഞു. തന്റെ ജീവിതത്തെ അത്യധികം സ്വാധീനിക്കുന്ന, സൗന്ദര്യത്തോടുള്ള വിചിത്രമായ വികാരം അവൻ പ്രകടിപ്പിച്ചുതുടങ്ങി. അവന്റെ സേവനത്തിനായി നിയോഗിക്കപ്പെട്ടവർ അവരുടെ സ്വന്തം മുറികളിലേക്കു മടങ്ങുമ്പോൾ അവന്റെ സന്തോഷാധിക്യത്തെക്കുറിച്ച് പറയുക പതിവായി. അവനായി തയാറാക്കിയ അതിലോലമായ മനോഹരവസ്ത്രങ്ങൾ, അമൂല്യരത്നങ്ങൾ ഇവ കാണുമ്പോൾ,

അവന്റെ ചുണ്ടുകളിൽനിന്ന് സന്തോഷാതിരേകം പുറപ്പെടും. പരുപരുത്ത തോൽ നിർമിതമായ തോൽക്കുപ്പായവും ഷർട്ടും അവൻ ഊരിവലിച്ചെറിഞ്ഞു. എന്നാൽ അവനു നഷ്ടമായത് അവന്റെ സ്വതന്ത്രമായ വനജീവിതമാണ്. ദിവസത്തിന്റെ വലിയൊരു ഭാഗവും രാജകീയ അനുഷ്ഠാനങ്ങൾക്കു വിധേയമാവുന്നത് അവനെ ക്ഷീണിതനാക്കി. പക്ഷേ താനിപ്പോൾ, ഈ അതിശയകരമായ കൊട്ടാരത്തിന്റെ അധിപനാവാൻ പോവുകയാണ്. അത് നവോന്മേഷകരമായ അനുഭവംതന്നെ. സന്ദർശകവ്യൂഹത്തിൽനിന്നും രാജസദസിൽ നിന്നും വിമുക്തനാവുന്ന ആ നിമഷം, അവൻ കോണിപ്പടികൾ ചാടിയിറങ്ങിവരും. തിളങ്ങുന്നപിച്ചളയിൽ സ്വർണശോഭയാർന്ന സിംഹരൂപങ്ങൾ കോണിയുടെ വശങ്ങളിലുണ്ട്. ചുവപ്പും വെള്ളയുമായ ക്രിസ്റ്റലുകൾ പാകിയ, അതീവ സുന്ദരമായ കോണിപ്പടികളാണ്. അവൻ മുറികൾതോറും, ഇടനാഴികളിലൂടെയും അലഞ്ഞുനടക്കും.

കാണുന്ന എന്തിലും സൗന്ദര്യം കണ്ടെത്താനായിരുന്നു അവന്റെ ശ്രമം. രോഗത്തിൽനിന്ന് വിമുക്തി നേടുന്നതുപോലെയുള്ള അനുഭവമായിരുന്നു അത്.

വിസ്മയകരമായ ഈ അന്വേഷണയാത്രയ്ക്കിടയിൽ. ആശ്രിതവൃന്ദം അവനെ അനുഗമിക്കും. ഒഴുകുന്ന മേൽക്കുപ്പായം ധരിച്ച സ്വർണമുടിയുള്ള പട്ടുനാടകൾ ധരിച്ച മെലിഞ്ഞ കുറേപ്പേർ. എങ്കിലും പലപ്പോഴും അവൻ തനിച്ചാവാൻ ശ്രമിക്കും. കലയുടെ സൗന്ദര്യവും രഹസ്യവും നുകരാൻ ഏറ്റവും നല്ലത് ഏകാന്തതയും സ്വകാര്യതയുമാണല്ലോ. ആ സൗന്ദര്യം, അറിവിനെ പോലെ, ഏകാകിയായ ആരാധകനെ സ്നേഹിക്കുന്നു.

ഇക്കാലത്ത്, അവനെപ്പറ്റി വിചിത്രമായ കഥകൾ പ്രചരിച്ചു.

നഗരവാസികളോട് പ്രഭാഷണം നടത്താൻ ഒരു തടിയൻ ബർഗോമാസ്റ്റർ വന്നു. റോമിലെ പുഷ്പാധിദേവതയെക്കുറിച്ചാണയാൾ സംസാരിക്കുന്നത്. വെനീസിൽനിന്നും അന്ന് കൊണ്ടുവന്ന ഒരു മഹത്തായ ചിത്രത്തിനു മുമ്പിൽ ആരാധനയോടെ മുട്ടുകുത്തുന്ന യുവാവിനെ, ബർഗോമാസ്റ്റർ കാണാനിടയായി. പുതിയ ദൈവങ്ങളോട് മംഗളസ്തുതി പാടുകയാണവൻ. മറ്റൊരു ദിവസം, കുറേ മണിക്കൂറുകളോളം യുവാവിനെ എവിടെയും കണ്ടില്ല. വടക്കുഭാഗത്തെ ചെറിയൊരു അറയിൽ സ്ഥാപിച്ച ഗോപുരത്തിനുള്ളിൽ, അഡോണിസ് ദേവതയുടെ രൂപം കൊത്തിയതിനു മുമ്പിൽ അവൻ ധ്യാനനിരതനായി നിൽക്കുന്നു. ഗ്രീക്ക് രക്തക്കല്ലിൽ കൊത്തിയെടുത്ത വിഗ്രഹമാണത്.

നദിയിൽ പാലം നിർമിക്കാൻ കൽത്തൂണുകൾ ഉണ്ടാക്കുമ്പോൾ, നദിയുടെ അടിത്തട്ടിൽനിന്ന് മാർബിൾ നിർമിതമായ ഒരു പുരാതന വിഗ്രഹം കണ്ടെടുത്തിരുന്നു. യുവാവ് വിഗ്രഹത്തിൽ, ചുണ്ടുകൾ അമർത്തി നിൽക്കുന്നത് ചിലർ കണ്ടുപോലും. ഹദ്രിയന്റെ ബിതൈനിയൻ അടിമയാണ് അതെന്ന് വിഗ്രഹത്തിൽ എഴുതിവെച്ചിരുന്നു.

എൻഡിമിയോണിന്റെ വെള്ളിരൂപത്തിൽ, നിലാവു പതിച്ചാൽ എങ്ങനെയിരിക്കുമെന്ന്, ഒരു രാവുമുഴുവൻ അവൻ നിരീക്ഷിച്ചു.

വിലമതിപ്പുള്ള അപൂർവവസ്തുക്കൾ യുവാവിനെ വല്ലാതെ വശീകരിച്ചു. അതു കൊണ്ടുവരുന്നതിനായി അവൻ കച്ചവടക്കാരെ പല ദിക്കിലേക്കും അയച്ചു. അംബർ കൊണ്ടുവരുന്നതിന് മത്സ്യത്തൊഴിലാളികളെ വടക്കൻ കടലിലേക്കയച്ചു. രാജാക്കന്മാരുടെ ശവകുടീരങ്ങളിൽ മാത്രം കാണുന്ന ടർക്കോയിസ് രത്നം കൊണ്ടുവരാൻ ചിലരെ ഈജിപ്തിലേക്കയച്ചു. ടർക്കോയിസിന് മാന്ത്രികഗുണങ്ങൾ ഉണ്ടെന്നു പറയുന്നു. പട്ടുപരവതാനികളും ചിത്രാങ്കിതമായ ചഷകങ്ങളും കൊണ്ടുവരാൻ ചിലർ പോയത് പേർഷ്യയിലേക്ക്. നേർത്തവലകൾ, ചായം പിടിപ്പിച്ച ദന്തവസ്തുക്കൾ, ചന്ദ്രകാന്തക്കല്ലുകൾ ജെയ്ഡ് കൊണ്ടുനിർമിച്ച ബ്രെയ്സ്ലറ്റ്, ചന്ദനം, നീല ഇനാമൽ, ലോലമായ, രോമനിർമിതമായ ഷാളുകൾ ഇവ കൊണ്ടുവരാൻ വർത്തകർ പോയത് ഇന്ത്യയിലേക്കാണ്.

കിരീടധാരണ സമയത്ത് ധരിക്കാനുള്ള വസ്ത്രമാണ് അവനെ ഏറ്റവും ആകർഷിച്ച വസ്തു. സ്വർണ നാരുകൾകൊണ്ട് നിർമിച്ച വസ്ത്രത്തിൽ മാണിക്യക്കല്ലുകൾ ഒളിവീശുന്നു. അരികുകളിലും തൊങ്ങലുകളിലും പവിഴങ്ങൾ വൃത്താകാരത്തിൽ നിരയായി തുന്നിപ്പിടിപ്പിച്ചിരിക്കുന്നു. ഇന്നു രാത്രി, അവൻ ഇതേക്കുറിച്ചായിരിക്കും ചിന്തിക്കുന്നത്. ആഡംബരപൂർണമായ ശയ്യാഗാരത്തിൽ ചാരിക്കിടക്കുകയാണവൻ. തുറന്ന നെരിപ്പോടിൽ പൈൻ മരത്തുണ്ടുകൾ എരിയുന്നു. അക്കാലത്തെ ഏറ്റവും പ്രഗത്ഭരായ കലാകാരന്മാരാണ് എല്ലാറ്റിനും രൂപംനൽകിയത്. മാസങ്ങൾക്കു മുമ്പുതന്നെ അവയുടെ രൂപരേഖ അവനു നൽകിയിട്ടുണ്ട്. അതിന്നനുസൃതമായി ലോകത്തിന്റെ നാനാഭാഗങ്ങളിൽനിന്നും രത്നങ്ങളും മറ്റ് അമൂല്യവസ്തുക്കളും കൊട്ടാര സമുച്ചയത്തിൽ എത്തി. ശിൽപ്പികളും കരകൗശലവിദഗ്ധരും രാപ്പകൽ പണിയെടുത്തു.

കത്തീഡ്രലിലെ ഉയർന്ന അൾത്താരയിൽ വിശിഷ്ട വസ്ത്രങ്ങളണിഞ്ഞ് താൻ നിൽക്കുന്നതായി യുവാവ് സങ്കൽപ്പിച്ചു. ബാലസഹജമായ പുഞ്ചിരി ചുണ്ടുകളിൽ വിളയാടി. ഇരുണ്ട കണ്ണുകളിൽ പ്രകാശം തത്തിക്കളിച്ചു.

അൽപ്പം കഴിഞ്ഞ് യുവാവ് എഴുന്നേറ്റു. പുകക്കുഴലിനു സമീപത്തിൽ കൊത്തുപണികൾ നിറഞ്ഞ ഭിത്തിയിൽ ചാരി നിന്ന് മങ്ങിയ വെളിച്ചമുള്ള മുറിയാകെ നിരീക്ഷിച്ചു. ഭിത്തികളിൽ വിലകൂടിയ ചിത്രപടങ്ങൾ; അവ സൗന്ദര്യത്തിന്റെ വിജയപതാക പോലെയുണ്ട്. വൈഡൂര്യവും ഇന്ദ്രനീലക്കല്ലുകളും പതിച്ച ഒരലങ്കാരവസ്തു മുറിയുടെ ഒരു മൂലയിൽ നിറഞ്ഞു നിൽക്കുന്നു. ജാലകത്തിന് അഭിമുഖമായി വിചിത്രമായൊരു പേടകം. സ്വർണപ്പൊടികൾ ചാലിച്ചു ചേർത്ത വാർണീഷ് അതിൽ പൂശിയിട്ടുണ്ട്. വെനീഷ്യൻ ഗ്ലാസിൽ നിർമിതമായ വീഞ്ഞു പാത്രങ്ങളും, ഇരുണ്ടവരകളുള്ള ഗോമേദകത്തിന്റെ ചഷകവും അതിനുമുകളിൽ സ്ഥാനം പിടിച്ചിട്ടുണ്ട്. കിടക്കയുടെ പട്ടുവിരിപ്പിൽ മങ്ങിയ നിറത്തിൽ, പോപ്പിപു

ഷ്പങ്ങൾ തുന്നിച്ചേർത്തിട്ടുണ്ട്. ഉറങ്ങുന്നവന്റെ കയ്യിൽനിന്ന് അവ വീണ താണെന്നു തോന്നിയേക്കും. വെൽവെറ്റു നിർമിതമായ മേലാപ്പ് ദന്തനിർമിതമായ നീണ്ടകുഴലുകൾ അതിനെ താങ്ങുന്നു. പിച്ചളകൊണ്ട് നിർമിതയമായ പച്ചനിറത്തിലുള്ള ചിരിക്കുന്ന നാർസിസസ്, തലയ്ക്കുമുകളിൽ ഒരു കണ്ണാടി പിടിച്ചിട്ടുണ്ട്. മേശപ്പുറത്ത് ഒരു പരന്ന പാത്രത്തിൽ പാടല വർണത്തിലുള്ള ഗ്ലാസ് മണികൾ.

പുറത്തു കത്തീഡ്രലിന്റെ കുംഭഗോപുരം കാണാം. നിഴൽപാകിയ വസതികൾക്കു മീതെ അതൊരു കുമിളപോലെ കാണാം. നദീതീരത്തെ മഞ്ഞണിഞ്ഞ മട്ടുപ്പാവിൽ പാറാവുകാർ നിതാന്ത ജാഗ്രതോടെ നടക്കുന്നു. അകലെ പഴത്തോട്ടത്തിൽ രാപ്പാടി പാടുന്നു. ജാലകത്തിലൂടെ മുല്ലപ്പൂവിന്റെ പരിമളം ഒഴുകിയെത്തുന്നു. അവൻ തന്റെ തവിട്ടുനിറത്തിലുള്ള ചുരുൾമുടി, നെറ്റിയിൽ നിന്ന് പിന്നോക്കം ഒതുക്കി. പിന്നെ, വീണയെടുത്ത്, തന്ത്രിയിൽ വിരലോടിച്ചു. കനത്ത കൺപോള താഴ്ന്നു വിചിത്രമായൊരു മ്ലാനത ബാധിച്ചു. ഇതിനു മുമ്പൊരിക്കൽപോലും, സുന്ദരവസ്തുക്കളുടെ രഹസ്യവും മാന്ത്രികതയും അനുഭവപ്പെടുത്തുന്ന ആനന്ദം അവൻ അനുഭവിച്ചിട്ടുണ്ടായിരുന്നില്ല.

പാതിരാവായെന്ന് അറിയിച്ചുകൊണ്ട് ക്ലോക്ക് അടിച്ചു. അവൻ ഒരു ബെല്ലടിച്ചതും, സേവകർ മുറിയിൽ പ്രവേശിച്ചു. ആചാരപൂർവം അവന്റെ വസ്ത്രം മാറ്റി, ദേഹത്ത് പനിനീർ തളിച്ചു. തലയിണയിൽ പൂക്കൾ വിതറി അവർ മുറിവിട്ടുപോയി. യുവാവ് നിദ്രയിലാണ്ടു.

അവനൊരു സ്വപ്നം കണ്ടു.

ധാരാളം നെയ്ത്തുതറികൾ പ്രവർത്തിക്കുന്ന മുറിയുടെ നീണ്ട, പൊക്കം കുറഞ്ഞ മേൽത്തട്ടിൽ താൻ നിൽക്കുന്നു. ജാലകത്തിൽ കൂടി മങ്ങിയ പകൽ വെളിച്ചം എത്തുന്നുണ്ട്. നെയ്ത്തുകാരുടെ മെലിഞ്ഞ രൂപങ്ങൾ കാണുന്നുണ്ട്. അവർ തറിയിൽ കുനിഞ്ഞു നിൽപ്പാണ്. വിളറിയ രോഗാതുരരെന്ന് തോന്നിക്കുന്ന കുട്ടികൾ, കുറുകെ ഘടിപ്പിച്ച വലിയ ബീമുകളിൽ ചേർന്നുനിൽക്കുന്നു. ഷട്ടിലുകൾ തറിയിൽക്കൂടി ചലിക്കുമ്പോൾ, അവർ, കനമേറിയ താങ്ങുതടി ഉയർത്തിവെക്കുന്നു. ഷട്ടിൽ നിശ്ചലമാകുമ്പോൾ, താങ്ങുതടി വീഴാനനുവദിക്കുന്നു. അത് നൂലുകളെ അമർത്തുന്നു. ദാരിദ്ര്യം കാരണം ഒട്ടിയമുഖങ്ങൾ. മെലിഞ്ഞകൈകൾ വിറയ്ക്കുന്നുണ്ട്. ക്ഷീണിതരായ സ്ത്രീകൾ എന്തോ തുന്നിക്കൊണ്ടിരിക്കുന്നു. ഭീതിദമായൊരു ഗന്ധം അവിടമാകെ നിറഞ്ഞു. വായു കനത്തതുപോലെ. ഭിത്തികളിൽ നിന്ന് നനവ് ഊറിവരുന്നു.

യുവരാജാവ് ഒരു നെയ്ത്തുകാരന്റെ സമീപത്ത് ചെന്നു. അവനെ നോക്കിനിന്നു.

നെയ്ത്തുകാരൻ കോപത്തോടെ നോക്കി. “നീയെന്തിനാണെന്നെ നോക്കുന്നത്? യജമാനന്റെ ചാരനാണോ നീ?”

“ആരാണ് നിന്റെ യജമാനൻ?”

"ഞങ്ങളുടെ യജമാനനോ?" നെയ്ത്തുകാരൻ നീരസത്തോടെ തുടർന്നു. "അവൻ എന്നെപ്പോലൊരുത്തൻ. പക്ഷേ, ഞങ്ങൾ തമ്മിൽ ഒരു വ്യത്യാസമുണ്ട്. ഞങ്ങൾ കീറത്തുണി ധരിക്കുമ്പോൾ അവൻ ധരിക്കുന്നത് പകിട്ടുള്ള വസ്ത്രങ്ങളാണ്. ഞങ്ങൾ വിശപ്പുകാരണം ബലഹീനരായിരിക്കുമ്പോൾ അമിതഭക്ഷണം കൊണ്ടവന് ഒരു കുഴപ്പവുമില്ല."

"ഈ ഭൂമി സ്വതന്ത്രമാണ്." യുവരാജാവ് തുടർന്നു. "നിങ്ങൾ ആരുടേയും അടിമയല്ല."

"യുദ്ധത്തിൽ ശക്തർ, അശക്തരെ അടിമകളാക്കും. സമാധാനകാലത്താണെങ്കിൽ ധനികർ ദരിദ്രരെ അടിമകളാക്കുന്നു. ജീവിക്കാൻ വേണ്ടിയാണ് ഞങ്ങൾ ജോലി ചെയ്യുന്നത്. അവർ തരുന്നത് മോശമായ വേതനമാണ്. അതു തികയാതെ ഞങ്ങൾ മരിക്കുന്നു അവർക്കു വേണ്ടി ഞങ്ങൾ ദിവസം മുഴുവൻ അധ്വാനത്തിൽ ഏർപ്പെടുന്നു. അങ്ങനെ അവർ സ്വർണം കുന്നുകൂട്ടി വെക്കുകയാണ്. കാലമെത്തും മുമ്പേ, ഞങ്ങളുടെ കുഞ്ഞുങ്ങൾ വാടിക്കൊഴിയുന്നു. ഞങ്ങൾ സ്നേഹിക്കുന്നവരുടെ മുഖങ്ങൾ മങ്ങുന്നു. അത് കടുപ്പമുള്ളതും, നിന്ദ്യമായും മാറുന്നു. ഞങ്ങൾ വൈൻ തയാറാക്കുന്നു, അവർ കുടിക്കുന്നു. ഞങ്ങൾ ധാന്യം വിളയിക്കുന്നു. എന്നാൽ ഞങ്ങളുടെ അടുക്കള ശൂന്യമാണ്. ആരും കാണുന്നില്ലെങ്കിലും ഞങ്ങൾ ബന്ധനത്തിലാണെന്നറിയുക. ജനം ഞങ്ങളെ സ്വതന്ത്രരെന്നു വിളിക്കുന്നു, പക്ഷേ ഞങ്ങൾ അടിമകളാണ്."

"എല്ലാവരും ഈ അവസ്ഥയിലാണോ."

"അതെ എല്ലാവരും" നെയ്ത്തുകാരൻ തുടർന്നു. "മുതിർന്നവരും ചെറുപ്പക്കാരും സ്ത്രീകളും പുരുഷന്മാരും കൊച്ചുകുട്ടികളും വയോവൃദ്ധരും എല്ലാംതന്നെ. കച്ചവടക്കാർ ഞങ്ങളെ ലേലം ചെയ്യുന്നു. ചവിട്ടിത്താഴ്ത്തുന്നു. ജപമാലയിലെ മണി എണ്ണിനോക്കിക്കൊണ്ട് പുരോഹിതൻ കടന്നുപോകുന്നു.

ആരും തന്നെ ഞങ്ങളെ ശ്രദ്ധിക്കുന്നില്ല. സൂര്യവെളിച്ചം കടക്കാത്ത ഞങ്ങളുടെ ഊടുവഴികളിൽ കൂടി വിശന്ന കണ്ണുകളോടെ ദാരിദ്ര്യം ഇഴഞ്ഞുവരുന്നു. അതിനു പിറകെ വെറുക്കപ്പെട്ട മുഖവുമായി പാപവും എത്തുന്നു. പ്രഭാതത്തിൽ ഞങ്ങളെ ഉണർത്തുന്നത് കഷ്ടപ്പാടുകളാണ്. രാവിൽ ഞങ്ങളോടൊപ്പമിരിക്കുന്നത് അപമാനമാണ്. നീ ഞങ്ങളിൽ ഒരാളല്ലാത്തനിലയിൽ ഇതൊന്നും തന്നെ നിങ്ങൾക്കൊന്നുമല്ല. നിന്റെ മുഖത്ത് എന്തൊരു സന്തോഷം.

അവൻ വെറുപ്പോടെ മുഖംതിരിച്ച്, ഓടം പായിച്ചു തുടങ്ങി. സ്വർണനൂലാണ് അവൻ നെയ്തുകൊണ്ടിരിക്കുന്നതെന്ന് യുവരാജാവ് കണ്ടു.

രാജാവിനെ ഭയം വേട്ടയാടി.

"നീ ഇതെന്താണ് നെയ്തുകൊണ്ടിരിക്കുന്നത്. കിരീടധാരണസമയത്ത് യുവരാജാവിന് അണിയാനുള്ള വസ്ത്രമാണിത്. ഇതിൽ നിനക്കെന്തു കാര്യം?"

ഉച്ചത്തിലുള്ള കരച്ചിലോടെ യുവരാജാവ് ഞെട്ടിയുണർന്നു.

ഓ, താൻ ശയ്യയിലാണ്, സ്വന്തം മുറിയിൽ മഞ്ഞുനിറഞ്ഞ ആകാശത്തിൽ, തേൻനിറമുള്ള ചന്ദ്രൻ തൂങ്ങിനിൽക്കുന്നു.

യുവരാജാവ് വീണ്ടും നിദ്രയിലേക്ക് വഴുതിവീണു, വീണ്ടും സ്വപ്നം കണ്ടു.

ഭീമാകാരമായ ഒരു തോണിയിലാണ് താൻ. നൂറ് അടിമകളാണ് അത് തുഴയുന്നത്. അടുത്ത് ഒരു പരവതാനിയിൽ തോണിയുടെ ഉടമ ഇരിക്കുന്നു. എബണിത്തടിപോലെ കറുത്തവൻ, ചുവന്നപട്ടുകൊണ്ടുള്ള തലപ്പാവ്. വെള്ളിനിർമിത വലിയ കർണാഭരണങ്ങൾ അണിഞ്ഞിട്ടുണ്ട്. കൈകളിൽ ദന്തനിർമിതമായ ത്രാസ്.

അടിമകൾ നഗ്നരാണ്. ഒരു കൗപീനം മാത്രം. ഓരോരുത്തനെയും അടുത്തുള്ളവരുമായി ചങ്ങലകൊണ്ട് ബന്ധിച്ചിട്ടുണ്ട്. ശരീരത്തിൽ സൂര്യൻ ജ്വലിക്കുന്നു. നീഗ്രോകൾ അങ്ങോട്ടുമിങ്ങോട്ടും ഓടിക്കൊണ്ട് അവരെ ചാട്ടകൊണ്ട് അടിക്കുന്നു. മെലിഞ്ഞകൈകൾ നീട്ടിപ്പിടിച്ച്, കനമുള്ള പങ്കായംകൊണ്ട് തുഴയുകയാണവർ. ഉപ്പുവെള്ളം ചിതറിത്തെറിക്കുന്നു. ഒടുവിൽ ഒരു ഉൾക്കടലിൽ എത്തി. ആഴം അളക്കാൻ തുടങ്ങി. കരയിൽ നിന്ന് മന്ദമാരുതൻ വീശുന്നു. ഡെക്കിൽ ചുവന്നു മിനുത്ത പൊടിപ്പറ്റിയിട്ടുണ്ട്. കാട്ടുകഴുതയുടെ പുറത്തേറിയ മൂന്ന് അറബികൾ പ്രത്യക്ഷരായി. അവരുടെ നേർക്ക് കുന്തം എറിഞ്ഞു തുടങ്ങി. തോണിയുടമ ചായംതേച്ച ഒരു വില്ലെടുത്ത്, അറബികളിലൊരുത്തന്റെ കഴുത്തിലേക്ക് അമ്പെയ്തു. അവൻ വീണതും, കൂട്ടുകാർ സ്ഥലംവിട്ടു. മഞ്ഞത്തുണികൊണ്ട് ദേഹാവരണം ചെയ്ത ഒട്ടകപ്പുറത്തേറിയ സ്ത്രീ അവരെ അനുഗമിച്ചു. വീണു കിടക്കുന്ന ശരീരത്തിലേക്ക് ഇടയ്ക്കിടെ തിരിഞ്ഞുനോക്കിക്കൊണ്ടാണ് അവർ പോയത്.

തോണി നങ്കൂരമിട്ട് നിർത്തി. നീഗ്രോകൾ ഉള്ളിലേക്ക് പോയി. ഒരു നീണ്ട കയർകോണി കൊണ്ടുവന്നു. കനമേറിയ ഈയക്കട്ടികൾ അതിന്മേൽ ബന്ധിച്ചിട്ടുണ്ട്.

ഏറ്റവും പ്രായം കുറഞ്ഞ അടിമയെ ചങ്ങലയിൽനിന്ന് വേർപെടുത്തി. നാസാദ്വാരങ്ങളും ചെവികളും മെഴുകുകൊണ്ട് അടച്ചു. അരയിൽ വലിയൊരു കല്ലുകെട്ടി. അവൻ വളരെ വിഷമിച്ച് കോണിയിൽക്കൂടി ഇറങ്ങി സമുദ്രത്തിൽ അപ്രത്യക്ഷനായി. ഏതാനും കുമിളകൾ പൊങ്ങിവന്നു. ജിജ്ഞാസുക്കളായ ചില അടിമകൾ എത്തിനോക്കി. സ്രാവുകളെ ആകർഷിക്കുന്ന ഒരുത്തൻ, ഒരു പെരുമ്പറയിൽ അടിച്ചുകൊണ്ടിരുന്നു.

ഒരു മുങ്ങൽക്കാരൻ വെള്ളത്തിൽ നിന്ന് പൊങ്ങിവന്നു. കിതപ്പോടെ കോണിയിൽ പിടിച്ചുനിന്നു. വലതുകൈത്തലത്തിൽ ഒരു പവിഴമുത്ത് ഉണ്ട്. നീഗ്രോകൾ ആ മുത്ത് പിടിച്ചുവാങ്ങി, മുങ്ങൽക്കാരനെ വീണ്ടും വെള്ളത്തിലേക്കു തള്ളി. അടിമകൾ തുഴയിൽ കിടന്ന് ഉറങ്ങുന്നു.

മുങ്ങൽക്കാരൻ ഇടയ്ക്കിടെ പൊന്തിവന്നു. ഓരോ തവണയും ഓളപ്പരപ്പിൽ എത്തുമ്പോൾ ഒരു മുത്ത് കയ്യിലുണ്ടാവും. തോണിയുടമ അവ

യോരോന്നും തൂക്കിനോക്കി, കൈവശമുള്ള ചെറിയ തോൽസഞ്ചിയിൽ ഇടും.

യുവരാജാവ് സംസാരിക്കാൻ ഒരു ശ്രമം നടത്തി. പക്ഷേ, നാവ്, അണ്ണാക്കിൽ പറ്റിപ്പിടിച്ചതുപോലെയുണ്ട്. ചുണ്ടുകൾ ഇളകുന്നുമില്ല. നീഗ്രോകൾ പരസ്പരം സംസാരിക്കുന്നു. തിളക്കമാർന്ന മുത്തുകൾ കോർത്ത ഒരു മാലയുടെ പേരിൽ അവർ കലഹിച്ചു. രണ്ടു കൊറ്റികൾ തോണിക്കു ചുറ്റും പറക്കുന്നുണ്ട്.

മുങ്ങൽക്കാരൻ വെള്ളത്തിൽ നിന്നുയർന്നു. അവൻ അപ്പോൾ കൊണ്ടുവന്ന പവിഴമുത്ത് മറ്റുള്ളവയേക്കാൾ മനോഹരമായിരുന്നു. അതിന് പൂർണചന്ദ്രന്റെ ശോഭയുണ്ട്; പ്രഭാതതാരകത്തിനേക്കാൾ ധവളാഭമാണ്. പക്ഷേ, അയാളുടെ മുഖം അസാധാരണമാംവിധം വിവർണമാണ്. അയാൾ ഡെക്കിൽവീണതും ചെവികളിൽനിന്നും നാസാദ്വാരങ്ങളിൽനിന്നും രക്തം ചീറ്റിവന്നു. ദേഹമൊന്നുവിറച്ചു. പിന്നെ നിശ്ചലമായി.

നീഗ്രോകൾ ചുമൽ ചലിപ്പിച്ചു. പിന്നെ, ആ ശരീരം കടലിലേക്കെറിഞ്ഞു.

തോണിയുടമ പൊട്ടിച്ചിരിച്ചു. പവിഴമുത്ത് കടന്നെടുത്ത്, തന്റെ നെറ്റിയിലമർത്തിവെച്ച് തലകുമ്പിട്ടു.

"ഇത് രാജാധികാര ചിഹ്നമാവട്ടെ."

അയാൾ നങ്കൂരം എടുക്കാൻ നീഗ്രോകളോട് പറഞ്ഞു.

യുവരാജാവ് വലിയൊരു കരച്ചിലോടെ ഞെട്ടിയുണർന്നു. ഉഷസിന്റെ ചാരനിറത്തിലുള്ള നീണ്ടവിരലുകൾ മങ്ങുന്ന താരകങ്ങളെ പിടിക്കാനായുന്നു.

രാജാവ് വീണ്ടും ഉറങ്ങി. വീണ്ടും ഒരു സ്വപ്നം കണ്ടു. ധാരാളം പഴങ്ങളും വിഷമയമായ മനോഹരപുഷ്പങ്ങളും ചാഞ്ചാടുന്ന ഒരു വനപ്രദേശത്തുകൂടി താൻ നടക്കുന്നു. കടന്നുപോകുമ്പോൾ അണലിപ്പാമ്പ് ശീൽക്കാരസ്വരം പുറപ്പെടുവിക്കുന്നു.

ശോഭയാർന്ന തത്തകൾ വൃക്ഷശാഖകളിൽ പറന്നുകൊണ്ടിരിക്കുന്നു. അവ കരയുന്നുണ്ട്. കൂറ്റൻ ആമകൾ, ചൂടുള്ള ചളിയിൽ മയങ്ങുന്നു. മരങ്ങളിലാകെ വാനരന്മാരും മയിലുകളും.

രാജാവ് നടന്നുകൊണ്ടേയിരുന്നു. വനത്തിന്റെ പ്രാന്തപ്രദേശത്ത് എത്തി. അവിടെ ഒരുപാട് മനുഷ്യർ ഉണങ്ങിവരണ്ട നദീതടത്തിൽ കഠിനാധ്വാനത്തിൽ ഏർപ്പെട്ടിരിക്കുന്നു. തേനീച്ചക്കൂടെന്നവണ്ണം അവർ കൂട്ടംകൂടി നിൽക്കുന്നു. മണ്ണിൽ ആഴമേറിയ കുഴികൾ ഉണ്ടാക്കി, അതിൽ ഉറങ്ങുന്നു. ചിലർ കൂറ്റൻ മഴുകൊണ്ട് പാറ പിളർക്കുന്നു. ചിലർ മണലിൽ എന്തോ ചെയ്തുകൊണ്ടിരിക്കുന്നു.

കള്ളിച്ചെടികൾ വേരോടെ പിഴുതെടുക്കുന്നു. അതിലെ ചുവന്ന പൂക്കൾ ചവിട്ടിമെതിക്കുന്നു. പരസ്പരം വിളിക്കുന്നു. ആരും തന്നെ അലസത കാണിക്കുന്നില്ല.

ഒരു ഗുഹയുടെ ഇരുളിൽനിന്ന്, മരണവും ദുരയും അവരെ നിരീക്ഷിക്കുന്നുണ്ട്.

മരണം പറഞ്ഞു: "എനിക്ക് ക്ഷീണമുണ്ട്. മൂന്നിലൊന്ന് എനിക്ക് തരൂ, ഞാൻ പോകട്ടെ."

ദുര അവളുടെ തലകുലുക്കി "അവർ എന്റെ ഭൃത്യരാണ്. നിന്റെ കയ്യിലെന്താണ്?"

"മൂന്നു ചോളമണികൾ. അതിന് നിനക്കെന്ത്?"

"അതിലൊന്ന് എനിക്ക് തരിക - മരണം പറഞ്ഞു: "എന്റെ തോട്ടത്തിൽ നടാനാണ്. ഒന്നു തന്നാൽ മതി ഞാൻ പൊയ്ക്കോളാം."

"നിനക്ക് ഞാൻ ഒന്നും തരില്ല." ദുര പറഞ്ഞു. അവൾ കൈ വസ്ത്രത്തിലൊളിപ്പിച്ചു.

മരണം ചിരിച്ചു. ഒരു കപ്പ് എടുത്ത് കുളത്തിലെ വെള്ളത്തിൽ മുക്കി. കപ്പിൽനിന്ന് ശീതജ്വരം പൊങ്ങിവന്നു. ശീതജ്വരം സർവജനത്തിലൂടെയും കടന്നുപോയി. മൂന്നിലൊന്നു മനുഷ്യർ മരിച്ചുവീണു. തണുത്തമഞ്ഞ് അവളെ അനുഗമിച്ചു. നീർപ്പാമ്പുകൾ അവളുടെ അരികത്തുകൂടി ഓടി.

ജനങ്ങളുടെ മൂന്നിലൊന്ന് മരിച്ചുവീണത് കണ്ട് ദുര നെഞ്ചത്തടിച്ചു കരഞ്ഞു. നഗ്നമായ മാറിടത്തിൽ അടിച്ച് ഉറക്കെ കരയുകയാണ്. "എന്റെ ഭൃത്യന്മാരിൽ മൂന്നിലൊരുഭാഗം നീ കൊന്നുകളഞ്ഞില്ലേ. നീ പോവുക. ടാർടാർ രാജ്യത്തെ മലനിരകളിൽ യുദ്ധം നടക്കുന്നു. ഇരുഭാഗത്തുള്ളവരും നിന്നെ വിളിക്കുകയാണ്. അഫ്ഗാനികൾ കറുത്തകാളയെ കൊന്ന് യുദ്ധരംഗത്തേക്ക് കുതിക്കുകയാണ്. അവർ കുന്തം കൊണ്ട് കവചങ്ങൾ അടിച്ചുതകർക്കുന്നു. ഇരുമ്പു ഹെൽമറ്റ് അണിഞ്ഞിരിക്കുന്നു. എന്റെയീ താഴ്വാരം നിനക്കെന്തിനാണ്? നീയിവിടെ തങ്ങിനിൽക്കരുത്. പോവുക. ഇവിടേക്ക് തിരിച്ചുവരരുത്."

"ഇല്ല." മരണം പറഞ്ഞു. "നീയെനിക്ക് ഒരു ചോളമണി തരുന്നതുവരെ ഞാനിവിടന്ന് പോവുകയില്ല."

ദുര, തന്റെ കൈത്തലം മുറുക്കിപ്പിടിച്ചു. പല്ല് കടിച്ചു. "ഞാൻ നിനക്ക് ഒന്നും തരില്ല."

മരണം ചിരിച്ചു. ഒരു കറുത്തകല്ലെടുത്തു. കല്ല് കാട്ടിലേക്കെറിഞ്ഞു. സാന്ദ്രമായ ഹെംലോക്കിൽനിന്ന് അഗ്നിജ്വാലകൾ അണിഞ്ഞുകൊണ്ട് ജ്വരം കടന്നുവന്നു. അവൾ ജനത്തിനിടയിലൂടെ കടന്നുപോയി. അവരെ സ്പർശിച്ചു. അവൾ സ്പർശിച്ചവരെല്ലാം മരിച്ചുവീണു. അവളുടെ പാദങ്ങൾക്കടിയിൽ പുല്ല് ചതഞ്ഞു വാടി.

ദുര ഞെട്ടി. തലയിൽ ചാരം അണിഞ്ഞു. "നീ ക്രൂരനാണ്. നീ ക്രൂരനാണ്. ഇന്ത്യയിൽ മതിൽകെട്ടിയ നഗരങ്ങളിൽ ക്ഷാമമാണ്. സമർഖണ്ഡിലെ നീർത്തൊട്ടികൾ ഉണങ്ങിവരണ്ടു. ഈജിപ്തിലെ നഗരങ്ങളിലും ക്ഷാമം ഉണ്ട്. മരുഭൂമികളിൽനിന്ന് വെട്ടുകിളികൾ അവിടേക്ക് എത്തുന്നു. നൈൽനദി കരകവിഞ്ഞൊഴുകിയില്ല. ഐസിസിനെയും ഒസിരിസി

നേയും പാതിരിമാർ ശപിക്കുന്നു. നിന്നെ ആവശ്യമുള്ളവരുടെ അടുത്തേക്ക് നീ പോവുക. എന്റെ ഭൃത്യരെ എനിക്ക് വിട്ടുതന്നേക്കൂ."

"ഇല്ല എനിക്കൊരു ചോളമണി തരുന്നതുവരെ ഞാനിവിടം വിടുകയില്ല." മരണം വീണ്ടും പറഞ്ഞു.

"ഞാൻ നിനക്ക് യാതൊന്നും തരികയില്ല" ദുരയുടെ മറുപടി. മരണം വീണ്ടും ചിരിച്ചു. വിരലുകൾ വെച്ച് ചൂളം വിളിച്ചു. ഒരു സ്ത്രീ വായുവിലൂടെ കടന്നുവന്നു. നെറ്റിയിൽ പ്ലേഗ് എന്ന് എഴുതിയിട്ടുണ്ട്. മെലിഞ്ഞ കുറേ കഴുകന്മാർ അവൾക്കു ചുറ്റും കറങ്ങുന്നു. ആ താഴ്വര മുഴുവൻ അവളുടെ ചിറകുകൾ ആവരണം ചെയ്തു. ആരും അവിടെ ജീവനോടെ അവശേഷിച്ചില്ല.

ദുര, കാട്ടിലൂടെ നിലവിളിച്ചുകൊണ്ട് ഓടി. മരണം, അവന്റെ ചുവന്ന കുതിരപ്പുറത്തേറി യാത്രയായി. കാറ്റിനേക്കാൾ വേഗതയായിരുന്നു ആ ഓട്ടത്തിന്.

താഴ്വരയിലെ ചളിയിൽനിന്ന് ഡ്രാഗണുകൾ കയറിവന്നു. അവയുടെ ദേഹമൊക്കെ ശൽക്കങ്ങൾ ഉണ്ട്. കുറുക്കന്മാർ, മണലിൽക്കൂടി അലഞ്ഞുനടന്നു. അവ വായുവിൽ നാസാദ്വാരങ്ങൾ വിടർത്തി മണം പിടിക്കുന്നുണ്ട്.

യുവരാജാവ് കരഞ്ഞുകൊണ്ട് ചോദിച്ചു: "ഈ മനുഷ്യർ ആരാണ്? എന്താണവർ അന്വേഷിക്കുന്നത്?"

"രാജകിരീടത്തിലെ മാണിക്യക്കല്ലാണ് അവർ അന്വേഷിക്കുന്നത്." പിറകിൽ നിന്ന് ഒരുത്തൻ പറഞ്ഞു.

യുവരാജാവ് ഞെട്ടി തിരിഞ്ഞുനോക്കി. ഒരു മനുഷ്യൻ നിൽക്കുന്നു. തീർഥയാത്രക്കാരനെ പോലുണ്ട്. കയ്യിൽ ഒരു വെള്ളിക്കണ്ണാടി.

യുവരാജാവ് കണ്ണാടിയിൽ നോക്കി, സ്വന്തം മുഖം കണ്ടു.

വലിയ കരച്ചിലോടെ ഉണർന്നു. സൂര്യവെളിച്ചം മുറിയിലാകെ നിറഞ്ഞിരിക്കുന്നു. തോട്ടത്തിലെ മരങ്ങളിലിരുന്ന് കിളികൾ സന്തോഷത്തോടെ പാടുന്നതു കേൾക്കാം.

ചെയ്മ്പർ ലെയിനും ഉന്നതോദ്യോഗസ്ഥന്മാരും മുറിയിൽ വന്ന് ആജ്ഞാനുവർത്തികളായി വണങ്ങിനിന്നു. പരിചാരകർ, സ്വർണനൂലിൽ നെയ്ത കുപ്പായങ്ങളുമായി വന്നു. കിരീടവും ചെങ്കോലും മുമ്പിൽ വെച്ചു.

യുവരാജാവ് അതെല്ലാം വീക്ഷിച്ചു. എല്ലാം മനോഹരമാണ്. ഇതുവരെ കണ്ടതിൽവെച്ച് ഏറ്റവും മനോഹരമെന്നുതന്നെ പറയാം. പക്ഷേ താൻ കണ്ട സ്വപ്നങ്ങൾ ഓർത്തു. സന്നിഹിതരായ പ്രഭുക്കന്മാരോട് പറഞ്ഞു:

"ഇതെല്ലാം കൊണ്ടുപോവുക. ഞാൻ അവയൊന്നും ധരിക്കുകയില്ല."

കൊട്ടാര ഉദ്യോഗസ്ഥർ വിസ്മയിച്ചു. ചിലർ ചിരിച്ചു. യുവരാജാവ് തമാശ പറയുകയാണെന്ന് കരുതി.

പക്ഷേ വീണ്ടും കർശനമായി പറഞ്ഞു: "കൊണ്ടുപോകാനല്ലേ പറഞ്ഞത്. എനിക്കവ കാണേണ്ട. ഇന്ന് എന്റെ കിരീടധാരണ ദിനമാണെ

ങ്കിലും ഞാനവ ധരിക്കുകയില്ല. കാരണം ദുഃഖത്തിന്റെ തറിയിൽ നെയ്തതാണവ. വേദനകൊണ്ട് വിളറിയ കൈകളാണ് അവ നെയ്തത്. മാണിക്യക്കല്ലിനുള്ളിൽ രക്തമാണ്. പവിഴമുത്തിനുള്ളിൽ മരണമാണ്."

രാജകുമാരൻ തന്റെ സ്വപ്നങ്ങളെക്കുറിച്ച് അവരോട് പറഞ്ഞു.

ഇതെല്ലാം കേട്ട് കൊട്ടാര ഉദ്യോഗസ്ഥർ പരസ്പരം നോക്കി, പിറുപിറുത്തു. തീർച്ചയായും ഇത് ഭ്രാന്ത് തന്നെ. സ്വപ്നമെന്നത്, സ്വപ്നം തന്നെയല്ലേ? ഒരു കാഴ്ച, കാഴ്ച മാത്രം. അവയൊന്നും യാഥാർത്ഥ്യം അല്ലാത്തതിനാൽ അതേക്കുറിച്ച് ചിന്തിക്കരുത്. നമുക്കുവേണ്ടി അധ്വാനിക്കുന്നവർക്കായി നമുക്കെന്തു ചെയ്യാനാവും? വിതയ്ക്കുന്നവനെ കാണുന്നതുവരെ അപ്പം തിന്നേണ്ട എന്നാണോ? വീഞ്ഞുൽപ്പാദകനെ കാണുന്നതുവരെ വീഞ്ഞു കുടിക്കണ്ടേ?

ചെയ്മ്പർ ലെയിൻ രാജകുമാരനോട് സംസാരിച്ചു. "പ്രഭോ, അങ്ങയുടെ മനസിലെ കറുത്തചിന്തകൾ മാറ്റിവെക്കണമെന്ന് ഞാൻ അപേക്ഷിക്കുന്നു. മനോഹരമായ ഈ വസ്ത്രങ്ങൾ ധരിച്ച് കിരീടം ചാർത്തിയാലും. രാജകീയവസ്ത്രങ്ങളില്ലാതെ, കിരീടം ചാർത്താതെ, അങ്ങ് രാജാവാണെന്ന് ജനങ്ങൾ എങ്ങനെയാണറിയുക?"

യുവരാജാവ് അയാളെ നോക്കി. "അതങ്ങനെയോ? രാജകീയ വസ്ത്രങ്ങൾ ധരിച്ചില്ലെങ്കിൽ, ഞാൻ രാജാവാണെന്ന് അവർക്കു മനസിലാവില്ലേ?"

"പ്രഭോ, അവർ അങ്ങയെ അറിയില്ല. രാജാവിനെ പോലുള്ള മനുഷ്യർ ഇവിടെയുണ്ടെന്ന് ഞാൻ ചിന്തിച്ചു. പക്ഷേ, അത് താങ്കൾ പറഞ്ഞതുപോലെയാണ്. എങ്കിലും ഞാൻ രാജകീയ വസ്ത്രങ്ങൾ ധരിക്കില്ല. കിരീടം അണിയില്ല. ഞാൻ ഈ രാജകൊട്ടാരത്തിലേക്ക് വന്നുവെങ്കിലും ഇവിടെ നിന്ന് ഞാൻ പുറത്തേക്കു പോകും."

ഒരു പരിചാരകൻ ഒഴികെ, മറ്റെല്ലാവരും പിരിഞ്ഞു പോകാൻ യുവരാജാവ് ആവശ്യപ്പെട്ടു. തന്നേക്കാൾ ഒരു വയസ്സ് പ്രായക്കുറവുള്ള അവനെ, കൂട്ടുകാരനായി ഒപ്പം നിർത്തി. തനിക്കു വേണ്ടതെല്ലാം അവൻ ചെയ്തുതരട്ടെ.

ശുദ്ധജലത്തിൽ യുവരാജാവ് സ്വയം സ്നാനം ചെയ്തു. ചായം തേച്ച വലിയൊരലമാര തുറന്നു. പരുക്കൻ ആട്ടിൻതോൽ കുപ്പായവും, തുകൽ നിർമിതമായ അടിക്കുപ്പായവും എടുത്തു. മലയടിവാരത്തിൽ മുമ്പ് ആട്ടിടയനായിരുന്നപ്പോൾ ധരിച്ചതായിരുന്നു അത്. അവ ധരിച്ച് ആടിനെ തെളിക്കുന്ന കോലും കയ്യിലെടുത്തു.

പരിചാരകബാലൻ വിസ്മയത്തോടെ തന്റെ വലിയ നീലക്കണ്ണുകളാൽ നോക്കി; പുഞ്ചിരിച്ചു കൊണ്ടു പറഞ്ഞു.

"പ്രഭോ അങ്ങയുടെ കുപ്പായവും ചെങ്കോലും ഞാൻ കാണുന്നു. എന്നാൽ കിരീടം എവിടെ?"

ബാൽക്കണിയിലേക്ക് പടർന്നുകയറിയ വള്ളിപ്പടർപ്പിന്റെ ഒരു കഷണം യുവരാജാവ് മുറിച്ചെടുത്തു. അത് വളച്ച് ഒരു വളയമുണ്ടാക്കി. കിരീടമണിഞ്ഞു.

"ഇതാണെന്റെ കിരീടം." ഇങ്ങനെയെല്ലാം വേഷമണിഞ്ഞ് തന്റെ മുറിവിട്ട് വിശാലമായ ഹാളിലേക്ക് നടന്നുചെന്നു. അവിടെ മാന്യവ്യക്തികൾ അവനായി കാത്തിരിപ്പാണ്.

അവരെല്ലാം ആഹ്ലാദശബ്ദം പുറപ്പെടുവിച്ചു. ഒരുത്തൻ പറഞ്ഞു: "ജനങ്ങൾ അവരുടെ രാജാവിനെ കാണാൻ കാത്തിരിക്കുന്നു. പക്ഷേ ഇത് യാചകവേഷമാണല്ലോ."

ചിലർക്ക് അതിയായ കോപമാണുണ്ടായത്. "സാമ്രാജ്യത്തിന് ലജ്ജാകരംതന്നെ. നമ്മുടെ യജമാനനാവാൻ ഇവന് യോഗ്യതയില്ല."

യുവാവ് ഒന്നും പറയാതെ നടന്നുനീങ്ങി. മിന്നുന്ന കോണിപ്പടികൾ ഇറങ്ങി. തുറന്ന പിച്ചളഗെയ്റ്റിലൂടെ പുറത്തെത്തി. തന്റെ കുതിരപ്പുറത്തുകയറി. കത്തീഡ്രൽ ഭാഗത്തേക്ക് ഓടിച്ചുപോയി. സഹായിയായ ബാലൻ പിന്നാലെ ഓടി.

ജനം ചിരിച്ചു, "രാജാവിന്റെ വിദൂഷകൻ ഓടുന്നു. അവർ കളിയാക്കി."

അവൻ കടിഞ്ഞാൺ പിടിച്ച് കുതിരയെ നിർത്തി. "അല്ല, ഞാൻ രാജാവുതന്നെയാണ്." തന്റെ മൂന്നു കിനാവുകളെക്കുറിച്ച് അവൻ പറഞ്ഞു.

ആൾക്കൂട്ടത്തിൽ നിന്നൊരുവൻ മുമ്പിലേക്കുവന്ന് കടുത്ത സ്വരത്തിൽപറഞ്ഞു: "ധനികരുടെ സമ്പന്നതയിൽ നിന്നാണ് ദരിദ്രന് ജീവിതം കിട്ടുന്നതെന്ന് അങ്ങേക്ക് അറിയില്ലേ? അങ്ങയുടെ പ്രതാപത്തിൽ നിന്നാണ് ഞങ്ങൾക്ക് പോഷണം ലഭിക്കുന്നത്. അങ്ങയുടെ പ്രവൃത്തികൾ ഞങ്ങൾക്ക് അപ്പം ലഭ്യമാക്കുന്നു. കടുംപിടുത്തക്കാരനായ ഒരു യജമാനനു വേണ്ടി ജോലി ചെയ്യുക കയ്പ്പുള്ള അനുഭവമാണ്. എന്നാൽ സേവിക്കാൻ ഒരു യജമാനൻ ഇല്ല എന്നുള്ളത് അതിനേക്കാൾ കഷ്ടതരമാണ്. കരിങ്കാക്കകൾ ഞങ്ങൾക്ക് ഭക്ഷണം തരുമോ? ഇതിനെല്ലാം എന്തു പരിഹാരമാണ് അങ്ങ് ഉണ്ടാക്കുക?"

"നീ ഇത്രകണ്ട് വാങ്ങണം എന്ന് അവനോട് പറയാൻ കഴിയുമോ! ഇന്ന വിലയ്ക്ക് വിൽക്കണം എന്ന് വിൽപ്പനക്കാരനോട് പറയുമോ? ഇല്ലെന്ന് ഞാൻ കരുതുന്നു. അതിനാൽ കൊട്ടാരത്തിലേക്ക് തിരിച്ചുപോകുക. മനോഹരമായ വസ്ത്രങ്ങൾ ധരിച്ചാലും? അങ്ങ് ഞങ്ങളെ എന്തു ചെയ്യും? ഞങ്ങൾക്കെന്തു കഷ്ടപ്പാടാണ്."

"ധനികരും ദരിദ്രരും സഹോദരർ അല്ലേ." യുവരാജാവ് ചോദിച്ചു.

"ആയ്" ആ മനുഷ്യൻ പറഞ്ഞു. ധനിക സഹോദരന്റെ പേർ കയീൻ എന്നാണ്.

യുവരാജാവിന്റെ കണ്ണുകൾ നിറഞ്ഞു. പിറുപിറുക്കുന്ന ജനത്തിന്റെ ഇടയിൽ കൂടി അവൻ കുതിരയോടിച്ചുപോയി. പേടിച്ചരണ്ട പരിചാരകൻ സ്ഥലംവിട്ടു.

യുവരാജാവ് കത്തീഡ്രലിന്റെ പ്രവേശനകവാടത്തിൽ എത്തി. സായുധപട്ടാളക്കാർ തടഞ്ഞു.

"നീയെന്തിനാണ് അന്വേഷിക്കുന്നത്? ഇത് രാജാവിനുമാത്രം കടന്നുപോവാനുള്ള വഴിയാണ്."

രാജകുമാരന്റെ മുഖം കോപംകൊണ്ട് ജ്വലിച്ചു.

"ഞാൻ രാജാവാണ് സായുധപട്ടാളക്കാരെ തട്ടിമാറ്റി അവൻ ഉള്ളിലേക്കു കടന്നു."

ആട്ടിടയന്റെ കുപ്പായമണിഞ്ഞ അവനെ കണ്ടതും വൃദ്ധനായ ബിഷപ്പ് എഴുന്നേറ്റുനിന്നു.

"മകനേ, ഇതാണോ രാജകീയ വസ്ത്രം. ഇക്കാണുന്ന കിരീടം വെച്ചാണ് ഞാൻ നിന്നെ സ്ഥാനാരോഹണം ചെയ്യിക്കുക? എന്തൊരു ചെങ്കോലാണ് ഞാൻ നിന്റെ കയ്യിൽ തരേണ്ടത്? നിശ്ചയമായും ഇതു നിന്റെ ജീവിതത്തിലെ ഒരു സുദിനമാണ്. നിസ്സാരകാര്യമല്ല."

"ദുഃഖത്തിന്റെ രൂപത്തിൽ ആനന്ദം കരഗതമാകുമോ?" യുവരാജാവ് തന്റെ മൂന്നു സ്വപ്നങ്ങളെക്കുറിച്ച് പറഞ്ഞു.

ഇതെല്ലാം കേട്ട് ബിഷപ്പ് പുരികം വളച്ചു.

"എന്റെ മകനേ ഞാനൊരു വൃദ്ധനാണ്. ഈ വിശാലമായ ലോകത്ത്, ഒരുപാട് ദുഷിച്ചകാര്യങ്ങൾ ചെയ്യപ്പെടുന്നുണ്ടെന്ന് എന്റെ യൗവനകാലത്ത് ഞാൻ മനസിലാക്കിയിട്ടുണ്ട്. ഭീകരന്മാരായ കവർച്ചക്കാർ മലമ്പ്രദേശങ്ങളിൽനിന്ന് ഇറങ്ങിവന്ന്, ചെറിയ കുട്ടികളെ പിടിച്ചുകൊണ്ട് പോയി മൂറുകൾക്ക് വിൽക്കാറുണ്ട്. സിംഹങ്ങൾ സാർഥവാഹകസംഘത്തെ കാത്തുനിന്നും ഒട്ടകങ്ങളുടെ മേൽ ചാടിവീഴുന്നു. താഴ്‌വരയിലെ ചോളകൃഷി കാട്ടുപന്നികൾ നശിപ്പിക്കുന്നു. കുന്നുകളിലെ മുന്തിരിച്ചെടികൾ, കുറുക്കന്മാർ നശിപ്പിക്കുന്നു. കടലോരത്ത് കിടക്കുന്ന കടൽക്കൊള്ളക്കാർ മീൻപിടുത്ത ബോട്ടുകൾ തീവെച്ചു നശിപ്പിക്കുന്നു. ചതുപ്പുനിലങ്ങളിലാണ് കുഷ്ഠരോഗികൾ താമസിക്കുന്നത്. മുളകൊണ്ടുള്ള വീടുകളിൽ. ആരും തന്നെ അവരുടെയടുത്ത് പോകാറില്ല. നഗരങ്ങളിൽ അലഞ്ഞുതിരിയുന്ന ഭിക്ഷക്കാർ, നായ്ക്കളോടൊപ്പം കുപ്പത്തൊട്ടിയിൽ നിന്നാണ് ഭക്ഷണം കഴിക്കുക. ഇതെല്ലാം ഇല്ലാതാക്കാൻ നിനക്ക് കഴിയുമോ? കുഷ്ഠരോഗിയെ നിന്നോടൊപ്പം കിടത്താനാവുമോ? യാചകനെ കൊട്ടാരത്തിൽ കടത്തുമോ? സിംഹത്തേയും കാട്ടുപന്നിയേയും നിയന്ത്രിക്കാൻ നിനക്കാവുമോ?"

ഭൂമിയിൽ ഇത്തരം കഷ്ടപ്പാട് ഉണ്ടാക്കുന്നവൻ നിന്നേക്കാൾ വിവരം ഉള്ളവനല്ലേ? നീ കൊട്ടാരത്തിലേക്കു തിരിച്ചുപോകണം, രാജകീയ വസ്ത്രങ്ങൾ അണിയണം. സ്വർണകിരീടം ഞാൻ നിന്നെ അണിയിക്കാം. മുത്ത് പിടിപ്പിച്ച ചെങ്കോൽ ഞാൻ കയ്യിൽ തരാം. അതിനായി ഞാൻ ആശംസകൾ നേരുന്നു. പിന്നെ, നിന്റെ സ്വപ്നങ്ങൾ! അവയെപ്പറ്റി ഇനി ചിന്തിക്കാതിരിക്കുക. ഈ ലോകത്തെ കഷ്ടപ്പാടുകൾ, ഒരാൾ മാത്രം വിചാരിച്ചാൽ ഇല്ലാതാക്കാനാവില്ല. ലോകത്തിലെ ദുഃഖങ്ങൾ ഒരാൾക്കു മാത്രമായി സഹിക്കാനുമാവില്ല."

"താങ്കൾ ഇവിടെ നിന്നുകൊണ്ട് ഇതെല്ലാം പറയുകയാണോ." ഇങ്ങനെ പറഞ്ഞുകൊണ്ട് യുവരാജാവ് ബിഷപ്പിനെ മറികടന്ന് അൾത്താരയിൽ കയറിനിന്നു. ക്രിസ്തുവിന്റെ രൂപത്തിനു മുമ്പിലാണവർ നിൽക്കുന്നത്.

ക്രിസ്തുവിന്റെ രൂപത്തിനു മുമ്പിൽ നിൽക്കുന്ന യുവരാജാവിന്റെ രണ്ടുകൈകളിലും ഉൽകൃഷ്ടമായ സ്വർണപ്പാത്രങ്ങൾ. ഒന്ന് മഞ്ഞവീഞ്ഞിന്റെ പാനപാത്രവും മറ്റേത് വിശുദ്ധ എണ്ണയുമാണ്.

അവൻ ക്രിസ്തുവിന്റെ മുമ്പിൽ മുട്ടുകുത്തി. കത്തിച്ചുവെച്ച കൂറ്റൻ മെഴുകുതിരികൾ അവിടമാകെ പ്രകാശമാനമാക്കി. കുന്തിരിക്കത്തിൽ നിന്നുള്ള പുക ഗോപുരത്തിൽ നീലവലയങ്ങൾ സൃഷ്ടിച്ചു. അവൻ പ്രാർഥനാപൂർവം തലകുനിച്ചു. പുരോഹിതൻ അൾത്താരയിൽ ഒഴിഞ്ഞുമാറിനിന്നു.

പെട്ടെന്ന് പുറത്തെ തെരുവിൽ നിന്ന് ശബ്ദാരവം കേൾക്കായി. ഊരിപ്പിടിച്ചവാളുകളും മിന്നുന്ന പരിചയുമായി അലങ്കാരത്തൂവലുകൾ അണിഞ്ഞ പ്രഭുക്കന്മാർ ഇരച്ചുകയറിവന്നു.

"സ്വപ്നം കാണുന്നവൻ എവിടെ?" എന്നലറിക്കൊണ്ടാണ് വരവ്.

"യാചകനെ പോലെ വസ്ത്രമണിഞ്ഞരാജാവ് എവിടെ. അവൻ ഈ നാടിനാകെ അപമാനം വരുത്തിവെച്ചു. ഞങ്ങൾ അവനെ വധിക്കും. കാരണം, ഞങ്ങളെ ഭരിക്കാൻ അവൻ യോഗ്യനല്ല."

യുവരാജാവ് വീണ്ടും തലകുനിച്ച്, പ്രാർഥിച്ചു. പ്രാർഥന പൂർത്തിയായപ്പോൾ എഴുന്നേറ്റ് ദുഃഖത്തോടെ അവരെ നോക്കി.

"എന്തത്ഭുതം! ജാലകത്തിൽക്കൂടി സൂര്യപ്രകാശം അവനെ തഴുകി. പ്രകാശനാരുകൾ ചേർന്ന് അവനൊരു കുപ്പായം തീർത്തു. അവനുവേണ്ടി മുമ്പ് തയാറാക്കിയതിനേക്കാൾ എത്രയോ മനോഹരമായിരുന്നു അത്. നിർജീവവസ്തുവായ അവന്റെ ചെങ്കോലിൽ വെളുത്ത ലില്ലിപ്പൂക്കൾ വിടർന്നുവന്നു. പവിഴത്തിനേക്കാൾ വെണ്മയുണ്ടായിരുന്നു അതിന്. അവനുവേണ്ടി ഒരുക്കിയ ഇരിപ്പിടത്തിൽ, മാണിക്യക്കല്ലിനേക്കാൾ അരുണാഭയാർന്ന ചുവന്ന പനിനീർപ്പൂക്കൾ ഉണ്ടായി. പവിഴത്തേക്കാൾ വെണ്മയുള്ള ലില്ലിപ്പൂവിന്റെ തണ്ടുകൾ തിളങ്ങുന്ന വെള്ളിയായി മാറി. റോസാപ്പൂവിനോടൊപ്പമുള്ള ഇലകൾ, അടിച്ചുപരത്തിയ സ്വർണത്തകിടുകളായി.

ഇപ്പോഴവൻ രാജകീയ വേഷത്തിലാണ്, യുവരാജാവ്. രത്നഭൂഷിതമായ ദേവാലയത്തിന്റെ ഗേറ്റ് മലർക്കെ തുറന്നുവെച്ചു. ക്രിസ്റ്റലുകളിൽ പതിച്ച് പ്രതിഫലിക്കുന്ന പ്രകാശം ഒരസാധാരണ, വിസ്മയക്കാഴ്ച ആയിരുന്നു. രാജകീയ വേഷമണിഞ്ഞ് അവൻ അവിടെ നിന്നു. ഈശ്വരവൈഭവം അവിടെ നിറഞ്ഞുനിന്നു. ഭിത്തിയിലുള്ള ശിൽപ്പങ്ങളിലെ പുണ്യവാളന്മാർ ചലിക്കുന്നതായി തോന്നുന്നു. അവൻ അവർക്കു മുമ്പിൽ നിൽക്കുന്നു. ഓർഗൻ സംഗീതം ആലപിക്കുന്നു. ഭേരിയേന്തിയവർ, അതിൽ മുഴക്കം സൃഷ്ടിക്കുന്നു. ഗായകബാലകർ പാടുന്നു.

വിസ്മയാധീനരായ ജനം മുട്ടുകുത്തി. പ്രഭുക്കൾ, വാൾ ഉറയിൽ തിരികെ നിക്ഷേപിച്ചു. അവർ കൈകൂപ്പി. ബിഷപ്പിന്റെ മുഖം വിവർണമായി. കൈകൾ വിറച്ചു.

"ഞാൻ ഈ കിരീടം അണിയിക്കുന്നതിനും ഉയരെയാണു നീ. കരഞ്ഞുകൊണ്ട് ബിഷപ്പ് അവനു മുന്നിൽ മുട്ടുകുത്തി.

അൾത്താരയിൽ നിന്ന് യുവരാജാവ് ഇറങ്ങിവന്നു. ജനങ്ങളുടെ ഇടയിൽക്കൂടി പുറത്തേക്കുപോയി. ഒരാളും അവന്റെ മുഖത്തു നോക്കാൻ ധൈര്യപ്പെട്ടില്ല. അതൊരു മാലാഖയുടെ മുഖമായിരുന്നു.

7

ഇൻഫാന്റയുടെ ജന്മദിനം

അന്ന് ഇൻഫാന്റയുടെ ജന്മദിനമാണ്. പന്ത്രണ്ടുവയസുള്ള ഇൻഫാന്റയുടെ കൊട്ടാരത്തിലെ ഉദ്യാനങ്ങൾ സൂര്യപ്രകാശത്തിൽ തിളങ്ങുന്നുണ്ട്.

സ്പെയിനിലെ ഇൻഫാന്റ ഒരു യഥാർഥ രാജകുമാരിതന്നെ. എങ്കിലും രാജ്യത്തുള്ള ദരിദ്രസന്തതികൾക്കുള്ളതുപോലെ വർഷത്തിൽ ഒരു ജന്മദിനം മാത്രമേ അവൾക്കുമുള്ളൂ. രാജ്യം മുഴുവനും അതൊരു പ്രധാനദിനം തന്നെ. അതൊരു നല്ല ദിവസമായിരിക്കട്ടെ എന്ന് എല്ലാവരും ആശിച്ചു.

സുന്ദരമായൊരു ദിനം തന്നെ. കുത്തനെ ഉയർന്ന് നിൽക്കുന്ന ടുലിപ് പുഷ്പങ്ങൾ, നിരയായി നിൽക്കുന്ന പട്ടാളക്കാരെപ്പോലുണ്ട്. അവ പനിനീർപ്പൂക്കളെ അലക്ഷ്യമായി നോക്കുന്നു. ഇപ്പോൾ ഞങ്ങളും നിങ്ങളെപ്പോലെ പ്രതാപികൾ തന്നെയെന്നു പറയുന്നു. ചിറകിൽ സ്വർണ പരാഗം വിതറിയ മനോഹരമായ പൂമ്പാറ്റകൾ എല്ലാ പൂക്കളിലും സന്ദർശനം നടത്തുന്നു. ഭിത്തിയിലെ കൽവിടവുകളിൽനിന്ന് ഓന്തുകൾ എത്തിനോക്കുന്നു. എന്നിട്ടവ വെയിൽ കായുന്നു. ചൂടുകൊണ്ട് മാതളപ്പഴം പൊട്ടിവിരിഞ്ഞ് ചെഞ്ചോരതുടിക്കുന്ന ഹൃദയം അനാവൃതമാക്കുന്നു. അതിശോഭയാർന്ന സൂര്യവെളിച്ചം കാരണം, ഊന്നുചട്ടങ്ങളിൽനിന്ന് തൂങ്ങിക്കിടക്കുന്ന, സമൃദ്ധമായ, മങ്ങിയനിറത്തിലുള്ള ചെറുനാരങ്ങകൾ കടും നിറത്തിൽ കാണപ്പെടുന്നു. മഗ്നോളിയ വൃക്ഷങ്ങളിലെ ഗ്ലോബ് രൂപത്തിലുള്ള പൂക്കൾ വിരിയുന്നു. ഐവറി നിറത്തിലുള്ള ദളങ്ങളിൽ നിന്ന് പ്രസരിക്കുന്ന സുഗന്ധം അന്തരീക്ഷമാകെ നിറയുന്നു.

കൊച്ചു രാജകുമാരി കൂട്ടുകാരോടൊപ്പം ടെറസിൽ നടക്കുന്നു. വലിയ കൽപ്പാത്രങ്ങളുടെയും പ്രതിമകളുടെയും ഇടയിൽ ഒളിച്ചുകളി നടത്തുന്നു. സാധാരണദിവസങ്ങളിൽ തുല്യനിലയിലുള്ള കുട്ടികളു

മൊത്ത് മാത്രമാണ് കളിക്കാൻ അനുവാദം ഉള്ളത്. അതുകൊണ്ട് എന്നും തനിച്ചാണ് കളിക്കുന്നത്. പക്ഷേ ഇന്ന് ജന്മദിനമാകയാൽ ഇഷ്ടമുള്ള കൂട്ടുകാരെയെല്ലാം ക്ഷണിക്കാൻ രാജാവിന്റെ അനുവാദമുണ്ട്. മെലിഞ്ഞ സ്പാനിഷ് കുട്ടികൾ അവളോടൊത്തു കളിക്കുന്നത് അന്തസ്സുള്ള കാഴ്ച തന്നെ.

ആൺകുട്ടികൾ തൂവൽകൊണ്ടലംകൃതമായ തൊപ്പി ധരിച്ചിട്ടുണ്ട്. ഇറക്കം കുറഞ്ഞ കുപ്പായങ്ങളും. പെൺകുട്ടികൾ ധരിച്ചത്, നീളമുള്ള നിലത്തിഴയുന്ന ഗൗണുകളാണ്. വെള്ളിയിലും കറുപ്പിലും ഉണ്ടാക്കിയ വലിയ വിശറികളാണ് അവരുടെ കണ്ണുകളെ വെയിലിൽനിന്ന് സംരക്ഷിക്കുന്നത്.

ഏറ്റവും മാന്യമായ മനോഹരമായ വേഷം ഇൻഫാന്റെയുടേതുതന്നെ. ആ സമയത്തെ ഫാഷൻ അനുസരിച്ച്, ഭാരമുള്ള വസ്ത്രമായിരുന്നു അവളുടേത്. ചാരനിറത്തിലുള്ള സാറ്റിൻ സ്കർട്ടും വലിയ പഫുകളോടുകൂടിയ മുഴുക്കയ്യൻ കുപ്പായവും. അവയിൽ വെള്ളിമണികൾ കോർത്തുള്ള അലങ്കാരത്തയ്യൽ ഉണ്ട്. നിരയായി മുത്തുകൾ പതിച്ചതാണ് അതെല്ലാം. നടക്കുമ്പോൾ പാദുകങ്ങൾ കാണാം. പിങ്കുനിറത്തിലുള്ള റിബ്ബണുകൾ അവയ്ക്ക് അലങ്കാരം നൽകുന്നുണ്ട്. ദേഹത്തു ധരിച്ച സുതാര്യമായ വലയ്ക്ക് പിങ്കു നിറവും പവിഴമുത്തുകളും ഉണ്ട്. വിളറിയ കൊച്ചുമുഖത്തിനു ചുറ്റും പ്രഭാമണ്ഡലം വിടർന്നു നിൽക്കുന്നു. പിന്നെയൊരു വെളുത്ത പനിനീർപ്പൂവ്.

കൊട്ടാരത്തിലെ ഒരു ജാലകത്തിൽ കൂടി വിഷാദമഗ്നനായ രാജാവ് അവരെ വീക്ഷിക്കുന്നുണ്ട്. പിറകിൽ രാജാവിന്റെ സഹോദരൻ നിൽക്കുന്നുണ്ട്. അരഗോണിലെ ഡോൺ പെഡ്രോ. രാജാവിന് അയാളോട് വെറുപ്പാണ്. രാജാവിന്റെ അടുത്ത് ഇരിക്കുന്നത്, കുമ്പസാരം നടത്തുന്നവനാണ്, ഗ്രാനഡയിൽ നിന്നുള്ള ന്യായവിചാരണക്കാരൻ. രാജാവ് എന്നത്തേക്കാളും ദുഃഖിതനാണിപ്പോൾ. ഇൻഫാന്റ തന്റെ ബാലസഹജമായ അന്തസ്സോടെ, ആഗതരായ കുട്ടികളുമായി കളിക്കുന്നു. എല്ലായ്പോഴും അവളെ അനുഗമിക്കുന്ന ആൽബുക്കർക്കിലെ പ്രഭിയെ നോക്കി വിശറികൊണ്ട് മുഖം മറച്ചു ചിരിക്കുന്നുണ്ട്.

ഇൻഫാന്റയുടെ മാതാവായ റാണിയെ രാജാവ് ഓർത്തു. അവർ ഫ്രാൻസിൽനിന്നു വന്നവരാണ്. വിഷാദം പുരണ്ട തേജസ്സോടെ ഈ സ്പെയിനിൽ അവർ മരിച്ചു. അന്ന് ഇൻഫാന്റക്ക് ആറുമാസം പ്രായം. ഇന്നലെ കഴിഞ്ഞൊരു സംഭവം പോലെയാണ് രാജാവ് അതോർക്കുന്നത്. അവർ എത്തിയതിനു ശേഷം തന്റെ തോട്ടത്തിലെ ബദാംമരങ്ങൾ രണ്ടുതവണ ഫലങ്ങൾ തന്നു. വൃദ്ധയായ അത്തിമരത്തിൽനിന്ന് പഴങ്ങൾ പറിച്ചെടുത്തു. ഇന്ന് പുല്ലു വളർന്നുകിടക്കുന്ന മുറ്റത്തിന്റെ നടുവിലാണ് അത്തിമരം.

ശവക്കല്ലറയിലാണെങ്കിൽപ്പോലും തന്റെ പത്നിയെ എല്ലാക്കാലത്തും കാണണം. രാജാവ് തന്റെ പത്നിയെ അത്രയേറെ സ്നേഹിച്ചി

രുന്നു. ഏതാണ്ട് പന്ത്രണ്ടുവർഷങ്ങൾക്കുമുമ്പ് ഒരു മാർച്ചുമാസത്തിലാണ് മരണം സംഭവിച്ചത്. മൂർ വംശജനായ ഒരു ഫിസിഷ്യൻ രാജ്ഞിയുടെ ദേഹം എംബാംചെയ്തു. ഇതിനു പകരമായി രാജാവ് ആ ഫിസിഷ്യന് നൽകിയത് അയാളുടെ ജീവിതം തന്നെയാണ്. മാന്ത്രികപ്രവർത്തനങ്ങൾ നടത്തിയെന്ന സംശയത്താൽ ശിക്ഷിക്കപ്പെട്ടവനായിരുന്നു ആ ഫിസിഷ്യൻ എന്ന് പറഞ്ഞു കേൾക്കുന്നുണ്ട്.

കറുത്തമാർബിൾ കൊണ്ടു നിർമിതമായ ചാപ്പലിൽ അവരുടെ ശരീരം ഉണ്ട്. ചിത്രപടം വിരിച്ച മഞ്ചത്തിലാണ് കിടക്കുന്നത്. മാസത്തിൽ ഒരു തവണ രാജാവ് അതിന്റെ സമീപത്ത് എത്തുന്നു. കറുത്തതുണികൊണ്ട് ദേഹം മൂടി കയ്യിൽ ഒരു കത്തിച്ച റാന്തലുമായാണ് പോവുക.അവിടെ മുട്ടുകുത്തിക്കൊണ്ട് “എന്റെ റെയ്നാ എന്റെ റെയ്നാ” എന്നു വിളിക്കും. ചിലപ്പോൾ ആചാരങ്ങൾ മറക്കുന്നു. സ്പെയിനിൽ ഇതിനെല്ലാംതന്നെ ഔപചാരികമായ ചില നിഷ്ഠകൾ ഉണ്ട്. രാജാവാണെങ്കിൽപ്പോലും അത് അനുവർത്തിക്കാൻ നിർബന്ധിതനാണ്.

തീവ്രമായ ദുഃഖത്തോടെ രാജാവ്, രത്നാങ്കിതമായ അതിന്റെ കൈകൾ പിടിക്കും. തണുത്ത ചായം തേച്ചമുഖത്ത് അനേകം ചുംബനങ്ങൾ അർപ്പിക്കും.

ഇന്നും അവരെ കാണുന്നതുപോലെ തോന്നുന്നു. തനിക്കന്ന് പതിനഞ്ചുവയസുമാത്രം. അവൾ ഒരു ബാലിക തന്നെ. ഫോണ്ടൻ ബ്ലൂവിലെ കോട്ടയിൽനിന്നാണ് കണ്ടത്. ഫ്രഞ്ച് രാജാവിന്റെയും കൊട്ടാരവാസികളുടെയും സാന്നിധ്യത്തിൽ അന്നായിരുന്നു വിവാഹനിശ്ചയം. മാർപ്പാപ്പയുടെ ദൂതനാണ് ചടങ്ങ് നടത്തിയത്. അവളുടെ ഒരു സ്വർണമുടിച്ചുരുളും, താൻ വാഹനത്തിൽ കയറാൻ തുടങ്ങുമ്പോൾ ഇളംചുണ്ടുകൾ കൈകളിൽ അർപ്പിച്ച ചുംബനത്തിന്റെ ഓർമയും താൻ കൂടെക്കൊണ്ടുപോന്നു.

പിന്നെ വിവാഹം നടന്നു. രണ്ടു രാജ്യങ്ങളുടെ അതിർത്തിയിലെ ബർഗോസിൽ പെട്ടെന്നായിരുന്നു വിവാഹം. അതോടൊപ്പം മാഡ്രിഡിലേക്ക് പൊതുജനങ്ങളുടെ പ്രവാഹം. ആചാരമനുസരിച്ചുള്ള ആഘോഷമായിരുന്നു എല്ലാം. ലാ അറ്റോഷയിലെ ചർച്ചിൽ സമൂഹ ആശീർവാദം നടന്നു. മുന്നൂറോളം നാസ്തികർ ഉൾപ്പെടെ ധാരാളം പേർ പങ്കെടുത്തു. ഇംഗ്ലീഷുകാരും നിരവധിപേർ ഉണ്ടായിരുന്നു.

രാജാവിന് പത്നിയോട് ഭ്രാന്തമായ സ്നേഹം തന്നെയായിരുന്നു. അത് രാജ്യത്തിന് നാശം വരുത്തിവയ്ക്കുമെന്ന് നാട്ടുകാർ പലരുംകരുതി.

പുതിയ സാമ്രാജ്യം വെട്ടിപ്പിടിക്കാൻ ഇംഗ്ലണ്ടുമായി യുദ്ധവുമുണ്ട്. രാജാവ് പത്നിയെ കൺമുമ്പിൽ നിന്ന് മാറാൻ അനുവദിച്ചില്ല. അവളെച്ചൊല്ലി രാജാവ്, രാജ്യത്തിലെ പ്രാധാന്യമർഹിക്കുന്ന കാര്യങ്ങൾ പലതും മറന്നതായിതോന്നി. പത്നിയെ പ്രീതിപ്പെടുത്തുന്നതിനുവേണ്ടി നടത്തിയവിപുലമായ ആഘോഷങ്ങൾ അവരുടെ നില വഷളാക്കിയതേയുള്ളൂ. അവർ മരിച്ചപ്പോൾ താൻ വിവേകമറ്റ മനുഷ്യനായി. തന്റെ അധികാരം

അദ്ദേഹം തൃജിക്കുമായിരുന്നു. എന്നിട്ട് ഗ്രാനഡയിലെ വലിയ ട്രാപിസ്റ്റ് മൊണാസ്ട്രിയിലേക്ക് പോകാൻ ഉദ്ദേശിച്ചു. അതിൽ അദ്ദേഹം മുമ്പേ അംഗമായിരുന്നു.

എന്നാൽ കുഞ്ഞായ ഇൻഫാന്റയെ വിട്ടുപോകാൻ രാജാവിനു മന സുവന്നില്ല. ക്രൂരതകൊണ്ട് കുപ്രസിദ്ധനായ തന്റെ സഹോദരൻ കൊട്ടാ രത്തിലിരിക്കെ, രാജാവ് ഭയന്നു. അരഗോണിൽ അയാൾക്കൊരു കോട്ട യുണ്ട്. തന്റെ പത്നി ആ കോട്ട സന്ദർശിക്കാൻപോയപ്പോൾ അയാൾ നൽകിയ വിഷം പുരട്ടിയ കയ്യുറകളാണ് അവരുടെ മരണത്തിന് ഇടയാ ക്കിയതെന്ന് കരുതപ്പെടുന്നു.

ആചാരമനുസരിച്ച് മൂന്നുവർഷത്തെ ദുഃഖാചരണം നടന്നു. രാജശാ സനമനുസരിച്ച് നാട് മുഴുവൻ അത് ആചരിച്ചു. ഒരു പുതിയ ബന്ധ ത്തെപ്പറ്റി അതിനുശേഷവും രാജാവ് ചിന്തിച്ചില്ല.

ബൊഹിമിയയിൽ നിന്ന് സുന്ദരിയായൊരു പെൺകുട്ടിയുടെ വിവാ ഹാലോചന വന്നു. പ്രഭുവിന്റെ മരുമകളാണ് ആ പെൺകുട്ടി. എന്നാൽ രാജാവ് ദുഃഖത്തെ സ്വയം വരിച്ചിരിക്കുകയാണെന്ന്, രാജാവിന്റെ സഹോ ദരൻ ദൂതന്മാരോട് പറഞ്ഞയച്ചു. നെതർലാൻഡ്സിലെ സമ്പന്നമായ മേഖ ലകൾ രാജാവിനു ലഭിക്കുമായിരുന്നു. പിന്നീട് പ്രേരണയോടെ കുടില ബുദ്ധികളായ ചില ചർച്ച് അധികാരികളുടെ നേതൃത്വത്തിൽ രാജാവി നെതിരെ കലാപമുണ്ടായി.

അതിയായ ആനന്ദം അനുഭവിച്ചുകൊണ്ടിരിക്കെ, അതീവ ദുഃഖകര മായ പര്യവസാനമായിരുന്നു തന്റെ ജീവിതത്തിന്. ഇൻഫാന്റയുടെ കളി കൾ നോക്കിക്കൊണ്ടിരിക്കെ രാജാവ് ഇതെല്ലാം ഓർക്കുന്നു. കാലയവ നികയിൽ മറഞ്ഞുപോയ തന്റെ അമ്മയുടെ ഭാവചലനങ്ങൾ എല്ലാം അവൾക്കു ലഭിച്ചിട്ടുണ്ട്. ശിരസ്സ് ചലിപ്പിക്കുന്നതുപോലും അതേപോലെ ത്തന്നെ. അന്തസ്സുള്ള സുന്ദരമായ വായ. അതേപോലെ ചിരിക്കുന്നു. ഇടയ്ക്ക് ജാലകത്തിലേക്ക് നോക്കുന്നുണ്ട്. ഒരു സ്പാനിഷ് മാന്യനാ ണ്. ചുംബിക്കുവാൻ അവൾ തന്റെ കൈനീട്ടുന്നു.

എന്നാൽ കുട്ടികൾ ആർത്തുചിരിക്കുന്ന ശബ്ദം അസഹ്യമായി രാജാ വിനു തോന്നുന്നു. സൂര്യപ്രകാശം തന്റെ ദുഃഖത്തെ പരിഹസിക്കുന്നതു പോലെ. സുഗന്ധദ്രവ്യങ്ങളുടെ മണം, ശുദ്ധമായ പ്രഭാതവായുവിനെ മലി നമാക്കുന്നുവോ? അതോ, തന്റെ തോന്നലാണോ ഇതെല്ലാം.

രാജാവ് കൈകളാൽ മുഖം പൊത്തി. ഇൻഫാന്റ പിന്നീട് നോക്കു മ്പോൾ ജാലകത്തിലെ തിരശീലകൾ നിവർത്തിയിട്ടതായി കാണപ്പെട്ടു. രാജാവ് അവിടെ നിന്ന് പോയിക്കഴിഞ്ഞു.

ഇൻഫാന്റയ്ക്ക് നിരാശ തോന്നി. അവൾ ചുമൽ ചലിപ്പിച്ചു. തന്റെ ജന്മദിനത്തിന് അച്ഛൻ തന്നോടൊപ്പം നിൽക്കേണ്ടതായിരുന്നു. രാജ്യകാ ര്യങ്ങൾ ഇത്രകണ്ട് ധാരണാശേഷിയില്ലാത്തതോ? അതോ രസംകൊല്ലി യായ ആ ചാപ്പലിലേക്ക് പോയതാണോ. അവിടെ എല്ലായ്പോഴും മെഴു കുതിരി കത്തുന്നുണ്ട്. തന്നെ അതിനുള്ളിൽ കടക്കാൻ അനുവദിക്കാറു

മില്ല. എല്ലാവരും സന്തോഷിച്ചിരിക്കുന്ന ഈ പ്രഭാപൂർണമായ പകലിൽ അച്ഛൻ എന്തു മടയത്തരമാണ് കാണിക്കുന്നത്. മാത്രമല്ല അച്ഛന് കാളപ്പോര് കാണാൻ പറ്റില്ലല്ലോ. അതിനു മുന്നോടിയായുള്ള പെരുമ്പറ മുഴങ്ങിത്തുടങ്ങി. പാവകളിയും മറ്റെല്ലാ കാര്യങ്ങളും അങ്ങനെത്തന്നെ. അവളുടെ അങ്കിളിനും വൈദികനും കുറേക്കൂടി ബോധമുണ്ട്. അവർ ടെറസിൽ നിന്ന് പുറത്തുവന്ന് ജന്മദിനക്കാരിയോട് കുശലപ്രശ്നം നടത്തി. അവൾ പതുക്കെ തടയാട്ടി. ഡോൺപെഡ്രോവിന്റെ കൈപിടിച്ച് സ്റ്റെപ്പുകൾ ഇറങ്ങി. വിശാലമായ അങ്കണത്തിൽ തോട്ടത്തിന്റെ അറ്റത്ത് ഊതവർണപ്പട്ടുകൊണ്ട് വിതാനിച്ചിട്ടുണ്ട്. മറ്റുകുട്ടികൾ അവളെ അനുഗമിച്ചു. ഒരു പ്രത്യേക ക്രമത്തിലാണ് അവരുടെ നടപ്പ്. പേരിന് നീളംകൂടിയവനാണ് ഏറ്റവും മുമ്പിൽ.

മാന്യരായ യുവാക്കളുടെ ഒരു സംഘം അവളെ സ്വീകരിക്കാൻ മുമ്പോട്ടുവന്നു. അവർ കാളപ്പോരുകാരുടെ വേഷം ധരിച്ചിട്ടുണ്ട്. പതിന്നാലുവയസുള്ള സുന്ദരനായ ടിയെറാ ന്യൂവയിലെ പ്രഭുക്കന്മാർ ഭവ്യതയോടെ ഇൻഫാന്റയെ ഇരിപ്പിടത്തിലേക്കു നയിച്ചു. ഐവറി നിർമിതമായ ഗിൽറ്റു തിളങ്ങുന്ന കസേരയാണത്. പ്രദർശനരംഗത്തുനിന്ന് ഉയർത്തിക്കെട്ടിയ സ്ഥാനത്താണ് കസേര. സ്പെയിനിൽ അതിപ്രാധാന്യമുള്ള ഒരു സ്ഥാനമാണ് അവനുള്ളത്. വിശറിവീശിക്കൊണ്ട് എല്ലാ കുട്ടികളും ചുറ്റും നിന്നു. അവർ പരസ്പരം സംസാരിക്കുന്നുണ്ട്. ഡോൺപെഡ്രോയും പോപ്പിന്റെ അന്വേഷകനും ചിരിച്ചുകൊണ്ട് വാതിൽക്കൽ നിൽക്കുന്നു. കമെരേരാ മേയർ എന്നുവിളിക്കുന്ന പ്രഭ്വിയും അവിടെയുണ്ട്. മെലിഞ്ഞ മഞ്ഞക്കോളർ അണിഞ്ഞ തീവ്രഭാവങ്ങൾ കാണിക്കുന്ന ഒരു സ്ത്രീ. സാധാരണ കാണുന്നതിനേക്കാൾ അൽപ്പം മയമുള്ള മട്ടാണ്. ചുളിവുകൾ വീണമുഖത്ത്, വിളറിയ ചുണ്ടുകൾ ഉന്മേഷരഹിതമായ ചിരികൊണ്ട് കോടിയിട്ടുണ്ട്.

കാളപ്പോര് വിസ്മയകരം തന്നെയായിരുന്നു. എന്നാൽ കുറേക്കൂടി ലഘുവാണല്ലോ എന്ന് ഇൻഫാന്റയ്ക്ക് തോന്നി. പാർമയിലെ പ്രഭു, തന്റെ പിതാവിനെ സന്ദർശിക്കാൻ എത്തിയപ്പോൾ യഥാർഥ കാളപ്പോര് നടത്തുകയുണ്ടായി. തന്റെ അച്ഛനോടൊപ്പം ഇൻഫാന്റ അതു കണ്ടിട്ടുണ്ട്. ഇത് അത്രയൊന്നും വരില്ല.

അണിയിച്ചൊരുക്കിയ കുതിരയുടെ പുറത്ത് കുന്തം ചുഴറ്റിക്കൊണ്ട് കാളയെ തെളിക്കുന്നവർ ഇരിക്കുന്നു. അവർ ഭംഗിയുള്ള റിബണുകൾ ധരിച്ചിട്ടുണ്ട്. ബാലന്മാർ അവർക്കു ചുറ്റും തുള്ളിക്കളിച്ചു. ചുവപ്പുകുപ്പായം പറപ്പിച്ചുകൊണ്ട് മറ്റുള്ളവർ കാളയുടെ മുമ്പിൽ നടക്കുന്നു. കമാനത്തിനടുത്തെത്തിയപ്പോൾ കാളയെ അടിക്കുന്നു. ജീവനുള്ള കാളയെപ്പോലെ തന്നെയുണ്ട്. ഉള്ളിൽ കാളയുടെ രൂപത്തിൽ ചട്ടം നിർമിച്ച്, അതിന്മേൽ തുകൽ വലിച്ചുകെട്ടി ഉണ്ടാക്കിയതാണ്. ചിലപ്പോൾ അത് പിൻകാലുകളിൽ ഉയർന്ന് അറീനയ്ക്കു ചുറ്റും ഓടുന്നുണ്ട്. ഇത് ജീവനുള്ള കാളയ്ക്ക് ചെയ്യാൻ പറ്റാത്തതാണ്. ഉജ്വലമായ ഒരു പോരുതന്നെ. ആവേശം കയ

റിയ കുട്ടികൾ ബെഞ്ചിന്മേൽ എഴുന്നേറ്റുനിന്നു. ലെയ്സു പിടിപ്പിച്ച തൂവാലകൾ വീശി, ഉറക്കെ വിളിച്ചുകൂവി. "ബ്രെയ്‌വോ - ടോറോ" മുതിർന്നവരുടെ ഭാവമാണ് അവർക്കപ്പോൾ.

ഇങ്ങനെ പോര് കുറേ നേരം നീണ്ടുനിന്നു. ഓട്ടത്തിനിടയിൽ അശ്വാരൂഢർ പലരും മറിഞ്ഞുവീണു. ടിയെറാ-ന്യൂവ, കാളയെ തളച്ചു. ഇൻഫാന്റയുടെ സമ്മതത്തോടെ അവൻ, തന്റെ തടിനിർമിതമായ വാൾകൊണ്ട് കാളയുടെ കഴുത്തിൽ വെട്ടി. കാളയുടെ ഉദരത്തിൽനിന്ന് പുഞ്ചിരിച്ചുകൊണ്ട് ഡി ലൊറെയ്നിലെ കൊച്ചുമോൺഷിയർ പുറത്തിറങ്ങി. മാഡ്രിഡിയെ ഫ്രഞ്ച് അംബാസിഡറുടെ മകനാണത്.

ഹർഷാരവങ്ങൾക്കും കൈയടിക്കുമിടയിൽ അറീന വൃത്തിയാക്കി. ചത്തുവീണ മരക്കുതിരകളെ അവിടെ നിന്ന് പുറത്തേക്കെടുത്തു.

മഞ്ഞയും കറുപ്പും വേഷമണിഞ്ഞ മൂറിഷ് പരിചാരകരാണ് അവ കൊണ്ടുപോയത്. അൽപ്പംകഴിഞ്ഞ്, വലിച്ചുകെട്ടിയ ഒരു കയറിന്മേൽ ഒരു ഫ്രഞ്ചുകാരൻ അഭ്യാസപ്രകടനങ്ങൾ നടത്തി. പിന്നെ ഇറ്റാലിയൻ പാവകളി. ഒരു അർധപൗരാണിക ദുരന്തകഥയാണത്. സൊഫോണിസ്ബായുടെ ദുരന്തം. പ്രത്യേകം തയാറാക്കിയ ചെറിയ തിയേറ്ററിലാണ് അത് അരങ്ങേറിയത്. പാവകളുടെ അംഗചലനങ്ങൾ സ്വാഭാവികമായി തോന്നിച്ചു. കളി അവസാനിക്കാറാകുമ്പോൾ ഇൻഫാന്റയുടെ നേത്രങ്ങൾ നിറഞ്ഞുതുളുമ്പുന്നു. ചിലകുട്ടികൾ കരയുകപോലും ചെയ്തു. അവർക്ക് മധുര പലഹാരം നൽകി ആശ്വസിപ്പിച്ചു. കണ്ടുനിൽക്കാനാവില്ലെന്ന് ഡോൺ പെഡ്രോയോട് പറയുകതന്നെ ചെയ്തു. മരംകൊണ്ടുണ്ടാക്കിയ മെഴുകു തേച്ച് രൂപപ്പെടുത്തിയ ചാലം തേച്ചവയായിരുന്നു ആ പാവകൾ. കമ്പികൾകൊണ്ടും ചരടുകൾകൊണ്ടും യാന്ത്രികമായി അവയെ ചലിപ്പിക്കുകയായിരുന്നു. എങ്കിലും ഭയാനകമായ ദൗർഭാഗ്യം അവതരിപ്പിച്ചുകൊണ്ട് കാണികളുടെ സന്തോഷം കെടുത്തുന്നു.

പിന്നീടെത്തിയത് ആഫ്രിക്കൻ ജാലവിദ്യക്കാരൻ. പരന്ന, വലിയൊരു കുട്ടയുമായാണുവന്നത്. അത് ചുവന്ന തുണികൊണ്ട് കൊണ്ട് മൂടിയിട്ടുണ്ട്. കുട്ട, അറീനയുടെ നടുവിൽ തന്നെ വെച്ചു. തലപ്പാവിനുള്ളിൽ നിന്ന് ഒരു ഓടക്കുഴൽ എടുത്തു. കുറച്ചുനേരം ഊതിയപ്പോൾ തുണി ചലിച്ചുതുടങ്ങി. കുഴലൂത്ത് ശക്തമായപ്പോൾ പച്ചയും സ്വർണവർണവും കലർന്ന രണ്ടുപാമ്പുകൾ ഉയർന്നു നിന്ന്, സംഗീതത്തിനൊത്ത് തല ചലിപ്പിക്കാൻ തുടങ്ങി. വെള്ളത്തിനടിയിൽ സസ്യങ്ങൾ ആടിയുലയുന്നതുപോലെയായിരുന്നു അവയുടെ ചലനം.

പുള്ളിയുള്ള പത്തി കണ്ട് കുട്ടികൾ ഭയപ്പെട്ടു. പാമ്പുകൾ നാക്ക് പുറത്തിട്ട് ഇടവിടാതെ ചലിപ്പിക്കുന്നുമുണ്ട്.

അയാൾ മണലിൽനിന്ന് ഒരു ഓറഞ്ചുമരം മുളപ്പിച്ചപ്പോൾ കുട്ടികൾ കൈകൊട്ടിയാർത്തു. അതിൽ വെളുത്ത പൂക്കളും ധാരാളം ഫലങ്ങളുമുണ്ട്. മാർക്വിസ്-ഡി-ലാ-ടോർസിന്റെ കുഞ്ഞുമകളിൽ നിന്ന് വിശറി വാങ്ങി വീശി അതിനെ നീലപ്പക്ഷിയാക്കി. അത് പവിലിയനിൽ പറന്നു

കളിച്ചു, പാടി. കാണികളുടെ ആഹ്ലാദത്തിന് അതിരുകളില്ലാതായി. ന്യൂയെസ്ത്ര സെനോറ ഡെൽപിലാർ പള്ളിയിൽ നിന്ന് എത്തിയ ബാലന്മാരുടെ ലാസ്യനൃത്തവും എല്ലാവരേയും ആകർഷിച്ചു. തന്റെ പേരിൽ എല്ലാവർഷവും ആചരിക്കുന്ന അതിശയകരമായ ഈ ആഘോഷപരിപാടികൾ മുമ്പൊരിക്കലും ഇൻഫാന്റ കണ്ടിരുന്നില്ല.

ഈ ചർച്ചിലിൽ മുമ്പ് ഭ്രാന്തനായൊരു വൈദികൻ ആസ്ട്രിയയിലെ രാജകുമാരന് വിഷം കലർന്ന മിഠായി നൽകാൻ ശ്രമിച്ചിരുന്നു. ഇംഗ്ലണ്ടിലെ എലിസബത്തിന്റെ നിർദേശപ്രകാരമായിരുന്നു അതെന്ന് പലരും സംശയിക്കുന്നു. ഈ സംഭവത്തിനുശേഷം സ്പെയിനിലെ രാജകുടുംബാംഗങ്ങൾ ആരും തന്നെ സരഗോസ്സ കത്തീഡ്രലിൽ പ്രവേശിക്കുകയുണ്ടായിട്ടില്ല. “ഔവ്വർ ലേഡീസ് ഡാൻസ്” എന്ന ലാസ്യനൃത്തം ഇൻഫാന്റ കാണാതിരുന്നതിന് കാരണം അതുതന്നെ. അതേപ്പറ്റി പറഞ്ഞു കേട്ടിരുന്നു അവൾ. അതൊരു മനോഹരദൃശ്യം തന്നെയായിരുന്നു. വെളുത്ത വെൽവെറ്റുകൊണ്ട് പഴയ ഫാഷനിൽ തീർത്ത വസ്ത്രങ്ങളാണ് ബാലന്മാരുടെ വേഷം. ത്രികോണാകൃതിയിലുള്ള തൊപ്പി വിശേഷപ്പെട്ട കാഴ്ചവസ്തുതന്നെ. തൊപ്പിയുടെ അരികുകളിൽ വെള്ളിമണികളും മുകളിൽ ഒട്ടകപ്പക്ഷിയുടെ വലിയ തൂവലും ഘടിപ്പിച്ചിട്ടുണ്ട്. നൃത്തം ചെയ്യുമ്പോൾ ചലിച്ചുകൊണ്ടിരുന്ന അവരുടെ വസ്ത്രങ്ങൾ സൂര്യപ്രകാശത്തിൽ തിളങ്ങുന്നത് അതിമനോഹരമായ കാഴ്ചയാണ്. അവർക്കെല്ലാം നീണ്ടുകറുത്ത മുടിയായിരുന്നു. ഇരുണ്ട മുഖങ്ങളിൽ നിന്ന് ഘനോച്ചാരണത്തോടെയുള്ള സ്വരവും. നൃത്തത്തിലുടനീളം പ്രദർശിപ്പിച്ച താളാത്മകമായ മൃദുവായ അംഗവിക്ഷേപങ്ങൾ, നൃത്തത്തെ അത്യന്തം മനോജ്ഞമാക്കി.

നൃത്തം അവസാനിച്ചതും എല്ലാവരും തൊപ്പി തലയിൽനിന്നുമാറ്റി. ഇൻഫാന്റയ്ക്കു നൽകി. അവൾ ആദരവോടെ വിനയത്തോടെ അവ സ്വീകരിച്ചു. തനിക്കു നൽകിയ ഈ സന്തോഷത്തിനുപകരമായി കന്യാമറിയത്തിന്റെ ദേവാലയത്തിലേക്ക് വണ്ണമുള്ള വലിയൊരു മെഴുകുതിരി നൽകുമെന്ന് വാഗ്ദാനംചെയ്തു.

പിന്നെ വേദിയിലേക്കു വന്നത് ഒരു സംഘം ജിപ്സികളാണ്; സൗന്ദര്യമുള്ള ഈജിപ്ത്തുകാരുടെ ഒരു സംഘം. അവർ കാൽ പിണച്ച് വൃത്താകാരത്തിൽ ഇരുന്നു. താഴ്ന്ന സ്വരത്തിൽ സംഗീതോപകരണം വായിച്ചു. മൃദുശബ്ദത്തിൽ പാടി, ശ്വാസവായുവിനേക്കാൾ പതിഞ്ഞ മട്ടിലുള്ള ഹമ്മിംഗ് സ്വരവും കൂടിയായപ്പോൾ ഒരു കിനാവിന്റെ അന്തരീക്ഷമായിരുന്നു. അവർ ഡോൺ പെഡ്രോവിനെ കണ്ടതും ചിലർ അമർഷംകൊണ്ട് നെറ്റിചുളിച്ചു. അവർ ഭയപ്പെട്ടതായും തോന്നി. ഏതാനും ആഴ്ചകൾ മുമ്പ് അഭിചാരക്കുറ്റം ആരോപിച്ച്, തങ്ങളുടെ സംഘത്തിൽപ്പെട്ട രണ്ടുപേരെ, ചന്തസ്ഥലത്തുവെച്ച് പരസ്യമായി തൂക്കിക്കൊന്നിട്ടുണ്ട്. എന്നാൽ തന്റെ വിടർന്ന നീലക്കണ്ണുകൾകൊണ്ട് വിശറിക്കിടയിലൂടെ, അത്യാകാംക്ഷയോടെ തങ്ങളെ വീക്ഷിക്കുന്ന മനോഹരിയായ ഇൻഫാന്റ അവരെ

വശീകരിക്കുക തന്നെചെയ്തു. ഇത്ര സുന്ദരിയായൊരു ബാലിക ക്രൂരത കാണിക്കുകയില്ലെന്നവർക്കുതോന്നി.

നീണ്ടു കൂർത്ത നഖങ്ങൾകൊണ്ട് അവർ വീണ്ടും തന്ത്രികൾ മൃദുവായി മീട്ടിക്കൊണ്ടിരുന്നു. അവർ ഉറങ്ങിവീഴുകയാണെന്ന മട്ടിൽ ശിരസ്സ് മുമ്പോട്ടു കുനിഞ്ഞു. പെട്ടെന്ന് കഠോരമായൊരു രോദനത്തിന്റെ സ്വരം കേൾക്കായി. കുട്ടികൾ ഞടുങ്ങി. ഡോൺ പെദ്രോയുടെ കൈ വാൾപ്പിടിയിൽ പിടുത്തമിട്ടു. അവർ ചാടിയെഴുന്നേറ്റു. അവിടെ ചുറ്റിനടന്നുകൊണ്ട് ഭേരിമുഴക്കി. വന്യമായ ചില പ്രേമഗാനങ്ങൾ പ്രത്യേകമായൊരു സ്വരത്തിൽ പാടി. മറ്റൊരു സിഗ്നൽ ലഭിച്ചപ്പോൾ എല്ലാവരും നിലത്ത് നിശ്ചലമായി കിടന്നു. ഇപ്പോൾ നിശ്ശബ്ദത ഭഞ്ജിക്കുന്നത് അവർ ആദ്യം ഉപയോഗിച്ച സംഗീതോപകരണത്തിന്റെ നേരിയ സ്വരം മാത്രം.

മേൽപ്പറഞ്ഞ കാര്യങ്ങൾ പലതവണ ആവർത്തിച്ചു. പിന്നീട് കുറച്ചുനേരത്തേക്ക് അവരെല്ലാം വേദിയിൽനിന്ന് അപ്രത്യക്ഷരായി. വീണ്ടും രംഗപ്രവേശം ചെയ്യുമ്പോൾ ലക്ഷണംകെട്ടൊരു തവിട്ടുകരടിയെ തുടലിട്ടു പിടിച്ചിരുന്നു. ചുമലിൽ ചെറിയ കുരങ്ങന്മാരുമുണ്ട്. കരടി തലകുത്തിനിന്നു. പ്രായക്കൂടുതൽകൊണ്ട് ഉണങ്ങിച്ചുങ്ങിയ ആ കുരങ്ങുകൾ രണ്ടു ജിപ്സി ബാലന്മാരുമൊത്ത് പല വേലത്തരങ്ങളും കാണിച്ചു. ആ ബാലന്മാരുടെ നിയന്ത്രണത്തിലാണെന്നു തോന്നുന്നു കുരങ്ങുകൾ. അവരുടെ കൈവശം ചെറിയ വാളുകൾ ഉണ്ട്. കൂടാതെ ഇടയ്ക്ക് വെടി പൊട്ടിക്കുന്നുമുണ്ട്. രാജാവിന്റെ അംഗരക്ഷകരായ പട്ടാളക്കാരെ പോലെ അവർ മാർച്ചുചെയ്തു. ജിപ്സികളുടെ പ്രകടനം വിജയകരമായിരുന്നുവെന്നുപറയാം.

അന്നത്തെ ഏറ്റവും തമാശയുള്ള കാര്യം കുള്ളന്റെ നൃത്തമായിരുന്നു. വളഞ്ഞ കാൽ തുഴഞ്ഞുകൊണ്ട് അവൻ വേദിയിലേക്ക് ചാടിവീണു. വലിയ വിരൂപമായ തല വശങ്ങളിലേക്ക് ചലിപ്പിക്കുന്നു. ഈ കാഴ്ച കുട്ടികളിൽ വളരെയേറെ ആഹ്ലാദം പകർന്നു. ഇൻഫാന്റയും വളരെയേറെ ചിരിച്ചു.

ആചാരമനുസരിച്ച് ഒരു രാജുമാരി തന്നേക്കാൾ താഴെക്കിടയിലുള്ളവരുടെ സാന്നിധ്യത്തിൽ അമിതമായി ആഹ്ലാദിക്കുവാനോ സങ്കടപ്പെടുവാനോ പാടില്ലെന്ന് കമെരേരായ്ക്ക് അവളെ ഓർമിപ്പിക്കേണ്ടിവന്നു.

ആ കുള്ളനെ തടുക്കാനാവുമായിരുന്നില്ല. ഭീകരത വളർത്തിയെടുത്ത ആ കുള്ളൻ സ്പാനിഷ് കോടതികൾക്കുപോലും ഒരു തലവേദനയായിരുന്നു. ഇവിടെ ആദ്യമായാണ് തലകാണിക്കുന്നത്. തൊട്ടടുത്ത ദിവസം മാത്രമാണവനെ കണ്ടെത്തിയത്. നഗരത്തിനു ചുറ്റുപാടുമുള്ള കോർക്കുമരക്കാടുകളിൽ രണ്ടു മാന്യന്മാർ നായാട്ടിനെത്തിയതാണ്. അവർ അകലെ ഒറ്റപ്പെട്ട ഒരു സ്ഥലത്ത് എത്താനിടയായി. ഓടിപ്പോകുന്ന കുള്ളനെ അവർ പിടികൂടി. ഇൻഫാന്റയ്ക്ക് ഒരു കൗതുകമാവട്ടെ എന്നു കരുതി കൊട്ടാരത്തിലേക്കു കൊണ്ടുവരികയായിരുന്നു. അവന്റെ പിതാവ് ഒരു പാവം കരിനിർമാതാവാണ്. വിരൂപിയായ; യാതൊരു തരത്തിലും

ഉപകരിക്കാത്ത മകൻ വിട്ടുപോയതിൽ അയാൾക്കു സന്തോഷമാണ്. തന്റെ വിലക്ഷണരൂപത്തെപ്പറ്റി അവൻ ഒട്ടുംതന്നെ ബോധവാനായിരുന്നില്ല എന്നതാണ് തമാശയുള്ള കാര്യം.

തികഞ്ഞ ഉത്സാഹിയായും സന്തോഷമുള്ളവനുമായാണ് കുള്ളൻ കാണപ്പെട്ടത്. കുട്ടികളെല്ലാം ചിരിക്കുമ്പോൾ അവരുടെ ചിരിയിൽ അവനും പങ്കുചേരുന്നു. അവന്റെ ഓരോ പ്രകടനം അവസാനിക്കുമ്പോഴും ഏറ്റവും തമാശതോന്നിക്കുന്ന വിധത്തിൽ തലകുനിച്ചു വണങ്ങുന്നു. താനും അവരെപ്പോലെതന്നെയാണെന്ന മട്ട്. മറ്റുള്ളവർക്ക് പരിഹസിക്കാനുള്ള ഒരു രൂപമായാണ് പ്രകൃതി തന്നെ സൃഷ്ടിച്ചിരിക്കുന്നത് എന്ന് അവനറിയില്ല.

കൊച്ച് ഇൻഫാന്റ അവനെ മോഹിപ്പിച്ചു കളഞ്ഞു. അവൻ അവളിൽനിന്ന് കണ്ണെടുത്തതേയില്ല. അവൾക്കു വേണ്ടി മാത്രമായി നൃത്തം വെക്കാൻ ആഗ്രഹിക്കുകയും ചെയ്തു.

പ്രകടനം അവസാനിച്ചു. ഇത്തരം സദസുകളിൽ പ്രകടനം അവസാനിക്കുമ്പോൾ, പ്രഭിമാർ, അരങ്ങിലേക്ക് പൂക്കളും മറ്റും എറിഞ്ഞു കൊടുക്കുന്നത് ഇൻഫാന്റ പലതവണ കണ്ടിട്ടുണ്ട്. അവൾ തന്റെ തലമുടിയിൽ നിന്ന് ഒരു വെളുത്ത പനിനീർപ്പൂവ് എടുത്തെറിഞ്ഞു. തമാശയായും കമെരേരാ വെച്ച നിബന്ധനയെ പരിഹസിച്ചുകൊണ്ടും ചെയ്തതാണത്. മാർപ്പാപ്പയുടെ സ്വന്തം ചാപ്പലിൽനിന്നും അയച്ച അവിടത്തെ സംഗീതജ്ഞൻ കഫാറെല്ലി ഇവിടെയും എത്തിയിട്ടുണ്ട്. രാജാവിന്റെ ദുഃഖം ശമിപ്പിക്കാൻ തന്റെ മധുരസ്വരവുമായി എത്തിയതാണയാൾ.

ഇൻഫാന്റ പുഞ്ചിരിയോടെ എറിഞ്ഞു കൊടുത്തപൂവ് അറീനയ്ക്ക് അപ്പുറം ചെന്നുവീണു. അവൻ അതെടുത്തു; സംഗതി ഗൗരവമായെടുത്തു. പൂവെടുത്ത് തന്റെ പരുക്കൻ ചുണ്ടുകളിൽ ചേർത്തുവെച്ചു, പിന്നെ കൈ നെഞ്ചിൽ ചേർത്തു. ഒരു കാൽമുട്ട് കുത്തി അവളുടെ മുമ്പിൽ നിന്നു. കണ്ണുകൾ സന്തോഷത്താൽ തിളങ്ങുന്നു. വലിയവായോടെ ഇളിക്കുന്നു.

കുള്ളൻ വേദിവിട്ടുപോയിട്ടും ഇൻഫാന്റ ചിരിച്ചുകൊണ്ടേയിരുന്നു. ഒരുതവണകൂടി ഉടൻ തന്നെ അവന്റെ ഡാൻസ് ആവർത്തിച്ചുകാണണമെന്ന് അമ്മാവനോട് പറഞ്ഞു. എന്നാൽ കമെരേരാ പറഞ്ഞത് സൂര്യൻ ചൂടുപിടിച്ചെന്നും കൊട്ടാരത്തിലേക്ക് ഉടൻ മടങ്ങുകയാണ് നല്ലതെന്നുമാണ്. അവിടെ ഗംഭീരമായ സദ്യ ഒരുക്കിയിട്ടുണ്ട്. മനോഹരമായ വലിയൊരു പിറന്നാൾ കെയ്ക്കും, നിറമുള്ള പഞ്ചസാരപ്പാവുകൊണ്ട് ഇൻഫാന്റയെന്ന് കേക്കിൽ എഴുതിയിട്ടുണ്ട്. ഒരു വെള്ളിപ്പതാക അതിൽ കുത്തിവെച്ചിട്ടുണ്ട്.

ഇൻഫാന്റ അന്തസ്സോടെ എഴുന്നേറ്റു നടന്നു. ആ കുള്ളൻ വീണ്ടും തനിക്കുവേണ്ടി ഡാൻസ് ചെയ്യണമെന്ന് കൽപ്പന നൽകി. ടിയെറാ-ന്യൂ-വയിലെ ചെറുപ്പക്കാരനായ പ്രഭുവിന് നന്ദി പറഞ്ഞു, തന്നെ സ്വാഗതം ചെയ്തതിന്. അവൾ കൊട്ടാരത്തിലേക്ക് നടന്നു, പിറകെ അതിഥികളായ കുട്ടികൾ നടന്നു, ഇവിടേക്കു വന്ന ക്രമത്തിൽതന്നെ.

ഇൻഫാന്റയ്ക്കു വേണ്ടി, ഒരുതവണ കൂടി താൻ നൃത്തം ചെയ്യണമെന്ന കാര്യം കുള്ളൻ മനസിലാക്കി. പെട്ടെന്നുണ്ടായ ഈ കൽപ്പനയറിഞ്ഞ് അവൻ അഭിമാനപുളകിതനായി. തോട്ടത്തിലേക്കോടി, പരമാനന്ദത്തോടെ പനിനീർപ്പൂ ചുംബിച്ചു. അവലക്ഷണം പൂണ്ട അംഗചലങ്ങൾ പ്രകടിപ്പിച്ചു.

എന്നാൽ തങ്ങളുടെ മനോഹരവസതിയിലേക്ക് കുള്ളൻ വീണ്ടും വന്നത് പൂക്കൾക്ക് ഇഷ്ടമായില്ല. അവർ കുപിതരായി. കൈകൾ തലയ്ക്കു മുകളിൽ വീശി, അവൻ അഹന്തയോടെ അങ്ങോട്ടുമിങ്ങോട്ടും നടന്നു. പൂച്ചെടികൾക്ക് സ്വയം നിയന്ത്രിക്കാനാവുന്നില്ല.

"നമ്മുടെയിടയിൽ വന്ന് ഉല്ലസിക്കാൻ ഈ വൃത്തികെട്ടവനെ അനുവദിക്കരുത്." ടുലിപ് പുഷ്പം പറഞ്ഞു.

"അവൻ പോപ്പിരസം മോന്തി ആയിരം സംവത്സരങ്ങൾ കിടന്നുറങ്ങട്ടെ" ചുവന്നലില്ലിപ്പൂക്കൾ കോപത്തോടെ മൊഴിഞ്ഞു.

"അവൻ ഒരു ഭീകരജീവിതന്നെ." കള്ളിച്ചെടിയുടെ അഭിപ്രായമാണ്. "വളഞ്ഞുപിരിഞ്ഞ് കുറ്റിപോലെ തലയും കാലുകളുമായി ഒരു പൊരുത്തവുമില്ല. അവനെ കാണുമ്പോൾതന്നെ, മേലാകെ കുത്തുകൊള്ളുന്നതുപോലെ എനിക്ക് തോന്നുന്നു. എന്റെയടുത്തുവരട്ടെ, എല്ലാ മുള്ളുകൾകൊണ്ടും ഞാനവനെ കുത്തും."

"എന്റെ ഏറ്റവും നല്ല പൂക്കളിൽ ഒന്ന് അവന് കിട്ടിയിട്ടുണ്ട്." വെളുത്ത റോസാച്ചെടിയുടെ പരാതിയാണ്. "ഇന്നു പ്രഭാതത്തിൽ ഇൻഫാന്റയ്ക്ക് ഞാൻ തന്നെ സമ്മാനിച്ചതാണ്, പിറന്നാൾ ആഘോഷത്തിന്. അതവൻ മോഷ്ടിച്ചതാണ്. കള്ളൻ കള്ളൻ. പനിനീർച്ചെടി ഉച്ചത്തിൽ വിളിച്ചുകൂവി."

ചുവന്ന ജെറാനിയം സാധാരണ ഒച്ചപ്പാടുണ്ടാക്കാറില്ല. അവർക്ക് പരസ്പരമുള്ള അടുപ്പവും കുറവാണ്. അവനെ കണ്ടതും അവജ്ഞയോടെ അവ ചുരുണ്ടു. വയലറ്റുകളും ഒതുക്കത്തോടെ തങ്ങളുടെ അഭിപ്രായം പറഞ്ഞു. സാധാരണ മട്ടുകാരനാണ് അവൻ. അവൻ ന്യായവാദം ഉന്നയിക്കുന്നു. അതാണവന്റെ കുഴപ്പം. വൈകല്യം ഉള്ള ഒരുവനെ ഇഷ്ടപ്പെടുന്നതിൽ ഒരു ന്യായീകരണവും ഇല്ല. കുള്ളന്റെ വൈരൂപ്യം അവന്റെ ആഡംബരമാണെന്നാണ് ചില വയലറ്റുകളുടെ അഭിപ്രായം. അവലക്ഷണം പിടിച്ച ആ രൂപം ഇങ്ങനെ ചാടിമദിക്കാതെ വിഷാദപൂർവം ദുഃഖം പ്രകടിപ്പിക്കുന്ന ഭാവത്തിൽ ആയിരുന്നെങ്കിൽ കുറേക്കൂടി സഹ്യമാകുമായിരുന്നു.

സൺഡയലിന് പ്രത്യേകമായൊരു വ്യക്തിത്വമുണ്ട്. ചാൾസ് ചക്രവർത്തിക്കല്ലാതെ മറ്റൊരാൾക്കുംതന്നെ സ്വാധീനിക്കാനാവില്ല. എന്നാൽ കുള്ളനെ കണ്ടതും രണ്ടു മിനിറ്റു നേരത്തേക്ക് താൻ എല്ലാം മറന്നുപോയി. തന്റെ നീട്ടിപ്പിടിച്ച വിരലുകൾ അതേപടി നിന്നു. കോണിയുടെ തൂണിൽ പിടിച്ച് ആരാണ് വെയിൽ കായുന്നതെന്ന് പാൽനിറമുള്ള മയിലിനോട് ചോദിച്ചുപോയി. രാജാവിന്റെ മക്കൾ രാജാക്കന്മാരും കരിയടു

പ്പു കത്തിക്കുന്നവന്റെ മക്കൾ കരിയടുപ്പു കത്തിക്കുന്നവരും ആയിരിക്കു മെന്ന് എല്ലാവർക്കും അറിയാം. അങ്ങനെയല്ല എന്നു നടിക്കുന്നതിൽ ഒട്ടും യുക്തിയില്ല. മയിൽ ഇതിനോട് പൂർണമായി യോജിച്ചു. അങ്ങനത്തന്നെ, അങ്ങനെത്തന്നെ എന്ന് ഉറക്കെ വിളിച്ചുപറയുകയും ചെയ്തു.

ജലധാരയുടെ അടിയിലെ തണുപ്പിൽ സസുഖം കഴിഞ്ഞിരുന്ന സ്വർണ മത്സ്യം ഈ പരുക്കൻ സ്വരം കേട്ടു. അവ വെള്ളത്തിൽ നിന്ന് എത്തിനോക്കി. ഭൂമിയിൽ എന്താണ് സംഭവിക്കുന്നതെന്നോ പൊയ്കയിലെ കല്ലുകളോട് ചോദിച്ചു. പക്ഷേ പക്ഷികൾക്ക് അവനെ ഇഷ്ടമായി. അവർ ചിലപ്പോഴെല്ലാം കുള്ളനെ കാട്ടിൽ കാണാറുണ്ട്. കുസൃതികാണിക്കുന്ന കൊച്ചുഗന്ധർവനെ പോലെ തുള്ളിക്കളിക്കും. ഉള്ളുപൊള്ളയായ പഴയ ഓക്കുമരത്തിൽ പൊത്തിപ്പിടിച്ചു കയറും. തനിക്കു കിട്ടുന്ന കായ്കൾ അണ്ണാനുമായി പങ്കുവയ്ക്കും. അവൻ വിരൂപിയാണെന്നത് അവയ്ക്കൊരു പ്രശ്നമേയല്ല. ഓറഞ്ചുമരത്തിൽ ഇരുന്ന് മധുരമായി പാടുന്ന രാപ്പാടിപോലും അവന്റെ രൂപത്തെ കണക്കിലെടുക്കുന്നില്ല. ആകാശത്തിലെ അമ്പിളിപോലും ചിലപ്പോൾ ചരിഞ്ഞുനിന്ന് ഗാനം ശ്രദ്ധിക്കാറുണ്ട്.

മാത്രമല്ല കുള്ളന് എല്ലാവരോടും ദയയാണ്. കടുത്ത മഞ്ഞുകാലത്ത് മരങ്ങളിലൊന്നും പഴങ്ങൾ ഉണ്ടാവില്ല. ഭൂമിയാവട്ടെ, പാറപോലെ ഉറച്ചു കിടക്കും. ഭക്ഷണം അന്വേഷിച്ച് ചെന്നായ്ക്കൾ നഗരകവാടം വരെ പോകാറുണ്ട്. അവൻ ഒരിക്കൽപ്പോലും അവയുടെ കാര്യം അവഗണിക്കാറില്ല. തന്റെ കയ്യിലുള്ള വിലകുറഞ്ഞ കറുത്ത അപ്പമോ മറ്റെന്തെങ്കിലും ഭക്ഷ്യവസ്തുവോ കരുതിവെച്ച് ജന്തുക്കൾക്ക് നൽകുക പതിവാണ്.

പക്ഷികൾ അവനെ ചുറ്റിപ്പറന്നു. പറക്കലിനിടയിൽ ഇടയ്ക്ക് ചിറകുകൾകൊണ്ട് കുള്ളന്റെ കവിളിൽ തലോടും. അവർ പരസ്പരം സംസാരിക്കും. കൊച്ച് ഇൻഫാന്റ സമ്മാനിച്ച വെളുത്ത പനിനീർപ്പൂവ് അവരെ കാണിക്കാതിരിക്കാൻ കുള്ളന് ആയില്ല. ഇൻഫാന്റ അവനെ സ്നേഹിക്കുന്നുവെന്ന് അറിയണം.

അവൻ പറയുന്നത് ഒരക്ഷരവും പക്ഷികൾക്ക് മനസിലായില്ല. പക്ഷേ അതൊന്നും പ്രശ്നമല്ല. എല്ലാവരും തല ഒരുവശത്തേക്ക് വെച്ചു. എല്ലാം അറിഞ്ഞെന്നു വരുത്തി. ഒരു കാര്യം മനസിലാക്കുന്നതുപോലെ നല്ല കാര്യംതന്നെയാണതും. എളുപ്പവുമാണ്. ഓന്തുകളും കൗതുകത്തോടെ നോക്കി. ഓടിയോടി ക്ഷീണിക്കുമ്പോൾ, അവ അവന്റെ ചുറ്റും കൂടി നിൽക്കും. അവന്റെ ദേഹത്തുകൂടി കയറിമറിഞ്ഞ് തങ്ങളേക്കാൾ ആവുന്നവിധം അവനെ സന്തോഷിപ്പിക്കും.

ഓന്തിനെപ്പോലെ സുന്ദരനാവാൻ എല്ലാവർക്കും കഴിഞ്ഞെന്നുവരില്ല. അവർ പറയും: അങ്ങനെ പ്രതീക്ഷിക്കാൻ വയ്യ. അങ്ങനെ പറയുന്നതിൽ യുക്തിരാഹിത്യം ഉണ്ട്. മാത്രമല്ല അവൻ അത്ര വിരൂപനൊന്നുമല്ലതാനും. നോക്കാതിരുന്നാൽ മതിയല്ലോ.

പ്രകൃത്യാ തന്നെ ഓന്തുകൾവളരെ ദാർശനികർ ആണല്ലോ. മണി

ക്കൂറുകളോളം അവർ ചിന്തയിൽ ലയിച്ചു നിൽക്കുന്നതുകാണാം, മറ്റൊന്നും ചെയ്യാനില്ലാത്തപ്പോൾ.

പൂക്കൾക്ക് ഇതെല്ലാം വലിയ ശല്യമായിതോന്നി. ഇങ്ങനെ ഇടതട വില്ലാതെ മണ്ടിനടക്കുന്നതും പറക്കുന്നതുമെല്ലാം വൃത്തികെട്ട ഒരു സ്വാധീനമാണുണ്ടാക്കുക. നന്നായി വളർത്തപ്പെട്ടവർ എല്ലായ്പ്പോഴും ഒരേ സ്ഥലത്താണ് നിൽക്കുക, ഞങ്ങളെപ്പോലെ. ഞങ്ങൾ നടപ്പാതയിൽ ചാടി നടക്കുന്നതോ, തുമ്പിയെ പിടിക്കാൻ വായുവിൽ പൊങ്ങിച്ചാടുന്നതോ ആരും ഒരിക്കലും കാണില്ല. നിന്ന സ്ഥലത്തുനിന്ന് ഒരു മാറ്റം വേണ മെന്ന് തോന്നുമ്പോൾ തോട്ടക്കാരന് ആളയക്കും. അയാൾ ഞങ്ങളെ മറ്റു സ്ഥലങ്ങളിലേക്ക് മാറ്റി സ്ഥാപിക്കും. ഇത് അന്തസ്സുള്ള ഒരു കാര്യമാ ണ്. പക്ഷികൾക്കും ഓന്തുകൾക്കും ഇങ്ങനെ വിശ്രമിക്കണമെന്ന് ബോധം ഇല്ല. പക്ഷികൾക്കാവട്ടെ ഒരു സ്ഥിരം മേൽവിലാസവും ഇല്ല. ജിപ്സിക ളെപ്പോലെ അലഞ്ഞുതിരിയുന്നവരാണ് പക്ഷികൾ. അവരോടുള്ള പെരു മാറ്റവും അങ്ങനെ മതി.

എല്ലാ പൂക്കളും മുകളിലേക്ക് മൂക്ക് ഉയർത്തി ഗർവോടെ നിന്നു.

അൽപ്പം കഴിഞ്ഞ് കുള്ളൻ പുല്ലിൽക്കൂടി ഇഴഞ്ഞുകയറി വന്ന് കൊട്ടാരത്തിലേക്കുള്ള വഴിയിലൂടെ പോകുന്നത് അവർ സന്തോഷ ത്തോടെ നോക്കിനിന്നു.

അവന്റെ ബാക്കി ജീവിതം ഇതിനുള്ളിൽത്തന്നെ ആയിരിക്കണം. അവന്റെ മുതുകിലെ കൂന് നോക്കുക, വളഞ്ഞകാലുകളും. അവർ അമർത്തിച്ചിരിച്ചു.

പക്ഷേ, ഈ പറഞ്ഞതൊന്നും കുള്ളൻ അറിഞ്ഞതേയില്ല. അവന് പക്ഷികളെയും ഓന്തുകളേയും ഒരുപാടിഷ്ടമാണ്. ഈ ലോകത്ത് ഏറ്റവും ഉജ്വലമായ വസ്തുക്കൾ പൂക്കളാണെന്നും അവൻ കരുതുന്നു; ഇൻഫാന്റയെ മാറ്റി നിർത്തിയാൽ. അപ്പോഴാണല്ലോ ഇൻഫാന്റ അവ നൊരു പനിനീർപ്പൂ സമ്മാനിച്ചത്. അവൾ അവനെ സ്നേഹിക്കുന്നുണ്ട്. അതൊരു വലിയ വൈജാത്യം ആണെങ്കിലും അവളോടൊപ്പം കൊട്ടാര ത്തിലേക്ക് തിരിച്ചുപോകാൻ അവൻ എത്രമാത്രം ആഗ്രഹിച്ചു! അവൻ അവന്റെ കൈകളിൽ പിടിക്കുമായിരുന്നു, അവനോട് ചിരിക്കുമായിരുന്നു, അവൻ അവളുടെ സമീപത്തുനിന്ന് മാറുകയില്ലായിരുന്നു, അവനെ കളി ത്തോഴൻ ആക്കുമായിരുന്നു. താൻ അവളെ ആഹ്ലാദജനകമായ പലകാ ര്യങ്ങളും പഠിപ്പിക്കുമായിരുന്നു.

മുമ്പൊരിക്കലും താനൊരു കൊട്ടാരത്തിൽ വന്നിട്ടില്ല. എങ്കിലും അതിശയകരമായ പല കാര്യങ്ങളും അവനറിയാം. പച്ചത്തുള്ളന് ഇരുന്നു പാടാൻ കോരപ്പല്ലുകൾകൊണ്ട് കൊച്ചുകൂടുണ്ടാക്കും. നീണ്ട മുളകൾ ചേർത്തുവച്ചാൽ അതിൽനിന്നും സംഗീതം കേൾക്കാം. കരച്ചിൽ കേട്ടാൽ ഏതു പക്ഷിയേയും തിരിച്ചറിയും. മരത്തിനു മുകളിലിരിക്കുന്ന സ്റ്റാർലിം ഗിനെ താഴോട്ടു വിളിച്ചുവരുത്തും. കൊക്കിനെ തടാകത്തിൽ നിന്ന് വരു ത്താനാവും. ഏതൊരു മൃഗത്തിന്റെയും സഞ്ചാരപാതകൾ നിരീക്ഷിച്ചി

ട്ടുണ്ട്. മുയലിന്റെ മൃദുലമായ കാൽപ്പാടുകൾ, കരടി, ചവിട്ടിച്ചതച്ച ഇലകളിലൂടെയുള്ളവഴി. കാട്ടുനൃത്തങ്ങൾ അവൻ കാണിക്കും. ചുവന്ന വസ്ത്രമണിഞ്ഞ്, ഭ്രാന്തമായ ശരത്കാല നൃത്തം, നീലപാദരക്ഷയണിഞ്ഞ് ധാന്യങ്ങൾക്കു മീതെയുള്ള ലാസ്യനൃത്തം, മഞ്ഞുകാലത്ത് വെളുത്ത മഞ്ഞുമാലകൾ അണിഞ്ഞുള്ള നൃത്തം, വസന്തകാലത്ത് പഴത്തോട്ടങ്ങളിലൂടെ നടന്നുകൊണ്ടുള്ള പുഷ്പനടനം. കാട്ടുപ്രാവുകൾ എവിടെയാണ് കൂടുവെക്കുന്നതെന്ന് അവൻ കണ്ടുവെച്ചിട്ടുണ്ട്.

വേട്ടക്കാരൻ കാട്ടുകോഴികളെ പിടിച്ചപ്പോൾ കുഞ്ഞുങ്ങളെ അവൻതന്നെ സംരക്ഷിച്ചുവളർത്തി. ഒരു എല്മ് മരത്തിന്റെ പൊത്തിൽ അവയ്ക്കായി ഒരു കൂടുണ്ടാക്കി. അവ നല്ലപോലെ ഇണങ്ങിയിരുന്നു. എല്ലാ ദിവസവും പ്രഭാതത്തിൽ അവന്റെ കയ്യിൽ നിന്നുതന്നെ തീറ്റകൊത്തിത്തിന്നു.

അവൾ ഇതെല്ലാം ഇഷ്ടപ്പെടും. നീണ്ട പന്നൽച്ചെടികൾക്കിടയിലൂടെ ധൃതിയിൽ പായുന്ന കാട്ടുമുയലുകൾ. തിളങ്ങുന്ന വെള്ളിച്ചിറകുകളും കറുത്ത കൊക്കുകളുമുള്ള ജായ്പക്ഷികൾ, മുൾപ്പന്തുപോലെ ഉരുണ്ട മുള്ളൻപന്നി, മെല്ലെ ഇഴഞ്ഞുനീങ്ങുന്ന, ജ്ഞാനികളായ വലിയ ആമകൾ. പുൽനാമ്പുകൾ തിന്നുകൊണ്ടാണ് അവ നീങ്ങുക. തീർച്ചയായും അവൾ കാട്ടിലേക്കു വന്ന് അവനോടൊപ്പം കളിക്കും. ഉറങ്ങുവാൻ തന്റെ കൊച്ചുമെത്ത അവൾക്കു കൊടുക്കും. എന്നിട്ട് പുലരുംവരെ ജാലകത്തിനടുത്ത് കാവൽ നിൽക്കും. കാട്ടുപോത്തുകൾ അവളെ ഉപദ്രവിക്കാൻ ഇടയാവരുത്. ചെന്നായ്ക്കൾ കൊച്ചുകുടിലിലേക്ക് ഇഴഞ്ഞുകയറരുത്. പുലർന്നാൽ വാതിലിൽ തട്ടി അവളെ ഉണർത്തണം. പകൽ മുഴുവൻ രണ്ടുപേരും കൂടി വനത്തിൽ നൃത്തം ചെയ്തു നടക്കും. വനത്തിൽ ഏകാന്തത തോന്നുകയില്ല.

ചിലപ്പോഴെല്ലാം ഒരു ബിഷപ്പ് വർണാങ്കിതമായ തന്റെ പുസ്തകം വായിച്ചുകൊണ്ട് ഒരു കോവർ കഴുതമേൽ സഞ്ചരിക്കുന്നു. പ്രാപ്പിടിയൻവേട്ടക്കാർ അതുവഴി പോകാറുണ്ട്. പച്ചവെൽവെറ്റ് തൊപ്പിയണിഞ്ഞവർ. മാൻതോലുകൊണ്ടുണ്ടാക്കിയ കുപ്പായമാണ് അവർ അണിയുന്നത്. അവരുടെ കൈത്തണ്ടയിൽ കഴുകൻ ഇരിക്കുന്നുണ്ടാവും. മുന്തിരിയുടെ വിളവെടുപ്പു കാലമാണെങ്കിൽ മുന്തിരിക്കച്ചവടക്കാർ ഉണ്ടാവും. അവരുടെ കൈകളും പാദങ്ങളും ചുവന്നിരിക്കും. അവരുടെ ദേഹത്ത് തിളങ്ങുന്ന വള്ളികൾ ഉണ്ട്. നിറഞ്ഞുതുളുമ്പുന്ന മുന്തിരിപ്പാത്രങ്ങളും കരിച്ചൂട്ടുന്നവർ, രാത്രിയിൽ അവരുടെ ഭീമാകാരമായ ചൂളയ്ക്കു ചുറ്റും ഇരിക്കുന്നു. മരത്തടികൾ, തീയിൽ സാവധാനത്തിൽ കരിയുന്നത് നോക്കിക്കാണുന്നു. ചുടുചാരത്തിൽ, തിന്നാനുള്ള കായ്കൾ വറുത്തെടുക്കുന്നു. കവർച്ചക്കാർ ഗുഹകളിൽനിന്ന് പുറത്തേക്കു ചാടി അവരോടൊപ്പം സന്തോഷം പങ്കിടുന്നു. ഒരിക്കൽ മനോഹരമായൊരു ഘോഷയാത്ര, പൊടിനിറഞ്ഞ വഴിയിലൂടെ ചുറ്റിക്കറങ്ങി, ടൊളീഡൊവിലേക്ക് പോകുന്നുണ്ടായിരുന്നു. മധുരമായി പാടിക്കൊണ്ട് ഭിക്ഷുക്കൾ മുമ്പിൽ സഞ്ച

രിക്കുന്നുണ്ട്. തിളക്കമുള്ള ബാനറുകളും സ്വർണത്തിൽ തീർത്ത കുരിശും അവർ കൈയ്യിലേന്തിയിരുന്നു. പിന്നെയൊരു വെള്ളി പടച്ചട്ടയണിഞ്ഞ് ആയുധങ്ങളുമായി പട്ടാളക്കാർ. അവരുടെയിടയിൽ നഗ്നപാദരായി മൂന്നു പുരുഷന്മാർ. അവർ ധരിച്ച മഞ്ഞക്കുപ്പായങ്ങളിൽ വിചിത്രമായ ചിത്രങ്ങൾ വരച്ചിട്ടുണ്ട്. കയ്യിൽ കത്തിച്ച മെഴുകുതിരിയും.

ഇങ്ങനെ, വനത്തിൽ ഒരുപാട് കാണാനുണ്ടാവും. ഇതെല്ലാം നോക്കി അവൾ ക്ഷീണിക്കുമ്പോൾ പതുപതുപ്പുള്ള പച്ചപ്പുല്ലുകൊണ്ട് അവൾക്കായി ഒരു മെത്തയുണ്ടാക്കും. അല്ലെങ്കിൽ അവളെ തന്റെ കൈകളിൽ വാരിയെടുത്ത്, കുടിലിനുള്ളിൽ കൊണ്ടുപോയി കിടത്തും. പൊക്കം കുറവാണെങ്കിലും താൻ ശക്തനാണല്ലോ. ചുവന്ന മഞ്ചാടിമണികൾ കൊണ്ട് ഒരു ചുവന്ന നെക്ലേസ് ഉണ്ടാക്കിക്കൊടുക്കും. അവൾ ഉടുപ്പിൽ അണിഞ്ഞിരുന്ന വെള്ളമുത്തുകൾ പോലെത്തന്നെ മനോഹരമായിരിക്കും അവ. മടുപ്പ് തോന്നുമ്പോൾ അവൾ അത് വലിച്ചെറിയും. പിന്നെ, താൻ മറ്റൊന്ന് ഉണ്ടാക്കും. ഓക്കുവൃക്ഷത്തിന്റെ കപ്പ് രൂപത്തിലുള്ള ഫലവും മഞ്ഞിൽ കുതിർന്ന ആനിമോണും സ്വർണമുടിയിൽ ചൂടാൻ മിന്നാമിനുങ്ങുകളേയും കൊണ്ടുവന്നു കൊടുക്കും. മുടിയിൽ അവ നക്ഷത്രങ്ങളെ പോലെ ശോഭിക്കും.എന്നാൽ അവൾ എവിടെ? വെളുത്ത പനിനീർപ്പൂവിനോട് ചോദിച്ചെങ്കിലും മറുപടി കിട്ടിയില്ല. കൊട്ടാരം മുഴുവൻ ഉറങ്ങുകയാണെന്ന് തോന്നുന്നു. അടയ്ക്കാത്ത ജാലകങ്ങളിൽ, വെളിച്ചം കടന്നു ചെല്ലാതിരിക്കാൻ കനത്ത തിരശ്ശീലകൾ വിടർത്തിയിട്ടിരിക്കുന്നു. ഒരു പ്രവേശനകവാടം കണ്ടെത്താനായി കുള്ളൻ ചുറ്റും നടന്നുനോക്കി.

ഒടുവിൽ തുറന്നുകിടക്കുന്ന ഒരു ചെറിയ സ്വകാര്യവാതിൽ കണ്ടു. അതിലൂടെ ഉള്ളിൽ കയറിയപ്പോൾ വിസ്തൃതമായ ഒരു ഹാളിലാണ് ചെന്നുപെട്ടത്. അതിഗംഭീരമായ ഹാൾ എന്നുതന്നെപറയാം. കാനനത്തേക്കാൾ ഗംഭീരം. സ്വർണവും വെള്ളിയും പൂശി തിളക്കമേറ്റിയത്. വർണക്കല്ലുകൾകൊണ്ട് മിനുസപ്പെടുത്തിയ നിലം. കല്ലുകൾ, പ്രത്യേകം ജ്യോമട്രിക് പാറ്റേണിൽ ക്രമീകരിച്ചതാണ്. എന്നാൽ കൊച്ച് ഇൻഫാന്റ അവിടെയില്ല. വിചിത്രമായ ചില വെളുത്തപ്രതിമകൾ, അവയുടെ പീഠങ്ങളിൽ നിന്ന് അവനെ നിരീക്ഷിക്കുന്നു. പുഞ്ചിരിക്കുന്ന അധരങ്ങളും ദുഃഖഭരികമായ കണ്ണുകളുമാണ് അവയ്ക്ക്.

ധാരാളം ചിത്രത്തയ്യലുള്ള ഒരു കറുത്ത വെൽവെറ്റ് തിരശ്ശീല ഹാളിന്റെ അങ്ങേയറ്റത്ത് കാണുന്നുണ്ട്. അതിൽ സൂര്യനും നക്ഷത്രങ്ങളും ചിതറിക്കിടക്കുന്നു. രാജാവിന് ഇഷ്ടപ്പെട്ട കലാരൂപമാണത്. ഒരുപക്ഷേ ഇൻഫാന്റ അതിനു പിറകിൽ ഒളിച്ചു നിൽക്കുന്നുണ്ടാവാം. ഏതായാലും പോയി നോക്കുകതന്നെ.

കുള്ളൻ പതുക്കെ നടന്നുചെന്ന് കർട്ടൻ വകഞ്ഞുമാറ്റി. ഇല്ല. അവിടെ മറ്റൊരു മുറിയാണ്, കുറേക്കൂടി ഭംഗിയുള്ളത്. ഭിത്തികളിൽ നിരവധി ചിത്രപടങ്ങൾ തൂങ്ങിക്കിടക്കുന്നു. പച്ചനിറത്തിലുള്ള ഒരു ചിത്രയവനികയിൽ കുറെ മനുഷ്യരൂപങ്ങൾ. അവർ നായാട്ടു നടത്തുന്നു. ഏഴുവർഷ

ത്തിലേറെക്കാലം പണിയെടുത്ത് ഫ്ളെമിഷ് കലാകാരന്മാർ നിർമിച്ചതാണ്. ഒരുകാലത്ത് ജീൻ-ലെ-ഫൗ രാജാവിന്റെ അറയായിരുന്നു അത്. രാജാവിന് മനോവിഭ്രാന്തി പിടിപെട്ടിരുന്നു.

ഉന്മാദം അധികമാകുന്ന ചിലസന്ദർഭങ്ങളിൽ രാജാവ് കുതിരപ്പുറത്തേറുന്നു. അപ്പുറത്ത് തന്റെ വേട്ടനായ്ക്കൾ ഒരു കലമാനിന്റെ മേൽ ചാടിവീഴുന്നുണ്ട്. ഓടിമറയാൻ ശ്രമിക്കുന്ന മാനിനെ താൻ കഠാരകൊണ്ട് കുത്തുന്നു. ഇങ്ങനെയെല്ലാം അരങ്ങേറിയ ഈ സ്ഥലം ഇപ്പോൾ കൗൺസിൽ മുറിയാണ്. മധ്യത്തിലുള്ള മേശയിൽ, ചുവന്നചട്ടങ്ങളിൽ മന്ത്രിമാരുടെ ചിത്രങ്ങൾ. സ്പെയിനിലെ സ്വർണ്ണനിറമുള്ള ടുലിപ് പുഷ്പങ്ങൾ അതിൽ പതിച്ചിട്ടുണ്ട്. ഹാപ്സ്ബർഗ് ഭവനത്തിന്റെ ചിഹ്നങ്ങളും ആയുധങ്ങളുമുണ്ട്.

കുള്ളൻ വിസ്മയത്തോടെ ഇതെല്ലാം നോക്കി. മുമ്പോട്ടു പോകാൻ അൽപ്പം ഭയം തോന്നി. യാതൊരു ശബ്ദവുമില്ലാതെ നീണ്ട വഴിയിൽ കൂടി അശ്വാരൂഢർ അതിവേഗത്തിൽ പാഞ്ഞുപോകുന്നു. കരിനിർമാതാക്കൾ പറഞ്ഞ് താൻ കേട്ടിട്ടുള്ള ഭയങ്കരമായ ഫാന്റംസ് ആണ് അതെന്ന് അവനു തോന്നി. കംപ്രാചോസ്, രാത്രികാലങ്ങളിൽ മാത്രം വേട്ടയ്ക്കു പോകുന്നവരാണ്. ഒരു മനുഷ്യനെയാണ് മുമ്പിൽ കണ്ടതെങ്കിൽ അയാളെ ഒരു പെൺമാൻ ആക്കി വേട്ടയാടും.

അവൻ സുന്ദരിയായ ഇൻഫാന്റയെ ഓർത്ത് ധൈര്യം കൈവരിച്ചു. അവളെ തനിച്ചൊന്നു കാണണം. താൻ അവളെ സ്നേഹിക്കുന്നുവെന്ന് പറയണം. ഒരുപക്ഷേ അവൾ അപ്പുറത്തെ മുറിയിലുണ്ടാവാം.

പതുപതുത്ത മൂറിഷ് പരവതാനിയിലൂടെ അവൻ ഓടി, അങ്ങേയറ്റത്തെ വാതിൽ തുറന്നു. ഇല്ല. അവൾ ഇവിടെയുമില്ല. മുറി ഒഴിഞ്ഞുകിടക്കുന്നു.

അതൊരു സിംഹാസനമുറിയാണ്. രാജാവ് വിദേശ അംബാസഡർമാരെ സ്വീകരിക്കുന്ന സ്ഥലം. അടുത്ത കാലത്ത് ചിലപ്പോഴെല്ലാം തന്നെ വ്യക്തിപരമായി കാണാൻ വരുന്നവരേയും അവിടെ സ്വീകരിക്കാറുണ്ട്. വളരെ വർഷങ്ങൾക്കു മുമ്പ് ഇംഗ്ലണ്ടിൽനിന്ന് അയക്കപ്പെടുന്ന ദൂതന്മാർ അവിടെ വരാറുണ്ട്. യൂറോപ്പിൽ കത്തോലിക്കരുടെ പരമാധികാരമുള്ള രാജ്ഞിയും ചക്രവർത്തിയുടെ മൂത്തമകനും തമ്മിലുള്ള രാജകീയ വിവാഹത്തിനുള്ള ഏർപ്പാട് ചെയ്യാനാണ് അവർ വന്നിരുന്നത്. തിളങ്ങുന്നതും കോർഡോവൻ തുകലിൽ ചെയ്തതുമായിരുന്നു ആ മുറിയിലെ ചിത്രയവനികകൾ. തിളക്കമേറിയ വലിയൊരു ശരറാന്തലും. മുന്നൂറ് മെഴുകുതിരികൾ അതിൽ കത്തിക്കാം. കറുപ്പും വെളുപ്പുമായ മേൽപ്പുര. അതിനു താഴെയുള്ള മേലാപ്പ് സ്വർണത്തുണികൊണ്ടുള്ളതാണ്. അതിൽ ചെറിയമുത്തുകൾ കൊണ്ട് സിംഹങ്ങൾ, കോട്ടകളുടെ ഗോപുരങ്ങൾ എന്നിവ തുന്നിച്ചേർത്തിട്ടുണ്ട്.

പിന്നെയൊരു സിംഹാസനം വിലയേറിയ കറുത്തവെൽവെറ്റ് അതിൽ വിരിച്ചിട്ടുണ്ട്. അതിൽ വെള്ള ടുലിപ് പുഷ്പങ്ങൾ ഉണ്ട്. വെള്ളി

മണികൾ കൊണ്ടും മുത്തുകൾ കൊണ്ടും അരികുകൾ മനോഹരമാക്കിയിരിക്കുന്നു. സിംഹാസനത്തിന്റെ രണ്ടാമത്തെ സ്റ്റെപ്പിൽ ഇൻഫാന്റയ്ക്ക് മുട്ടുകുത്താനുള്ള ഒരു സ്റ്റൂൾ. സിൽവർ ടിഷ്യൂകൊണ്ട് നിർമിച്ച ഒരു കുഷ്യൻ അതിൽ വെച്ചിട്ടുണ്ട്. അതിനുതാഴെ, മേലാപ്പിൽ നിന്ന് മാറി പോപ്പിന്റെ ദൂതന് ഇരിക്കാനുള്ള കസേര. രാജാവിന്റെ സാന്നിധ്യത്തിൽ പൊതുചടങ്ങുകൾ നടക്കുമ്പോൾ ദൂതനു മാത്രമേ ഇരിക്കാൻ അവകാശമുള്ളൂ. അവന്റെ ചുവപ്പു നിറത്തിലുള്ള പട്ടുകൊണ്ടുള്ള തൊപ്പി ഒരു പീഠത്തിൽ ഉണ്ട്.

ഭിത്തിയിൽ, സിംഹാസനത്തിന് അഭിമുഖമായി ചാൾസ് അഞ്ചാമന്റെ ഛായാചിത്രം. നായാട്ടുവേഷമാണ്. രാജാവിന്റെ ഒരുവശത്ത് മാസ്റ്റിഫ് നായ. പിന്നെയുള്ളത് ഫിലിപ്പ് രണ്ടാമന്റെ ചിത്രം. മറ്റേഭിത്തിയുടെ നടുവിലാണ് അതുള്ളത്. ജാലകങ്ങൾക്കിടയിൽ എബണികൊണ്ടുള്ള കറുത്ത കാബിനറ്റ്. അതിൽ ഐവറി പതിച്ചിരിക്കുന്നു. അതിലെ ചിത്രങ്ങൾ ഹോർബെയ്നിന്റെ *മരണനൃത്ത*ത്തിൽ നിന്നുള്ളതാണ്. കൈകൊണ്ട് കൊത്തിയുണ്ടാക്കിയത്.

പക്ഷേ ഈ അലങ്കാരങ്ങളൊന്നും കുള്ളനെ ആകർഷിച്ചില്ല. ഈ സിംഹാസനം തന്നെ തന്നാലും ഒരു പനിനീർ ഇതൾ പോലും കൊടുക്കില്ല. ഇവിടെയുള്ള എല്ലാ മുത്തുകളും തനിക്കു തന്നാലും തന്റെ കയ്യിലുള്ള പനിനീർ പൂവിന് പകരമാവുകയില്ല അത്. ഇൻഫാന്റ താഴേക്ക് ഇറങ്ങുംമുമ്പ് തനിക്ക് അവളെ കാണണം. തന്റെ ഡാൻസ് തീർന്ന സ്ഥിതിക്ക് തന്നോടൊപ്പം വരാൻപറയണം. ഇവിടെ വായു കനത്തു നിൽക്കുന്നു. വനത്തിൽ സ്വതന്ത്രമായി ചലിക്കുന്ന കാറ്റുണ്ട്. തന്റെ സ്വർണക്കൈകൾകൊണ്ട് എന്തിനേയും എത്തിപ്പിടിക്കുന്ന സൂര്യപ്രകാശമുണ്ട്. ഇടതിങ്ങിയ ഇലകളിൽ കൂടി അവ സഞ്ചരിക്കുന്നു. തോട്ടത്തിൽ വളർത്തുന്നതുപോലെ ഗാംഭീര്യം ഉള്ളവയല്ലെങ്കിലും കാട്ടിൽ ധാരാളം പൂക്കളുണ്ട്. എല്ലാം സുഗന്ധമുള്ളവ. വസന്താരംഭത്തിൽ ഹയാസിന്ത് പൂക്കളാൽ കാട് നിറയുന്നു. തണുത്ത പ്രദേശങ്ങളിൽ ഊതവർണപ്പൂക്കൾ പൂത്തുലഞ്ഞ് നിൽക്കും. ഓക്കുമരങ്ങളുടെ വേർമുഴകൾക്കു ചുറ്റുമായി മഞ്ഞനിറത്തിലുള്ള പ്രിംറോസുകൾ കൂട്ടമായി കാണപ്പെടുന്നു. കൂടാതെ സെലാൻഡിനും നീലയായ സ്പീഡ്വെല്ലും മഞ്ഞയും സ്വർണവുമായ ഐറിസ് പൂക്കളും ഉണ്ട്.

അവളെയൊന്നു കണ്ടാൽ മതി. അവൾ കൂടെ വരുമെന്നത് നിശ്ചയമാണ്. കാട്ടിലെത്തിയാൽ അവളുടെ സന്തോഷത്തിനായി താൻ ദിവസം മുഴുവൻ നൃത്തമാടും. അങ്ങനെ ചിന്തിച്ചതും, അവന്റെ ചുണ്ടുകളിൽ പുഞ്ചിരി വിടർന്നു. പിന്നെ അടുത്ത മുറിയിലേക്ക് കടന്നു.

ഇതുവരെ കണ്ടതിൽവെച്ച് ഏറ്റവും ഭംഗിയുള്ളതും പ്രകാശപൂരിതവുമാണിത്. ഭിത്തികൾക്ക് പിങ്കുനിറം. അതിൽ പൂക്കളും പക്ഷികളുമുണ്ട്. വെള്ളിപ്പൊട്ടുകൾ കൊണ്ട് തീർത്തവയാണവ. വെള്ളി നിർമിതമായ കനത്ത ഫർണിച്ചർ. ഊഞ്ഞാലാട്ടുന്ന ഒരു സൗന്ദര്യദേവതയുമുണ്ട്.

രണ്ടു വലിയ നെരിപ്പോടിന്റെ മുമ്പിലുള്ള സ്ക്രീനിൽ തത്തകളും മയിലുകളും. നിലത്തിന് കടൽവെള്ളത്തിന്റെ നിറം. ഗോമേദകമാർബിൾ ആണ്. അത് വളരെ അകലേക്ക് നീണ്ടുകിടക്കുന്നതായി തോന്നുന്നു.

താൻ ഇപ്പോൾ തനിച്ചല്ല. മുറിയുടെ അങ്ങേയറ്റത്ത് വാതിലിന്റെ നിഴലിൽ തന്നെ നോക്കിക്കൊണ്ട് ഒരു ചെറിയരൂപം നിൽക്കുന്നു. ഹൃദയം കിടന്നു തുള്ളി. ആനന്ദാതിരേകത്താൽ ആർത്തനാദം തന്നെ പുറപ്പെട്ടു. കുള്ളൻ വാതിൽപ്പടിയിൽ നിന്ന് മുമ്പോട്ടു പ്രകാശത്തിലേക്ക് മാറിനിന്നു. ആ രൂപവും മുന്നോട്ടു നീങ്ങുന്നത് അവൻ വ്യക്തമായികണ്ടു.

അത് ഇൻഫാന്റയാണ്. എന്നാൽ താൻ കണ്ട ഇൻഫാന്റയല്ല. അതൊരു ഭീകരജീവി. ഇന്നുവരെ കണ്ടതിൽവെച്ച് ഏറ്റവും വിചിത്രമായൊരു രൂപവും. മറ്റുള്ളവരെപ്പോലെ ഒരു നിയതമായ രൂപം ഇല്ല. മുതുകിലൊരു കൂന്. കാലുകൾ പിണഞ്ഞുനിൽക്കുന്നു. ശിരസിൽ കറുത്ത തലമുടി. നാക്ക് വെളിയിൽ. കുള്ളൻ കണ്ണുരുട്ടി തുറിച്ചുനോക്കി. ഭീകരരൂപം അങ്ങനെത്തന്നെ കാണിക്കുന്നു. കുള്ളൻ ചിരിച്ചപ്പോൾ അത് ഒപ്പം ചിരിച്ചു. കൈകൾ വശങ്ങളിൽ തൂക്കിയിട്ടപ്പോൾ അതും ആവർത്തിച്ചു. പരിഹസിക്കുന്നമട്ടിൽ തലകുനിച്ചപ്പോൾ ആ രൂപവും തലകുനിച്ചു. മുമ്പോട്ടു നടന്നപ്പോൾ ആ രൂപം അവനടുത്തേക്കു നീങ്ങുന്നു. തന്റെ ചുവടുവെപ്പുകൾപോലെത്തന്നെയാണ്. നടത്തം നിർത്തിയപ്പോൾ ആ രൂപം നിന്നു. തമാശയോടെ ഒച്ചയുണ്ടാക്കി മുമ്പോട്ടോടി. ഭീകരരൂപത്തിന്റെ കൈപിടിക്കുന്നതിനുവേണ്ടി സ്വന്തം കൈനീട്ടി അതിനെ സ്പർശിച്ചു. ആ കൈ ഐസ് പോലെ തണുത്തിരിക്കുന്നു.

പേടിയോടെ കുള്ളൻ കൈവലിച്ചപ്പോൾ ആ രൂപവും കൈവലിച്ചു. അതിന്റെ ശരീരത്തോട് അമർന്നു നിൽക്കാൻ ശ്രമിക്കവേ, മിനുസവും കടുപ്പവും ഉള്ള എന്തോ ഒന്ന് കുള്ളനെ തടഞ്ഞു. ആ ഭീകരജീവിയുടെ മുഖം ഇപ്പോൾ തന്റെ മുഖത്തിന് തൊട്ടടുത്താണ്. അവനു ഭയം തോന്നി. താൻ കണ്ണിലേക്കു താഴ്ന്ന മുടി ഒതുക്കിവെച്ചപ്പോൾ രൂപം അത് ആവർത്തിച്ചു. അടിച്ചപ്പോൾ തന്നേയും അടിച്ചു. വെറുപ്പുകാണിച്ചപ്പോൾ അതും മുഖം വികൃതമാക്കി. പിറകോട്ടു നീങ്ങിയപ്പോൾ രൂപവും പിറകോട്ടു മാറി.

എന്താണിങ്ങനെ? അവൻ കുറച്ചുനേരം ചിന്തിച്ചു. മുറിക്കു ചുറ്റുമൊന്നു നോക്കി. വിചിത്രമെന്നു പറയട്ടെ, മുറിയിലുള്ളതെല്ലാം, അദൃശ്യമായൊരു ഭിത്തിയിൽ ജോഡികളായി കാണുന്നു. ചിത്രത്തിനു ചിത്രം, സോഫയ്ക്ക് സോഫ. ഉറങ്ങുന്ന വനദേവതയോടൊത്ത് മറ്റൊരു വനദേവത. സൂര്യപ്രകാശത്തിലേക്ക് കൈകൾ നീട്ടിനിൽക്കുന്ന വീനസ് എന്ന സ്വർഗീയ സുന്ദരിയുടെ അടുത്തേക്ക് മറ്റൊരു സുന്ദരിയും കൈനീട്ടു.

ഇത് പ്രതിരൂപങ്ങളാണോ? താഴ്വരയിൽ നിന്നുകൊണ്ട് ഒരുദിവസം അവളെ വിളിച്ചപ്പോൾ പദാനുപദം അവളത് ആവർത്തിച്ചു. സ്വരത്തെ പരിഹസിച്ചതുപോലെ, കാഴ്ചയെ പരിഹസിക്കാനാവുമോ അവൾക്ക്? യഥാർഥ ലോകത്തെ അനുകരിച്ച് മറ്റൊന്നു നിർമിക്കാനാവുമോ? വസ്തുക്കളുടെ നിഴലുകൾക്ക് നിറവും ജീവനും ചലനവും ഉണ്ടാവുമോ?

അവൻ അത് ഹൃദയത്തോടമർത്തി.

അവൻ നടുങ്ങി. നെഞ്ചോടമർത്തിവെച്ച വെളുത്ത പനിനീർപ്പൂവെടുത്ത്, അത് ചുംബിച്ചു. താൻ ചെയ്തതുപോലെ ആ ഭീകരജീവിയും റോസാപ്പൂവ് അതേപോലെ ചുംബിച്ചു. ഭയാനകമായ അംഗവിക്ഷേപങ്ങളോടെ, നെഞ്ചിൽ ചേർത്തുപിടിച്ചു. ഒടുവിൽ യാഥാർഥ്യം മനസിലായപ്പോൾ അവൻ ഇച്ഛാഭംഗത്തോടെ അലറിക്കരഞ്ഞു, നിലത്തുപതിച്ചു. വിരൂപനായും കൂനനായും കണ്ട ഭീകരരൂപം താൻ തന്നെയാണ്. കാണാൻ കൊള്ളാത്ത വിലക്ഷണരൂപി! ആ ഭീകരജീവി താനാണ്. എല്ലാ കുട്ടികളും തന്നെ നോക്കി ചിരിക്കാറുണ്ട്. രാജകുമാരിക്ക് തന്നോട് സ്നേഹമാണെന്നവൻ കരുതി. വൈരൂപ്യത്തെ അവൾ പരിഹസിക്കുകയായിരുന്നു. പിരിഞ്ഞ കാലുകൾ കണ്ട് ആഹ്ലാദിക്കുകയായിരുന്നു. എന്തിന് തന്നെ കാട്ടിൽ നിന്നുവരുത്തി? തന്റെ വികൃതരൂപം സ്വയം കാണാൻ അവിടെ കണ്ണാടി ഉണ്ടായിരുന്നില്ല. ഇങ്ങനെ ലജ്ജിക്കാൻ ഇടയാക്കാതെ, തന്റെ പിതാവ് തന്നെ കൊല്ലാഞ്ഞതെന്ത്? ചുടുകണ്ണീർ കവിളിലൂടെ ഒഴുകി. വെളുത്തപനിനീർപ്പൂവ് പിച്ചിച്ചീന്തിയെറിഞ്ഞു. തന്റെ മറുരൂപവും അതുപോലെ ചെയ്യുന്നു. അത് നിലത്ത് ഇഴഞ്ഞു. താൻ അതിനെ നോക്കിയപ്പോൾ വേദന തുളുമ്പുന്ന മുഖവുമായി അത് തന്നെ നോക്കുന്നു. കുള്ളൻ നിലത്ത് ഇഴഞ്ഞു. അത് കണ്ടെങ്കിലോ എന്നുകരുതി, കണ്ണുകൾപൊത്തി. മുറിപ്പെട്ട ഒന്നിനെപോലെ നിഴലിലേക്ക് ഇഴഞ്ഞുനീങ്ങി. കരഞ്ഞുകൊണ്ട് അവിടെ കിടന്നു.

ആ സമയത്ത് തുറന്ന ജനലിൽ കൂടി ഇൻഫാന്റ കടന്നുവന്നു; ഒപ്പം കൂട്ടുകാരികളും. വിരൂപിയായ കുള്ളൻ, കൈകൾ നിലത്തടിച്ചുകൊണ്ട് കിടക്കുന്നു. അതിശയോക്തിപരമായ വിചിത്രകാഴ്ച കണ്ടു അവരെല്ലാം സന്തോഷത്തോടെ ആർത്തുചിരിച്ചു. ചുറ്റും നിന്ന് അവനെ നിരീക്ഷിച്ചു.

അവന്റെ നൃത്തം നല്ല തമാശയായിരുന്നു. അവന്റെ അഭിനയം കുറേക്കൂടി തമാശയുണ്ടാക്കുന്നു. ഇൻഫാന്റ തുടർന്നു, അവൾ പാവകളെപോലെ നല്ലതാണ്, പക്ഷേ അത്രയും സ്വാഭാവികത ഇല്ല.

തന്റെ വലിയ വിശറി വീശിക്കൊണ്ട് അവൾ കൈകൊട്ടി പുകഴ്ത്തി.

പക്ഷേ കുള്ളൻ നോക്കിയില്ല. കരച്ചിൽ നേർത്തു വന്നു. പെട്ടെന്നൊരു വീർപ്പുമുട്ടൽ ഒരുവശം മുറുകെ പിടിച്ചു. പിന്നെ തിരിഞ്ഞു വീണ് നിശ്ചലമായി.

“അത് ഒന്നാംതരമായി” ഇൻഫാന്റ പറഞ്ഞു. “ഇനി നീ എനിക്കു വേണ്ടി നൃത്തമാടുക.”

“അതെ അങ്ങനെത്തന്നെ.” കൂട്ടുകാർ ഒന്നിച്ചുപറഞ്ഞു. “എഴുന്നേറ്റ് നൃത്തം വെക്കുക. കാട്ടു കുരങ്ങുകളെപ്പോലെ സമർഥനാണു നീ.”

കുള്ളൻ യാതൊന്നും ഉരിയാടിയില്ല. ഇൻഫാന്റ പാദം നിലത്ത് ഉറച്ചു ചവിട്ടി. അമ്മാവനെ വിളിച്ചു. അയാൾ ചെയ്മ്പർ ലെയിനുമൊത്ത് ടെറസിൽ നടക്കുകയായിരുന്നു. അയാൽ മെക്സിക്കോവിൽ നിന്ന് അപ്പോൾ എത്തിച്ചേർന്ന ചില കത്തുകൾ വായിക്കുകയായിരുന്നു.

"തമാശക്കാരനായ ആ കുള്ളൻ സംസാരിക്കുന്നില്ല. അവനെ ഉണർത്തണം. എന്നിട്ട് എനിക്കുവേണ്ടി നൃത്തമാടാൻ പറയണം."

അമ്മാവനും ചെയ്മ്പർലെയിനും പരസ്പരം നോക്കിച്ചിരിച്ചു, മെല്ലെ നടന്ന് അവിടെയെത്തി. ഡോൺപെഡ്രോ കുനിഞ്ഞുനിന്നു. ചിത്രത്തയ്യലുള്ള കയ്യുറ അണിഞ്ഞ കൈകൊണ്ട് അവന്റെ മുഖത്തടിച്ചു, "പോയി ഡാൻസ് ചെയ്യ്. സ്പെയിനിലെ ഇൻഫാന്റയ്ക്കും കൂട്ടുകാർക്കും നിന്റെ നൃത്തം അൽപ്പം തമാശയൊരുക്കട്ടെ."

കുള്ളൻ അനങ്ങിയില്ല.

ചാട്ടകൊണ്ടുവരാൻ പറയണം എന്ന് പറഞ്ഞുകൊണ്ട് ഡോൺ പെഡ്രോ ടെറസിലേക്ക് തിരിച്ചുപോയി. സംഗതി ഗൗരവമുള്ളതാണെന്ന് ചെയ്മ്പർ ലെയിനിനു തോന്നി. അവന്റെ അടുത്ത് മുട്ടുകുത്തി കൈ ഹൃദയഭാഗത്ത് വെച്ച് നോക്കി.

ഏതാനും നിമിഷം കഴിഞ്ഞ് അയാൾ എഴുന്നേറ്റ് ചുമൽ ചലിപ്പിച്ചു.

അയാൾ ഇൻഫാന്റയെ നോക്കി തലകുനിച്ചു.

"എന്റെ ബെല്ലാരാജകുമാരീ, തമാശക്കാരനായ നിന്റെയീ കൊച്ചു കുള്ളൻ ഇനിയൊരിക്കലും നൃത്തംവെക്കുകയില്ല. കഷ്ടമായിപ്പോയി. അവന്റെയീ വൈരൂപ്യം രാജാവിനെപ്പോലും ചിരിപ്പിക്കുമായിരുന്നു."

"എന്തുകൊണ്ടാണ് ഇനിയവൻ നൃത്തംചെയ്യാത്തത്?" ചിരിച്ചുകൊണ്ടാണ് ഇൻഫാന്റയുടെ ചോദ്യം

"അവന്റെ ഹൃദയം തകർന്നിരിക്കുന്നു. അവജ്ഞം കോപത്താലും അവളുടെ അരുണാധരങ്ങൾ വക്രിച്ചു. ഇനിയുള്ള കാലത്ത് എനിക്കുവേണ്ടി കളിക്കാൻ വരുന്നവർ ഹൃദയമില്ലാത്തവരായിരിക്കണം."

ഇൻഫാന്റ തോട്ടത്തിലേക്ക് ഓടിപ്പോയി.

8

മീൻപിടുത്തക്കാരനും അവന്റെ ആത്മാവും

യുവാവായ മീൻപിടുത്തക്കാരൻ, എല്ലാ സായാഹ്നത്തിലും തന്റെ മീൻവല കടലിലേക്ക് നീട്ടിയെറിഞ്ഞു.

കരയിൽനിന്ന് കടലിലേക്കാണ് കാറ്റടിക്കുന്നതെങ്കിൽ അവന് യാതൊന്നും കിട്ടാറില്ല. ചിലപ്പോൾ മാത്രം വളരെ കുറച്ച് ലഭിക്കാറുണ്ട്. കാരണം കറുത്ത ചിറകുള്ള പരുക്കൻകാറ്റാണ് അത്. തിരമാലകൾ അതിനെ എതിരിടാൻ ഉയർന്നുനിൽക്കും.

കാറ്റടിക്കുന്നത് കരയിലേക്കാണെങ്കിൽ ആഴങ്ങളിൽ നിന്നുയർന്നു വരുന്ന മീനുകൾ അവന്റെ വലയിലേക്ക് നീന്തിച്ചെല്ലും. അവൻ അതു ശേഖരിച്ച് ചന്തയിൽ കൊണ്ടുപോയി വിൽക്കും.

ഇങ്ങനെ ഓരോ സായാഹ്നത്തിലും അവൻ കടൽത്തീരത്തേക്ക് പോകും. ഒരിക്കൽ വലയ്ക്ക് വല്ലാത്ത ഭാരം. അത് ബോട്ടിലേക്ക് വലിച്ചിടാൻ ഏറെ പ്രയാസപ്പെടേണ്ടിവന്നു. അവൻ ചിരിച്ചു. കടലിൽ നീന്തിയ എല്ലാ മീനുകളും എന്റെ വലയിൽപ്പെട്ടിരിക്കും. അവൻ കരുതി. അല്ലെങ്കിൽ അതൊരു വലിയ ജന്തുവായിരിക്കും. ആളുകൾ അതിനെ കണ്ട് വിസ്മയത്തോടെ നോക്കും. അതുമല്ലെങ്കിൽ സാഗരറാണിക്ക് കാമ്യമായ ഏതോ ഭീകരവസ്തു ആകാം.

തന്റെ ശക്തിമുഴുവൻ ഉപയോഗിച്ച് അവൻ വല വലിച്ചടുപ്പിച്ചു. ഒരു പിച്ചളപ്പാത്രത്തിന്റെ വക്കിലുള്ള നീല ഇനാമൽപോലെ കൈകളിലെ സിരകൾ എഴുന്നുനിന്നു.

നേരിയ കയറുകൾ വലിക്കുന്തോറും അവയിൽ പിടിപ്പിച്ച കോർക്കുകൾ വലയാകാരത്തിൽ അടുത്തുവന്നു. വല വെള്ളത്തിൽ നിന്നുയർന്നു.

അതിൽ ഒരു മീൻപോലുമില്ല. ഏതെങ്കിലും ഭീകരജീവിയോ, ഭയം തോന്നിപ്പിക്കുന്ന മറ്റെന്തെങ്കിലുമോ ഇല്ല. അഗാധനിദ്രയിലായ ഒരു മത്സ്യകന്യക മാത്രം.

അവളുടെ സ്വർണമുടി ഒരു നനഞ്ഞ രോമക്കെട്ടുപോലെയുണ്ട്. ഒരു സ്ഫടികക്കപ്പിൽവെച്ചതുപോലെ തോന്നിക്കുന്ന മുടിക്കെട്ടിലെ ഓരോ മുടിനാരും സ്വർണക്കമ്പിക്കു സമാനമാണ്. ഐവറിപോലെ വെണ്മയാർന്ന ശരീരം. വാലിൽ വെള്ളിയും പവിഴവും. പച്ചനിറത്തിലുള്ള കടൽപ്പായലുകൾ വാലിൽ ചുറ്റിപ്പിണഞ്ഞിട്ടുണ്ട്. ചെവികൾ ഷെല്ലുകൾപോലെ. ചുണ്ടുകൾ കോറൽപോലെ. തണുത്ത മാറിടത്തിൽ തണുത്താതിരകൾ പതിക്കുന്നുണ്ട്. കൺപോളകളിൽ ഉപ്പുപരലുകൾ മിന്നുന്നു.

യുവാവായ മീൻപിടുത്തക്കാരൻ, അവളുടെ സൗന്ദര്യംകണ്ട് അതിശയിച്ചുനിന്നു. വല സാവധാനത്തിൽ മാറ്റി, അവൻ മത്സ്യകന്യകയെ കോരിയെടുത്തു. ദേഹത്തു സ്പർശിച്ചമാത്രയിൽ പേടിച്ചരണ്ട ഒരു കടൽക്കാക്കയെപ്പോലെ അവൾ കരഞ്ഞു. ഉണർന്ന്, ഭയത്തോടെ അവനെ നോക്കി. പാടലവർണത്തിൽ കുപ്പിക്കല്ലുപോലെ തിളങ്ങുന്ന കണ്ണുകൾ. രക്ഷപ്പെടാനെന്നതുപോലെ അത് പിടഞ്ഞു. പക്ഷേ അവൻ മുറുകെ പിടിച്ചു. അവളെ കഷ്ടപ്പെടാൻ വിടരുതല്ലോ.

അവനിൽ നിന്ന് രക്ഷപ്പെടാൻ സാധ്യമല്ലെന്നു മത്സ്യകന്യകയെ മനസിലായി. അവൾ കരയാൻ തുടങ്ങി. "ദയവായി എന്നെ വിടുക. രാജാവിന്റെ ഏക പുത്രിയാണു ഞാൻ. അച്ഛൻ വൃദ്ധനും ഏകാകിയുമാണ്."

"എനിക്കൊരു വാഗ്ദാനം തരാതെ ഞാൻ നിന്നെ വിട്ടയയ്ക്കുകയില്ല. ഞാൻ എപ്പോൾ വിളിച്ചാലും ഇവിടെ വന്ന് എനിക്കായി പാടണം. കടൽജീവിയുടെ ഗാനം കേൾക്കാൻ മീനുകൾക്ക് വളരെയിഷ്ടമാണ്. നിന്റെ പാട്ടുകേട്ട് ഇവിടെ ധാരാളം മീനുകൾ എത്തിച്ചേരും. എന്റെ വല നിറയുകയും ചെയ്യും.

ഞാനങ്ങനെ വാക്കുതന്നാൽ നീ എന്നെ പോകാൻ അനുവദിക്കുമോ?"

"സത്യമായും ഞാൻ നിന്നെ പറഞ്ഞുവിടാം." അവൻ ആഗ്രഹിച്ചമട്ടിൽ മത്സ്യകന്യക പ്രതിജ്ഞ ചെയ്തു. കടൽജീവികളുടെ മട്ടിൽതന്നെ.

കയ്യിലെ പിടുത്തം ഒഴിവാക്കിയതും, മത്സ്യകന്യകയെ വല്ലാത്തൊരു ഭയത്തോടെ വെള്ളത്തിലേക്ക് ഊളിയിട്ടു.

എല്ലാ സായാഹ്നത്തിലും മീൻപിടുത്തക്കാരൻ മത്സ്യകന്യകയെ വിളിക്കും. അവൾ വെള്ളത്തിൽ ഉയർന്നു വന്ന് അവനുവേണ്ടി പാടും. ഡോൾഫിനുകൾ അവൾക്കുചുറ്റും നീന്തി നടന്നു. കടൽക്കാക്കകൾ തലയ്ക്കു മുകളിൽ ചുറ്റിപ്പറന്നു.

ശ്രോതാക്കൾ അമ്പരന്നുപോകുംവിധം അത്യാശ്ചര്യകരമായിരുന്നു അവളുടെ ഗാനാലാപനം. കടൽജീവികൾ സംഘം ചേർന്ന് ഒരിടത്തുനിന്ന് മറ്റൊരിടത്തേക്ക് മാറിപ്പോകുന്നു. കുഞ്ഞുങ്ങളെ ചുമലിൽ വെക്കുകയാണ് ചെയ്യുക. രോമം നിറഞ്ഞ മാറിടവും നീണ്ട പച്ചത്താടിയുമുള്ള ട്രൈറ്റോണുകൾ, രാജാവ് കടന്നുപോകുമ്പോൾ ശങ്ക് ഊതുന്നു. രാജാവിന്റെ കുന്തിരിക്കം കൊണ്ടു നിർമിച്ചതാണ്. മരതകം കൊണ്ട് മേൽപ്പുര നിർമിച്ചിരിക്കുന്നു. നിലത്ത് ശോഭയാർന്ന പവിഴമുത്തുകൾ പതിച്ചിട്ടുണ്ട്. കടലിനടിയിലെ പൂന്തോട്ടത്തിൽ കോറലുകളുടെ വലിയ ഞൊറി

കൾ വിശറികൾപോലെ വീശിക്കൊണ്ടേയിരിക്കുന്നു. വെള്ളിപ്പക്ഷികളെപ്പോലെ മീനുകൾ പായുന്നു. ധാരാളം കടൽപ്പൂവുകൾ പാറകളിൽ പറ്റിപ്പിടിച്ചുനിൽക്കുന്നുണ്ട്. പാട്ടുകേട്ട് നടക്കാൻ ധ്രുവസമുദ്രത്തിൽനിന്ന് വലിയ തിമിംഗലങ്ങൾ വരുന്നു. അവയുടെ ചിറകിലാകെ മഞ്ഞുകണങ്ങൾ കാണുന്നുണ്ട്. പിന്നെ സൈറനുകൾ. അവയ്ക്ക് യാത്രക്കാരെ മോഹിപ്പിക്കുന്ന സംഗീതമുണ്ട്.

അതു കേൾക്കാതിരിക്കാൻ നാവികർ വളരെമുമ്പേതന്നെ ചെവികൾ മെഴുകുകൊണ്ട് അടയ്ക്കുകയാണ് ചെയ്യുക. അല്ലെങ്കിൽ അവർ കടലിലേക്കെടുത്തു ചാടി മുങ്ങിമരിക്കുക പതിവാണ്. മുമ്പേതോ കാലത്ത് കൊടിമരം ഉൾപ്പെടെ മുങ്ങിപ്പോയ കപ്പലുകൾ ഉണ്ട്. അതിലെ നാവികർ ഹിമത്തിൽ ഉറഞ്ഞുകിടക്കുന്നുണ്ട്. അയിലകൾ മാളത്തിനുള്ളിലേക്കും പുറത്തേക്കും പോയിക്കൊണ്ടിരിക്കുന്നു. ദീർഘയാത്രക്കാരായ ബാർണക്കിൾ എന്ന ഷെൽജീവികൾ കപ്പലിന്റെ കീലിൽ ഒട്ടിനിന്ന് ലോകമാകെ സഞ്ചരിക്കുന്നു. പാറവിടവുകളിൽ പറ്റിനിന്ന് വളരുന്ന കണവകൾ നീണ്ട് കറുത്ത കൈകൾ വിടർത്തിപ്പിടിച്ച് ആവശ്യാനുസരണം ഇരുട്ട് ഉണ്ടാക്കുന്നു. പിന്നെ നോട്ടിലസ്. സ്വന്തമായൊരു ബോട്ടുതന്നെയുണ്ട്. അതിന്റെ പായകൾ സിൽക്കുകൊണ്ടുള്ളതാണ്. സന്തോഷവാന്മാരായ മത്സ്യകുമാരന്മാർ സാരംഗി വായിച്ച് ക്രാക്കനുകളെ ഉറക്കുന്നു. കുട്ടികൾ വഴുവഴുപ്പുള്ള കടൽപ്പന്നികളെ പിടിച്ചുനിർത്തി. അവയുടെ ചിറകിൽപ്പിടിച്ച് മുതുകിൽ ഇരുന്ന് സവാരി നടത്തുന്നു. വെളുത്ത നുരയിൽ പുതഞ്ഞുകിടക്കുന്ന മത്സ്യകന്യക കൈകൾ നാവികർക്കു നേരെ നീട്ടുന്നു. വളഞ്ഞ കൊമ്പുളുള്ള കടൽസിംഹങ്ങളും, വെള്ളത്തിൽ ഒഴുകുന്ന കടൽക്കുതിരകളും പ്രത്യക്ഷപ്പെടുന്നു.

അവർ പാട്ടുപാടുമ്പോൾ ആഴക്കടൽ മത്സ്യങ്ങൾ പൊങ്ങിവന്ന് നോക്കുന്നു. മീൻപിടുത്തക്കാരൻ അവയെയെല്ലാം വലയിട്ട് പിടിക്കുന്നു. വലിയവയെ കുന്തമെറിഞ്ഞ് പിടിക്കുന്നു. ബോട്ട് നിറഞ്ഞുകഴിഞ്ഞാൽ മത്സ്യകന്യക പുഞ്ചിരിച്ചുകൊണ്ട് അപ്രത്യക്ഷമാവുന്നു.

മീൻപിടുത്തക്കാരൻ തന്നെ സ്പർശിച്ചെങ്കിലോ എന്നുകരുതി മത്സ്യകന്യക അവന്റെ സമീപത്തുവരാറില്ല. ചിലപ്പോഴെല്ലാം അടുത്തുവരാൻ അവൻ പറയാറുണ്ടെങ്കിലും അവൾ അത് കൂട്ടാക്കുകയില്ല. അവൻ പിടിക്കാനോങ്ങിയാൽ ഒരു സീലിനെപോലെ അവൾ വെള്ളത്തിൽ മുങ്ങിക്കളയും. പിന്നെ ആ ദിവസം പുറത്തുവരികയുമില്ല.

ദിവസം കഴിയുന്തോറും മത്സ്യകന്യകയുടെ സ്വരത്തിന് മാധുര്യം കൂടുന്നു എന്ന് മീൻപിടുത്തക്കാരന് തോന്നി. അവൻ തന്റെ വലയുടെ കാര്യം മറന്നുതുടങ്ങി. ജോലിയിൽ യാതൊരു ശ്രദ്ധയും ഇല്ലാതായി. ചുവന്ന ചിറകുകളും തിളങ്ങുന്ന സ്വർണക്കണ്ണുകളുമായി ടണ്ണിമീനുകൾ സംഘം ചേർന്ന് അവനടുത്തുകൂടി നീന്തിയെങ്കിലും അവൻ ശ്രദ്ധിച്ചില്ല. കുന്തം; ഉപയോഗിക്കാതെ നിലത്തുകിടക്കുന്നു. കുട്ടകൾ ശൂന്യമാണ്. ചുണ്ടുകൾ വിടർത്തി, കണ്ണുകളിൽ വിസ്മയവുമായി അവൻ തന്റെ

ബോട്ടിൽ ഇരുന്ന് അലസമായി ശ്രദ്ധിച്ചു. കടൽ മഞ്ഞ് പൊതിയുന്നതു വരെ അവൻ ഒരേയൊരിരുപ്പാണ്. അമ്പിളി, അവന്റെ തവിട്ടുനിറത്തിലുള്ള കൈകാലുകളിൽ വെള്ളിപൂശുന്നു.

ഒരു സായാഹ്നത്തിൽ അവൻ മത്സ്യകന്യകയെ വിളിച്ചു. "ലിറ്റിൽ മെർമെയ്ഡ്, ലിറ്റിൽ മെർമെയ്ഡ് ഞാൻ നിന്നെ സ്നേഹിക്കുന്നു. എന്നെ നിന്റെ പതിയായി സ്വീകരിച്ചാലും. കാരണം ഞാൻ നിന്നെ വളരെ സ്നേഹിക്കുന്നു."

അവൾ നിഷേധരൂപത്തിൽ തലയാട്ടി. "നിന്നിൽ മനുഷ്യന്റെ ആത്മാവുണ്ട്. നീ ആ ആത്മാവിനെ ഉപേക്ഷിച്ചാൽ ഞാൻ നിന്നെ സ്നേഹിക്കാം."

"എന്റെ ആത്മാവിനെക്കൊണ്ട് എനിക്കെന്തു പ്രയോജനമാണ്? എനിക്കതു കാണാനാവുന്നില്ല. അതിനെ സ്പർശിക്കുന്നില്ല. അതിനെ അറിയുന്നുമില്ല. നിശ്ചയമായും ഞാൻ എന്റെ ആത്മാവിനെ എന്നിൽ നിന്ന് പറഞ്ഞുവിടാം. അങ്ങനെ ഞാൻ സന്തോഷവാനാകും."

സന്തോഷത്താലുള്ള ആർത്തസ്വരം അവനിൽ നിന്നുണ്ടായി. ബോട്ടിൽ എഴുന്നേറ്റുനിന്ന് അവൻ അവൾക്കു നേരെ കൈകൾ നീട്ടി.

"ഞാൻ എന്റെ ആത്മാവിനെ പറഞ്ഞയക്കും. നീ എന്റെ വധുവാകും. ഞാൻ നിന്റെ വരനും. കടലിന്റെ ആഴങ്ങളിൽ നാമൊന്നിച്ച് വസിക്കും. നിനക്ക് പാടാനുള്ളതെല്ലാം എന്നെ പാടിക്കേൾപ്പിക്കണം. നീ ആഗ്രഹിക്കുന്നതെല്ലാം ഞാൻ ചെയ്യും. നമ്മുടെ ജീവിതം പിരിയരുത്."

സന്തോഷത്താൽ ചിരിച്ചുകൊണ്ട് മത്സ്യകന്യക മുഖം കൈകളിൽ ഒളിപ്പിച്ചു.

"പക്ഷേ ഞാൻ എങ്ങനെയാണ് എന്റെ ആത്മാവിനെ ഒഴിവാക്കുക? അതെങ്ങനെ ചെയ്യാമെന്ന് നീ പറയ്. ഞാൻ അങ്ങനെ ചെയ്യാം."

"കഷ്ടം അതെനിക്കുമറിയില്ല. കടൽജീവികൾക്ക് ആത്മാവ് ഇല്ലല്ലോ."

ആകാംക്ഷയോടെ മീൻപിടുത്തക്കാരനെ നോക്കിക്കൊണ്ട് മത്സ്യകന്യക അപ്രത്യക്ഷയായി.

പിറ്റേദിവസം പ്രഭാതം. സൂര്യൻ മലമുകളിൽ പൂർണമായി ഉയർന്നിട്ടില്ല. യുവാവായ നമ്മുടെ മീൻപിടുത്തക്കാരൻ പാതിരിയുടെ വീട്ടിൽ എത്തി. മൂന്നുതവണ വാതിലിൽ മുട്ടി.

പാതിരിയുടെ സഹായി, ഭിത്തിയുടെ ദ്വാരത്തിൽകൂടി എത്തിനോക്കി. ആളെ മനസിലായപ്പോൾ വാതിലിന്റെ ഓടാമ്പൽ നീക്കി തുറന്നു.

"കടന്നുവാ."

അവൻ ഉള്ളിലേക്കുകടന്നു. സുഗന്ധവാഹിയായ പരവതാനിയിൽ മുട്ടുകുത്തി. വിശുദ്ധപുസ്തകം പാരായണം ചെയ്യുകയായിരുന്ന പാതിരിയോട് പറഞ്ഞു; "അച്ചോ ഞാൻ ഒരു കടൽ ജീവിയുമായി പ്രേമത്തിലാണ്. ആത്മാവിനെ എങ്ങനെയാണ് ഞാൻ എന്നിൽനിന്ന് പറഞ്ഞയക്കുക. യഥാർഥത്തിൽ അതുകൊണ്ടെനിക്ക് ആവശ്യമൊന്നുമില്ലതാനും. ആത്മാവുകൊണ്ട് എനിക്കെന്തു ഗുണമാണ്? എനിക്കതിനെ കാണാൻ കഴിയുന്നില്ല. തൊടാൻ കഴിയുന്നില്ല. അതിനെ അറിയുകയുമില്ല."

പാതിരി അവന്റെ നെഞ്ചിൽ അടിച്ചുകൊണ്ട് പറഞ്ഞു: "നിനക്ക് ഭ്രാന്താണ് എന്തോ വിഷച്ചെടി നീ തിന്നിരിക്കാം. ആത്മാവെന്നുള്ളത്, മനുഷ്യന്റെ ഉത്തമമായ അംശമാണ്. നല്ല രീതിയിൽ ഉപയോഗിക്കാൻ വേണ്ടി ദൈവം നമുക്കു തന്നതാണത്. മനുഷ്യാത്മാവിനേക്കാൾ വില പ്പെട്ടത് യാതൊന്നുമില്ല. ഈ ഭൂമിയിലുള്ള യാതൊരു വസ്തുവിനും അതി നൊപ്പം ഭാരമില്ല. ലോകത്തിലുള്ള മുഴുവൻ സ്വർണത്തിന്റേയും മൂല്യം അതിനുണ്ട്. രാജാക്കന്മാരുടെ മാണിക്യക്കല്ലിനേക്കാൾ വിലയുള്ളതാണത്. അതുകൊണ്ട് എന്റെ മകനേ നീ ഇക്കാര്യം ഇനി ചിന്തിക്കരുത്. മാപ്പി നർഹതയില്ലാത്ത പാപമാണത്. കടൽജീവികൾ അതെല്ലാം നഷ്ടപ്പെട്ടവരാ ണ്. അവരോടൊപ്പം സഞ്ചരിക്കുന്നവരും അങ്ങനെയായിത്തീരും. നന്മയെ തിന്മയിൽനിന്ന് തിരിച്ചറിയാനാവാത്ത മൃഗങ്ങളായിത്തീരും അവർ."

പാതിരിയുടെ കടുത്തവാക്കുകൾകേട്ട് മീൻപിടുത്തക്കാരന്റെ കണ്ണു നിറഞ്ഞു. എഴുന്നേറ്റുനിന്നു പറഞ്ഞു: "അച്ചോ കാട്ടിൽകഴിയുന്ന വനദേ വതയ്ക്ക് സന്തോഷമുണ്ട്. ചുവന്ന സ്വർണത്തിൽ തീർത്ത സ്വന്തം സാരം ഗിയുമായി മത്സ്യകുമാരന്മാർ പാറപ്പുറത്ത് ഇരിക്കുന്നു. ഞാൻ അങ്ങയോട് യാചിക്കുന്നു എന്നെയും അവരെപ്പോലെയാക്കുക. അവരുടെ ദിനങ്ങൾ പുഷ്പങ്ങളുടേതുപോലെയാണ്. ആത്മാവുകൊണ്ട് എനിക്കെന്തു നേട്ടം?"

"എനിക്കും എന്റെ പ്രേമഭാജനത്തിനുമിടയിൽ ഒരു തടസമായി നിൽക്കുകയല്ലേ അത്?"

"ശരീരത്തോടുള്ള സ്നേഹം വിലകെട്ടതാണ്. പാതിരി പുരികം ചുളി ച്ചു. ലോകം ചുറ്റി സഞ്ചരിക്കുമ്പോൾ ദൈവം ദുഃഖിക്കാൻ ഇടവരുന്നത് ഇത്തരം അവിശ്വാസികളുടെ ദുഷ്ടവും നീചഭാവവും കാരണമാണ്. വന ദേവതമാരും കടലിലെ ഗായകരും ശപിക്കപ്പെട്ടവരാണ്. ഞാൻ അവരുടെ ഗാനം രാത്രികാലങ്ങളിൽ കേൾക്കാറുണ്ട്. എന്നെ പ്രലോഭിപ്പിച്ച് വഴി തെറ്റിക്കാനാണ് അവർ ശ്രമിക്കുന്നത്. ജാലകത്തിൽ തട്ടി, അവർ ചിരി ക്കാറുണ്ട്. അവരുടെ അളവറ്റ ആനന്ദത്തെക്കുറിച്ച് ചെവികളിൽ മന്ത്രി ക്കാറുണ്ട്. അവർ എന്നെ വശീകരിക്കാൻ ശ്രമിക്കാറുണ്ട്. ഞാൻ പ്രാർഥി ക്കുമ്പോൾ അവർ എന്നെ നോക്കി കൊഞ്ഞനംകുത്തുന്നു. ഞാൻ നിന്നോടു പറയുന്നു, എല്ലാം നഷ്ടപ്പെട്ടവരാണവർ. അവർക്ക് സ്വർഗമോ നരകമോ ഇല്ല. ഒരുതരത്തിലും അവർ ദൈവനാമം വാഴ്ത്താറില്ല."

"അച്ചോ അങ്ങു പറയുന്നത് അങ്ങ് അറിയുന്നില്ല. ഒരിക്കൽ എന്റെ വലയിൽ ഒരു രാജപുത്രി കുടുങ്ങി. പ്രഭാതനക്ഷത്രത്തേക്കാൾ സൗന്ദര്യ മുള്ളവൾ! അമ്പിളിയേക്കാൾ ധവളനിറം ഉള്ളവൾ. അവളുടെ ശരീരത്തി നുവേണ്ടി ഞാൻ എന്റെ ആത്മാവു നൽകും. കാരണം അവളുടെ സ്നേഹ ത്തിനായി സ്വർഗം പോലും ത്യജിക്കുന്നവനാണ് ഞാൻ. ഞാൻ ചോദിച്ച കാര്യത്തിന് മറുപടി തരൂ, ഞാൻ സമാധാനമായി പോകട്ടെ."

"കടന്നു പോ കടന്നു പോ." പാതിരി അലറി. "നിന്റെ വീര്യം കെട്ടി രിക്കുന്നു. നീ അവളോടൊപ്പം പോയി തുലയുക."

പാതിരി അവന് അനുഗ്രഹാശിസുകൾ നൽകിയില്ല. അവിടെനിന്ന് ആട്ടി ഓടിക്കുകയാണ് ചെയ്തത്.

മീൻപിടുത്തക്കാരൻ പോയത് ചന്തയിലേക്കാണ്. കുനിഞ്ഞ തലയുമായി സാവധാനത്തിലാണു നടപ്പ്. എല്ലാ ദുഃഖിതരേയും പോലെ.

അവൻ സമീപിക്കുന്നത് കണ്ട് മറ്റു കച്ചവടക്കാർ പരസ്പരം കുശുകുശുത്തു. ഒരാൾ മുമ്പോട്ടുവന്ന് അവന്റെ പേർ വിളിച്ചു.

“നിന്റെ കൈവശം വിൽക്കാൻ എന്താണുള്ളത്?”

“ഞാനെന്റെ ആത്മാവ് വിൽക്കുകയാണ്. നീയത് വാങ്ങണം. അതുകാരണം ഞാൻ കഷ്ടപ്പെടുകയാണ്. അല്ലെങ്കിലും ആത്മാവുകൊണ്ട് എനിക്കെന്താണ് പ്രയോജനം? എനിക്കത് കാണാൻ കഴിയുന്നില്ല തൊടാൻ കഴിയുന്നില്ല. അതിനെ അറിയുകയുമില്ല.”

കച്ചവടക്കാരൻ അവനെ കളിയാക്കി. ഒരുത്തന്റെ ആത്മാവുകൊണ്ട് ഞങ്ങൾക്കെന്തു പ്രയോജനം? ഒരു വെള്ളിച്ചീളിന്റെ വിലപോലും അതിനില്ല. നിന്റെ ശരീരം തന്നാൽ ഞങ്ങളുടെ അടിമയാക്കാം. കടൽനിറമുള്ള ഊതനീല വസ്ത്രങ്ങൾ നിന്നെ ധരിപ്പിക്കാം. വിരലിൽ മോതിരം ഇടുവിക്കാം. മഹാറാണിയുടെ സ്തുതിപാഠകനാക്കാം. ആത്മാവിനെപറ്റി മിണ്ടിപ്പോകരുത്. ഞങ്ങളെ സംബന്ധിച്ച് അത് ശൂന്യമാണ്. ഞങ്ങളുടെ ജോലിയിൽ അതിനൊരു വിലയുമില്ല.

മീൻപിടുത്തക്കാരൻ സ്വയം പറഞ്ഞു. “ഇതെന്തു വിചിത്രമായ സംഗതി. പാതിരി പറഞ്ഞത് ഈ ഭൂമിയിൽ ഏറ്റവും മൂല്യം ഉള്ളത് ആത്മാവിനെന്ന്. ഇവിടെ കച്ചവടക്കാർ പറയുന്നു അതിനു യാതൊരു വിലയുമില്ലെന്ന്.”

അവൻ ചന്തയിൽനിന്ന് പുറത്തേക്കു കടന്ന് നടന്ന് കടൽത്തീരത്തെത്തി. ചെയ്യേണ്ടതെന്തെന്ന് ചിന്തിക്കാൻ തുടങ്ങി.

സമയം ഉച്ചയായപ്പോൾ അവനൊരു കാര്യം ഓർത്തു, തനിക്കൊരു കൂട്ടുകാരനുണ്ട്.

സാംഫയർ-നീലക്കല്ല് സംഭരിക്കുന്നവനാണ്. അവൻ പറഞ്ഞത് ഉൾക്കടലിന്റെ അറ്റത്ത് ഒരു ഗുഹയിൽ വസിക്കുന്ന മന്ത്രവാദിനിയെപ്പറ്റിയാണ്. ദുർമന്ത്രവാദത്തിൽ സമർഥയാണവൾ.

തന്റെ ആത്മാവിനെ വേഗം അകറ്റണമെന്ന വാശിയോടെ അവൻ ഓടി. തീരത്തുകൂടി ഓടുമ്പോൾ പൊടിപടലം അവനെ പൊതിഞ്ഞു.

ഉള്ളംകൈ ചൊറിഞ്ഞതിലൂടെ മന്ത്രവാദിനി അവന്റെ ആഗമനം കണ്ടറിഞ്ഞു. ചിരിച്ചുകൊണ്ട് തന്റെ ചുവന്ന തലമുടി താഴ്ത്തിയിട്ടു. ഗുഹാദ്വാരത്തിലാണവൾ നിൽക്കുന്നത്. ചുവന്ന മുടിയുടെ മധ്യത്തിൽ കയ്യിൽ കാട്ടുഹെംലോക്ക് ചെടിയുടെ ചാറും ഉണ്ട്.

കയറ്റം കയറി, കിതച്ചുകൊണ്ട് തന്റെ മുമ്പിൽ വണങ്ങുന്ന മീൻപിടുത്തക്കാരനോട് അവൾ ചോദിച്ചു. “നിനക്കെന്താണ് ഇല്ലാത്തത്? എന്താണ് ഇല്ലാത്തത്? കാറ്റ് മാറി വീശുമ്പോൾ നിന്റെ വലയിൽ മീൻ കുടുങ്ങുന്നില്ലേ? എന്റെ കയ്യിലൊരു ഓടക്കുഴലുണ്ട്. ഞാനത് ഊതുമ്പോൾ മാലാൻ മീനുകൾ ഉൾക്കടലിലേക്ക് ഓടിയെത്തും. പക്ഷേ, എന്റെ ഓമനക്കുട്ടാ, കുഴലിന് നല്ല വില വരും.”

"നിനക്കെന്താണു വേണ്ടത്? കപ്പലിനെ അപകടപ്പെടുത്താൻ കൊടുങ്കാറ്റിനെ അയയ്ക്കണോ? തകർന്ന കപ്പലിൽ നിന്ന് അമൂല്യ വസ്തുക്കൾ, തിരതള്ളലിൽപെട്ട് തീരത്തടിയും. കാറ്റിന്റെ കൈകളിൽ ഉള്ളതിനേക്കാൾ വലിയ കൊടുങ്കാറ്റ് എന്റെ അധീനതയിൽ ഉണ്ട്. കാരണം കാറ്റിനേക്കാൾ ശക്തമായ ഒന്നിനു വേണ്ടിയാണ് ഞാൻ ജോലി ചെയ്യുന്നത്. ബോട്ടിനെയും കപ്പലിനെയും അഴിയുടെ അടിത്തട്ടിൽ എത്തിക്കാൻ എനിക്കാവും. അതിന് ഒരു കുടം വെള്ളവും ഒരു അരിപ്പയും മതിയെനിക്ക്. പക്ഷേ എന്റെ സുന്ദരക്കുട്ടപ്പാ അതിനും വിലയുണ്ട്. അല്ലെങ്കിൽ നിനക്കെന്താണില്ലാത്തത്? താഴ്വരയിൽ ഒരു പൂവ് വളരുന്നുണ്ട്. ആ പൂവിനെ പ്പറ്റി എനിക്കല്ലാതെ മറ്റാർക്കുമറിയില്ല. ആ ചെടിയിൽ ഊതനിറത്തിലുള്ള ഇലകളാണുള്ളത്. അതിന്റെ ഹൃദയത്തിൽ ഒരു നക്ഷത്രമുണ്ട്. ചെടിയുടെ ചാറ് പാലുപോലെ വെണ്മയുള്ളതാണ്. ഈ പൂവുകൊണ്ട് നീ റാണിയുടെ കടുപ്പമുള്ള അധരങ്ങളെ സ്പർശിക്കുമോ? എങ്കിലവൾ ഈ ലോകം മുഴുവൻ നിന്നെ അനുഗമിക്കും. രാജാവിന്റെ കിടക്കയിൽ നിന്ന് എഴുന്നേറ്റുവന്ന് രാജ്ഞി നിന്നെ എല്ലായിടത്തും അനുഗമിക്കും. അതിനും നല്ല വിലയുണ്ട്."

"ഇനിയും നിനക്കെന്താണില്ലാത്തത്? ഞാൻ ഒരു തവളയെ കുഞ്ഞുരലിൽ ഇട്ട് ഇടിച്ച് സൂപ്പ് ഉണ്ടാക്കാം. ആ സൂപ്പിൽ മരിച്ച പുരുഷന്റെ വിരൽ കൊണ്ട് ഇളക്കുക. നിന്റെ ശത്രു ഉറങ്ങുമ്പോൾ അവന്റെ ശരീരത്തിൽ ഈ ദ്രാവകം തളിക്കണം. അവൻ കറുത്ത ഒരു അണലിപ്പാമ്പായി മാറും. അവന്റെ മാതാവുതന്നെ അതിനെ വധിക്കും. ഒരു ചക്രം ഉപയോഗിച്ച് സ്വർഗത്തിലെ അമ്പിളിയെ എനിക്കിവിടെ കൊണ്ടുവരാനാകും. ഒരു ക്രിസ്റ്റലിനുള്ളിൽ ഞാൻ മരണത്തെ നിനക്കു കാട്ടിത്തരാം. ഇതിൽ നിനക്കെന്താണു വേണ്ടത്? നിന്റെ അഭിലാഷം എന്നോടു പറയ്. ഞാനത് നിനക്കു തരാം. പക്ഷേ നീയെനിക്ക് അതിനു വില തരണം. സുന്ദരബാലാ, അതിനു വിലതരണം." അവൾ പറഞ്ഞു നിർത്തി.

"ഞാൻ ആഗ്രഹിക്കുന്നത് ചെറിയൊരു കാര്യമാണ് പാതിരിക്ക് ദേഷ്യം വന്നതിനാൽ എന്നെ ഓടിച്ചുവിട്ടു. അതും ഒരു ചെറിയകാര്യത്തിന്. കച്ചവടക്കാർ എന്നെ കളിയാക്കി. ഒപ്പം കൂട്ടാൻ വിസമ്മതിച്ചു. അതുകൊണ്ട് ഞാൻ നിന്റെയടുത്തു വന്നത് ആളുകൾ നിന്നെ ദുഷ്ടയായാണ് കണക്കാക്കുന്നത്. നിന്റെ വില എന്തായാലും ഞാനത് തരുന്നതാണ്."

"എന്താണ് നിനക്ക് വേണ്ടത്?" മന്ത്രവാദിനി അടുത്തേക്കുവന്നു.

"ഞാൻ എന്റെ ആത്മാവിനെ എന്നിൽനിന്നു പറഞ്ഞു വിടുകയാണ്."

മന്ത്രവാദിനി വിളറി നടുങ്ങി, തന്റെ നീലവസ്ത്രത്തിനുള്ളിൽ മുഖം ഒളിപ്പിച്ചു.

"ഓമനക്കുട്ടാ അത് വളരെ ഭയാനകമായൊരു കാര്യമാണല്ലോ."

മീൻപിടുത്തക്കാരൻ തലമുടി മാടിവെച്ച് ചിരിച്ചു

"എന്റെ ആത്മാവ് എനിക്കൊന്നുമല്ല ഞാനതിനെ കാണുന്നില്ല തൊടുന്നില്ല അറിയുകപോലുമില്ല."

"ഞാൻ നിന്നോടത് പറഞ്ഞാൽ നീയെനിക്ക് എന്തു തരും?" മന്ത്രവാദിനി തന്റെ മനോഹരനേത്രങ്ങളാൽ അവനെ നോക്കി.

"അഞ്ചു സ്വർണനാണയവും വലയും. പിന്നെ ഞാൻ താമസിക്കുന്ന വീട്. ഞാൻ സഞ്ചരിക്കുന്ന പെയിന്റു ചെയ്ത ബോട്ടും. എന്റെ ആത്മാവിനെ ഒഴിവാക്കാനുള്ള മാർഗം പറഞ്ഞുതന്നാൽ മാത്രം മതി. ഇപ്പറഞ്ഞതെല്ലാം ഞാൻ നിനക്കുതരും."

പരിഹസിക്കുന്ന മട്ടിൽ അവൾ ചിരിച്ചു. പിന്നെ ഹെംലോക് ദ്രവം അവനിൽ തൂവി. ശരത്കാലത്തിലെ ഇലകൾ എനിക്ക് സ്വർണമാക്കി മാറ്റാനാവും. അവൾ തുടർന്നു "ഞാൻ ആരെ സഹായിക്കുന്നുവോ അവൻ ഈ ഭൂമിയിലെ എല്ലാ രാജാക്കന്മാരേക്കാളും ധനികനാവും. അവർക്ക് സ്വന്തമായ രാജ്യം തന്നെയുണ്ടാവും."

"അപ്പോൾ ഞാനെന്താണ് നിനക്ക് തരേണ്ടത്. സ്വർണവും വെള്ളുയമല്ലല്ലോ." വെളുത്തുമെലിഞ്ഞ കൈകൊണ്ട് മന്ത്രവാദിനി അവന്റെ ശിരസ്സ് തലോടി. "നീ എന്നോടൊത്ത് നൃത്തംവെക്കണം. സുന്ദരക്കുട്ടാ." അവൾ മെല്ലെ പറഞ്ഞു. അവൾ പുഞ്ചിരിക്കുന്നുണ്ടായിരുന്നു.

"അതല്ലാതെ മറ്റൊന്നുമല്ല?" അവൻ അതിശയത്തോടെ ചാടിയെഴുന്നേറ്റു.

"അതല്ലാതെ മറ്റൊന്നുമില്ല" എന്നുപറഞ്ഞുകൊണ്ട് അവൾ വീണ്ടും പുഞ്ചിരിച്ചു.

"അങ്ങനെയെങ്കിൽ സൂര്യാസ്തമനസമയത്ത് ഒരു രഹസ്യ സങ്കേതത്തിൽ നമുക്ക് ഒന്നിച്ചു നൃത്തംവയ്ക്കാം. നൃത്തം കഴിഞ്ഞിട്ട് ഞാൻ അറിയാൻ ആഗ്രഹിക്കുന്ന കാര്യം നീയെന്നോടു പറയണം."

അവൾ തലകുലുക്കി. അതെ, പൂർണചന്ദ്രൻ ഉദിച്ചുയരുമ്പൾ അവൾ പതുക്കെ പറഞ്ഞു. അവൾ ചുറ്റും നടന്ന് നിരീക്ഷിച്ചു. ഒരു നീലപ്പക്ഷി കരഞ്ഞുകൊണ്ട് കൂടുവിട്ടു പറക്കുന്നു. കുന്നുകൾക്കു മുകളിൽ ചുറ്റുന്നു. പുള്ളികളുള്ള മൂന്നു പക്ഷികൾ ചാരനിറത്തിലുള്ള പുല്ലിനിടയിൽ പറന്നുകൊണ്ട് എന്തോ പരസ്പരം പറയുന്നു. ഉരുളൻ കല്ലുകൾക്കു മീതെക്കൂടി തിര കടന്നുവരുന്ന ശബ്ദമല്ലാതെ മറ്റൊരു ശബ്ദവും കേൾക്കാനില്ല. അവൾ കൈനീട്ടി അവനെ വലിച്ചടുപ്പിച്ചു. ചെവിയിൽ മന്ത്രിച്ചു.

"ഇന്നു രാത്രി നീ മലമുകളിൽ വരണം. ഇതൊരു ഒഴിവുദിവസമാണ്. അവൻ അവിടെയുണ്ടാവും."

മീൻപിടുത്തക്കാരൻ അമ്പരപ്പോടെ അവളെ നോക്കി. തന്റെ വെളുത്ത പല്ലുകൾ കാണുംവിധം അവൾ ചിരിച്ചു.

"നീ പറയുന്ന അവൻ ആരാണ്? അത് ആരാണെന്നത് പ്രശ്നമല്ല. നീ അവിടെ വരണം. ഹോൺബീം മരത്തിന്റെ ചുവട്ടിൽ എന്നെ കാത്തു നിൽക്കുക. ഒരു കറുത്തനായ നിന്റെ നേർക്ക് ഓടിവരികയാണെങ്കിൽ വില്ലോ മരത്തിന്റെ കമ്പെടുത്ത് അതിനെ അടിക്കുക. അപ്പോഴത് ഓടിപ്പോകും. ഒരു മൂങ്ങ നിന്നോട് സംസാരിക്കുകയാണെങ്കിൽ അതിനോടൊന്നും പറയരുത്. അമ്പിളി പൂർണമായി ഉയർന്നുകാണപ്പെടുമ്പോൾ

ഞാൻ നിന്നോടൊപ്പം ഉണ്ടാവും. ആ പച്ചപ്പുൽത്തകിടിയിൽ നമുക്കൊന്നിച്ച് നൃത്തമാടാം. പക്ഷേ എന്റെ ആത്മാവിനെ എങ്ങനെ പറഞ്ഞുവിടുമെന്ന് നീയെന്നോട് പറയുമോ?"

അവൾ പ്രകാശത്തിലേക്ക് നീങ്ങിനിന്നു. അവളുടെ ചുവന്ന മുടിയിഴകളിക്കൂടി കാറ്റ് ഉല്ലസിക്കുന്നു.

"ആടിന്റെ കുളമ്പാണേ സത്യം."

"മന്ത്രവാദിനികളിൽ നല്ലവളാണു നീ." മീൻപിടുത്തക്കാരൻ തുടർന്നു. "ഞാനിന്ന് തീർച്ചയായും മലമുകളിൽ നിന്നോടൊത്ത് നൃത്തം വയ്ക്കും. നീയെന്നോട് സ്വർണമോ വെള്ളിയോ ആവശ്യപ്പെട്ടില്ലല്ലോ. നീ ഉദ്ദേശിക്കുന്ന വില നിനക്ക് ലഭിക്കും. കാരണം അത് വളരെ തുച്ഛമാണ്."

തൊപ്പിയെടുത്ത് അവളെ വണങ്ങിയശേഷം അതിയായ സന്തോഷത്തോടെ അവൻ നഗരത്തിലേക്കു മടങ്ങി.

മന്ത്രവാദിനി അവന്റെ യാത്ര നോക്കിനിന്നു. കാഴ്ചയിൽനിന്നു മറഞ്ഞപ്പോൾ സ്വന്തം ഗുഹയിലേക്കു മടങ്ങി. കണ്ണാടിയെടുത്ത് സിഡാർമരം കൊണ്ടു നിർമിച്ച ഒരു ഫ്രെയിമിൽ പിടിപ്പിച്ചു. അതിനു മുമ്പിൽ കത്തുന്ന കരിയിൽ സുഗന്ധം പുകച്ചു. പുകച്ചുരുളിൽ കൂടി നോക്കി. അൽപ്പംകഴിഞ്ഞ്, കോപത്താൽ കൈകൾ കൂട്ടിത്തിരുമ്മി.

"അവൻ എന്റേതാവണം" - അവൾ പിറുപിറുത്തു. "അവളെപ്പോലെ സുന്ദരിയാണല്ലോ ഞാൻ."

രാവ് കടന്നുവന്നു. അമ്പിളി ഉയർന്നുപൊങ്ങി. യുവാവായ മീൻപിടുത്തക്കാരൻ കുന്നിനുമുകളിൽ കയറിവന്നു. മന്ത്രവാദിനി നിർദേശിച്ചതുപോലെ ഹോൺബീം മരത്തിന്റെ ചുവട്ടിൽ നിന്നു. തേച്ചു മിനുസപ്പെടുത്തി തിളക്കിയ ലോഹം പോലെ, പാരാവാരം അവന്റെ കാൽച്ചുവട്ടിൽ. ഉൾക്കടലിൽ മത്സ്യബന്ധനബോട്ടുകൾ നീങ്ങുന്നത് കാണാം. മഞ്ഞക്കണ്ണുകളുള്ള വലിയൊരു മൂങ്ങ അവന്റെ പേർ ചൊല്ലി വിളിച്ചു. അവൻ യാതൊന്നും ഉരിയാടിയില്ല. കറുത്ത നായ ഓടിവന്ന് ഓരിയിട്ടു. വില്ലോ മരത്തിന്റെ കമ്പുകൊണ്ട് അടിച്ചപ്പോൾ മോങ്ങിക്കൊണ്ട് അത് ഓടിപ്പോയി

പാതിരാവായപ്പോൾ കടവാതിലുകളെ പോലെ ചിറകടിച്ചുകൊണ്ട് മന്ത്രവാദിനികളുടെ വരവായി. ഫ്യൂ എന്നൊരു ശബ്ദത്തോടെ അവ നിലത്തിറങ്ങി.

നാം അറിയാത്ത ആരോ ഒരാൾ ഇവിടെയുണ്ട്. അവ ചുറ്റും മണം പിടിച്ചു, പരസ്പരം സംസാരിച്ചു, ചില ആംഗ്യങ്ങൾ കാണിച്ചു. തന്റെ ചുവന്ന മുടി കാറ്റിൽപ്പറത്തിക്കൊണ്ടു ഏറ്റവും ഒടുവിലാണ് മേൽപ്പറഞ്ഞ മന്ത്രവാദിനി എത്തിയത്. സ്വർണനൂലുകൾകൊണ്ടു നിർമിച്ച വസ്ത്രമാണ് ധരിച്ചത്. വസ്ത്രത്തിൽ മയിൽക്കണ്ണുകൾ അലങ്കാരം ചേർക്കുന്നു. പച്ചവെൽവെറ്റുകൊണ്ടുള്ള തൊപ്പിയുമുണ്ട്.

"അവൻ എവിടെ? അവൻ എവിടെ?" മറ്റുള്ളവർ ഒരേസ്വരത്തിൽ അവളോടു ചോദിക്കുന്നു. അവൾ ചിരിക്കുകമാത്രം ചെയ്തു. എന്നിട്ട്

ഹോൺബീം മരത്തിന്റെ അടുത്തേക്കോടി. അവനെ കൈപിടിച്ചു വെളിച്ചത്തേക്ക് കൊണ്ടുവന്ന് നിലാവിൽ നൃത്തംചെയ്തുതുടങ്ങി.

നൃത്തത്തിൽ അവർ പലതവണ കറങ്ങിത്തിരിഞ്ഞു. യുവമന്ത്രവാദിനി പലപ്പോഴും ഉയരത്തിൽ ചാടുമ്പോൾ പാദരക്ഷയുടെ ചുവന്ന അടിവശം മാത്രമേ കാണുകയുള്ളൂ.

ഇപ്പോൾ കുതിരക്കുളമ്പടിയൊച്ച അടുത്തുവരുന്നതായി കേൾക്കുന്നു. നൃത്തം ചെയ്യുന്നവർക്കിടയിലാണ് ആ ശബ്ദം മുഴങ്ങുന്നത്. എന്നാൽ കുതിരകളെ കാണുന്നുമില്ല. അവന് ഭയമായി.

"വേഗം വേഗം." അവൾ ഉറക്കെ പറഞ്ഞു. കൈകൾ അവന്റെ കഴുത്തിൽ വെച്ചു. അവളുടെ ശ്വാസം അവന്റെ മുഖത്തു പതിക്കുന്നുണ്ട്. ഭൂമി കാൽക്കീഴിൽ അതിവേഗം കറങ്ങുന്നു. വേഗം വേഗം എന്നവൾ പറയുന്നു. തന്റെ മസ്തിഷ്കത്തിന് എന്തോ സംഭവിക്കുന്നു. ഭയത്തിന്റെ ഭീകരഭാവം അവനെ ഗ്രസിച്ചു. ഏതോ ദുഷ്ടമനസ്സ് അവനെ വീക്ഷിക്കുന്ന അനുഭവം.

ഒടുവിൽ അവനൊരു കാഴ്ച കണ്ടു. വലിയൊരു പാറയുടെ നിഴലിൽ ഒരു രൂപം നിൽക്കുന്നു. അൽപ്പം മുമ്പുവരെ അത് അവിടെ ഉണ്ടായിരുന്നില്ല.

കറുത്തവെൽവെറ്റ് ധരിച്ച ഒരു പുരുഷരൂപമായിരുന്നു അത്. സ്പാനിഷ് മാതൃകയിൽ തയ്ച്ച വേഷം. മുഖം വളരെ വിളറിയിരിക്കുന്നു. ചുണ്ടുകൾ പ്രൗഢമായൊരു ചുവന്ന പൂവ് പോലെയുണ്ട്. എന്തോ വിഷമകരമായ അവസ്ഥയിലാണ്. പിറകോട്ട് ചാരിയാണ് നിൽപ്പ്. തന്റെ കഠാരപ്പിടിയിൽ അശ്രദ്ധമായി തിരുപ്പിടിക്കുന്നു. താഴെ പുല്ലിൽ, തൂവൽചാർത്തിയ തൊപ്പി കിടപ്പുണ്ട്. സവാരിചെയ്യുമ്പോൾ ഉപയോഗിക്കുന്ന ഒരു ജോഡി തിളങ്ങുന്ന ലെയ്സും അവിടെയുണ്ട്. മണിമുത്തുകളെക്കൊണ്ട് അതിൽ വിചിത്രമായ തയ്യൽ ചെയ്തിട്ടുണ്ട്. ഒരു നീളം കുറഞ്ഞ കറുത്ത മേൽക്കുപ്പായം ചുമലിൽ. അതിലോലമായ വെളുത്ത കൈകളിൽ രത്നംപതിച്ച മോതിരങ്ങൾ. കനത്ത കൺപോളകൾ കണ്ണിനെ ആവരണംചെയ്യുന്നു.

മീൻപിടുത്തക്കാരൻ അവനെ നോക്കി, ഒരു മാന്ത്രികാവസ്ഥയിൽ എന്ന വണ്ണം. അവരുടെ നേത്രങ്ങൾ ഇടഞ്ഞു. താൻ എവിടെയെല്ലാം മാറി നിന്ന് നൃത്തംവെക്കുമ്പോഴും അവന്റെ കണ്ണുകൾ തന്റെ നേർക്കാണെന്നു തോന്നുന്നു. മന്ത്രവാദിനി ചിരിക്കുന്നതും കേൾക്കുന്നുണ്ട്. അവളുടെ അരക്കെട്ടിൽ പിടിച്ചുകൊണ്ടയാൾ ദ്രുതഗതിയിൽ കറങ്ങിത്തിരിഞ്ഞു.

പെട്ടെന്ന് വനത്തിനുള്ളിൽ ഒരു നായ മോങ്ങി. നൃത്തക്കാരുടെ കാലടികൾ നിശ്ചലമായി. അവർ രണ്ടുപേർ വീതം മുന്നോട്ടു നീങ്ങി. മുട്ടുകുത്തി അയാളുടെ കരങ്ങളിൽ ചുംബിച്ചു. അവർ അങ്ങനെ ചെയ്തുകൊണ്ടിരിക്കെ അയാളുടെ പ്രൗഢമായ വദനത്തിൽ നേർത്തൊരു പുഞ്ചിരി തെളിയുന്നു. പക്ഷിയുടെ ചിറുകൾക്ക് ജലസ്പർശം ഉണ്ടാവുമ്പോൾ അത് ചിരിക്കുന്നതുപോലെയാണത്. പക്ഷേ ആ പുഞ്ചിരിയിൽ

അവജ്ഞയോ അവഗണനയോ ഗുപ്തമാണ്. അയാൾ യുവാവായ മീൻപിടുത്തക്കാരനെത്തന്നെ നോക്കുകയാണ്.

"വരൂ നമുക്കിവിടെ ആരാധന നടത്താം." മന്ത്രാദിനി മെല്ലെ പറഞ്ഞു. അവൾ അവനെ മുകളിലേക്ക് നയിച്ചു. അവനെ പിടിച്ചുകൊണ്ട് മുകളിലേക്ക് നീങ്ങുമ്പോൾ അമിതമായൊരു മോഹം അവനിലുദിച്ചു. അവൻ അനുഗമിച്ചു.

എന്തുകൊണ്ടെന്നറിഞ്ഞില്ല അവളുടെ വളരെ അടുത്തെത്തിയപ്പോൾ അവൻ നെഞ്ചിൽ കുരിശുവരച്ചു. പരിശുദ്ധാത്മാവിനെ വിളിച്ചു.

ഇതുകേട്ടതും ഒരു കഴുകനെപ്പോലെ കരഞ്ഞുകൊണ്ട് അവൾ പറന്നു; തന്നെ വീക്ഷിച്ചുകൊണ്ടിരുന്നവന്റെ മുഖം വിളറി. വേദനകൊണ്ടെന്നപോലെ ചുണ്ടുകൾകോടി. അവൻ ഒരു പൊന്തയിലേക്ക് കയറി ചൂളമടിച്ചു. വെള്ളികൊണ്ടുള്ള പദവിചിഹ്നങ്ങൾ അണിഞ്ഞ കിങ്കരൻ ഓടിയെത്തി. അവൻ മീൻപിടുത്തക്കാരനെ ദുഃഖത്തോടെ നോക്കി.

ചുവന്ന മുടിയുള്ള മന്ത്രവാദിനി പറന്നകലാൻ നോക്കിയതും അവൻ അവളെ മുറുകെ പിടിച്ചുവെച്ചു.

"എന്നെ വിട് ഞാൻ പോകട്ടെ." അവൾ കരഞ്ഞു. "നീ പറയാൻ പാടില്ലാത്തതാണ് പറഞ്ഞത്. നീ മാറത്ത് വരച്ചത് എനിക്ക് നോക്കി നിൽക്കാനുമാവില്ല.

"ഇല്ല. ആ രഹസ്യം എന്നോട് പറയാതെ ഞാൻ നിന്നെവിടില്ല.

"എന്തു രഹസ്യം" അവൾ ഒരു കാട്ടുപൂച്ചയെപോലെ കുതറി മാറാൻ നോക്കി. നുരപതയുന്ന ചുണ്ടുകൾ കടിച്ചുപിടിച്ചു.

"അതു നിനക്കറിയാം."

പച്ചനിറമാർന്ന അവളുടെ നേത്രങ്ങൾ അശ്രുക്കളാൽ മങ്ങി. "അതൊഴികെ മറ്റെന്തും നിനക്കെന്നോട് ചോദിക്കാം."

അവൻ ചിരിച്ചു. പിടുത്തം മുറുകി. അവനിൽ നിന്ന് സ്വതന്ത്രയാവാൻ കഴിയില്ലെന്ന് അവൾക്കു ബോധ്യമായി

"സാഗരപുത്രിമാരെപോലെ സുന്ദരിയാണ് ഞാൻ. നീലജലത്തിൽ അധിവസിക്കുന്ന എല്ലാവരെയുംപോലെ സുന്ദരിയാണ്." അവനിലേക്ക് ചാഞ്ഞു നിന്ന് തന്റെ മുഖം അവന്റേതിനോട് അവൾ അടുപ്പിച്ചു.

അവൻ ദേഷ്യത്തോടെ അവളെ തള്ളിമാറ്റി.

""എനിക്കു തന്ന വാഗ്ദാനം നീ പാലിക്കുകയില്ലെങ്കിൽ ദുർമന്ത്രവാദിനിയായ നിന്നെ ഞാൻ കൊന്നുകളയും."

ജൂഡാസ് മരത്തിന്റെ പൂവുപോലെ അവൾ വിളറി, വിറകൊണ്ടു.

"അങ്ങനെയാവട്ടെ." അവൾ പിറുപിറുത്തു ഇത് നിന്റെ ആത്മാവാണ്. എന്റേതല്ല. ഇഷ്ടം പോലെ ചെയ്യുക." ഇതും പറഞ്ഞുകൊണ്ടവൾ തന്റെ കവചത്തിനുള്ളിൽനിന്ന് ഒരു ചെറിയ കത്തിപുറത്തെടുത്തു. പച്ചനിറമുള്ള അണലിത്തോൽ കൊണ്ട് പിടി ആവരണം ചെയ്തിട്ടുണ്ട്.

കത്തി അവനു നൽകി.

"ഇതുകൊണ്ട് എനിക്കെന്തു പ്രയോജനം" അവൻ അതിശയിച്ചു.

ഏതാനും നിമിഷങ്ങൾ അവൾ നിശ്ശബ്ദയായി. മുഖത്ത് ഭീതിജനകമായ ഭാവം. നെറ്റിയിൽ നിന്ന് മുടി വകഞ്ഞുമാറ്റി. വിചിത്രമായി പുഞ്ചിരിച്ചുകൊണ്ടവൾ മൊഴിഞ്ഞു: "ശരീരത്തിന്റെ നിഴൽ എന്ന് മനുഷ്യൻ പറയുന്നത് യഥാർഥത്തിൽ ശരീരത്തിന്റെ നിഴൽ അല്ല. അത് ആത്മാവിന്റെ ശരീരമാണ്. അമ്പിളിക്ക് പുറംതിരിഞ്ഞ് നീ കടൽക്കരയിൽ നിൽക്കുക. നിന്റെ പാദങ്ങൾക്കു ചുറ്റിലും വെച്ച് നിഴൽ മുറിച്ചു മാറ്റുക. അങ്ങനെ നിന്റെ ആത്മാവിനെ പറഞ്ഞുവിടുക അതുമതി."

അവൻ വിറച്ചു. "ഇതു ശരിയാണോ?"

"ഇതു ശരിതന്നെ. ഞാനത് നിന്നോട് പറഞ്ഞില്ല." അവൾ അവന്റെ കാൽമുട്ടിൽ പിടിച്ചു കരയാൻതുടങ്ങി.

അവൻ അവളെ മാറ്റി നിർത്തി അവിടെനിന്നു നടന്നു നീങ്ങി കുന്നിറങ്ങാൻ തുടങ്ങി. കത്തി കയ്യിലുണ്ട്.

അവന്റെ ഉള്ളിലെ ആത്മാവ് അവനെ വിളിച്ചു.

"ഹോ ഇക്കഴിഞ്ഞ വർഷങ്ങളിലെല്ലാം ഞാൻ നിന്നോടൊത്തു കഴിഞ്ഞതല്ലേ, നിന്റെ ഭൃത്യനായിത്തന്നെ. എന്നെ ഇപ്പോൾ നീ പറഞ്ഞു വിടരുത്. ഞാൻ നിന്നോടെന്ത് തെറ്റുചെയ്തു."

മീൻപിടുത്തക്കാരൻ ചിരിച്ചു.

"നീ എന്നോടൊരു തെറ്റും ചെയ്തിട്ടില്ല. എനിക്കു നിന്നെ ആവശ്യമില്ല അതുകൊണ്ടാണ്. ഈ ലോകം വളരെ വിസ്തൃതമാണല്ലോ. പിന്നെ സ്വർഗവും നരകവും ഉണ്ട്. അതിനിടയിൽ മങ്ങിയ പ്രകാശഭവനവുമുണ്ട്. നിനക്ക് ഇഷ്ടമുള്ളിടത്ത് പോവുക. എന്നെ ശല്യപ്പെടുത്തരുത്. എന്നെ എന്റെ പ്രേമഭാജനം വിളിക്കുന്നുണ്ട്."

ആത്മാവ് അവനോട് കെഞ്ചിപ്പറഞ്ഞെങ്കിലും അവനത് ചെവിക്കൊണ്ടില്ല.

ഒരു കാട്ടാടിനെ പോലെ കുഴികൾ ഒഴിവാക്കി അവൻ കുതിച്ചു നടന്നു. സമനില പ്പായ മഞ്ഞനിറമുള്ള സാഗരതീരത്തെത്തി.

കൈകാലുകൾ പിച്ചളകൊണ്ടു തീർത്തതുപോലെ ദൃഢതയുള്ള ദേഹം. ഒരു ഗ്രേഷിയൻ വാർത്തെടുത്ത പ്രതിമപോലെ, അവൻ അമ്പിളിക്ക് പുറംതിരിഞ്ഞു നിന്നു. നുരകൾക്കിടയിൽനിന്ന് വെളുത്ത കരങ്ങൾ അവനെ വിളിക്കുന്നു. അവ്യക്തരൂപങ്ങൾ എഴുന്നേറ്റ് നിന്ന് കൈ കൂപ്പുന്നു. മുമ്പിൽ നിഴൽവീണു കിടക്കുന്നു. അത് തന്റെ ആത്മാവിന്റെ ശരീരമാണ്. പിറകിൽ തേൻനിറമുള്ള ആകാശത്തിൽ അമ്പിളി തൂങ്ങിനിൽക്കുന്നു.

ആത്മാവ് പറയുന്നു: "നീ എന്നെ പറഞ്ഞുവിടുകയാണെങ്കിൽ അന്ന് ഹൃദയമില്ലാതെ ആവരുത്. ലോകം ക്രൂരമാണ്. നിന്റെ ഹൃദയം കൂടി എനിക്കു തരണം."

അവൻ തലയാട്ടി പുഞ്ചിരിച്ചു. "ഹൃദയമില്ലാതെ ഞാൻ എന്റെ പ്രേമഭാജനത്തെ എങ്ങനെയാണ് സ്നേഹിക്കുക."

"വേണ്ട എന്നോട് കരുണ കാണിക്കു. നിന്റെ ഹൃദയം എനിക്കു വേണം. ലോകം ക്രൂരമാണ്. എനിക്കു പേടിയാണ്."

"എന്റെ ഹൃദയം എന്റെ പ്രേമഭാജനത്തിന്റേതാണ്. അതുകൊണ്ട് തർക്കിച്ചുനിൽക്കാതെ പോയാൽ മതി."

"എനിക്കും സ്നേഹിക്കണ്ടേ?"

"പോകാനാണ് പറഞ്ഞത്. എനിക്കു നിന്നെ ആവശ്യമില്ല."

ഇതും പറഞ്ഞ് അവൻ പോക്കറ്റിൽ നിന്ന് അണലിത്തോൽ പിടിയുള്ള കത്തി പുറത്തെടുത്തു പാദങ്ങൾക്കു ചുറ്റിലും വെച്ച് നിഴലിനെ മുറിച്ചുമാറ്റി.

നിഴൽ എഴുന്നേറ്റു. അവന്റെ മുമ്പിൽ നിന്നുകൊണ്ട് അവനെ നോക്കി. നിഴൽ അവനെപ്പോലെതന്നെയുണ്ട്.

മീൻപിടുത്തക്കാരൻ പുറകോട്ടു നീങ്ങി. കത്തി പോക്കറ്റിലിട്ടു. ഉള്ളിൽ സംഭ്രമം ഉണർന്നു. "നീ പോകണം. എനിക്കിനി നിന്റെ മുഖം കാണേണ്ട."

"പാടില്ല നമുക്ക് വീണ്ടും കാണണം" എന്നായി നിഴൽ.

അതിന്റെ സ്വരം താഴ്ന്നതും ഓടക്കുഴൽനാദം പോലെയുമാണ്. സംസാരിക്കുമ്പോൾ ചുണ്ടുകൾ വളരെ കുറച്ചുമാത്രം ചലിക്കുന്നു.

"നാമെങ്ങനെയാണ് കാണുക." അവൻ ചോദിച്ചു. "കടലിന്റെ ആഴങ്ങളിലേക്ക് നീ എന്നെ അനുഗമിക്കുകയല്ലല്ലോ."

"വർഷത്തിൽ ഒരുതവണ ഞാനിവിടെ വന്ന് നിന്നെ വിളിക്കും. നിനക്കെന്നെ ആവശ്യം ഉണ്ടെങ്കിലോ."

"നിന്നെക്കൊണ്ട് എനിക്കെന്ത് ആവശ്യമാണ്. ഇനി നിന്റെ ഇഷ്ടം പോലെ."

മീൻപിടുത്തക്കാരൻ വെള്ളത്തിലേക്ക് താഴ്ന്നുമുങ്ങി. ട്രൈറ്റണുകൾ കുഴലൂതി. ചെറിയ മത്സ്യകന്യക അവനെ സ്വീകരിക്കാൻ എഴുന്നേറ്റുനിന്നു. അവന്റെ കഴുത്തിനു ചുറ്റിപ്പിടിച്ച് മുഖത്ത് ചുംബിച്ചു.

ആത്മാവ് ഏകാന്തതീരത്ത് നിന്ന് അവരെ നോക്കി. അവർ രണ്ടുപേരും കടലിനടിയിലേക്ക് താഴ്ന്നപ്പോൾ അത് കരഞ്ഞുവിളിച്ചുകൊണ്ട് കാട്ടിലെ ചതുപ്പുനിലത്തേക്ക് പോയി.

തികച്ചും ഒരുവർഷം കഴിയുന്ന ദിവസം ആത്മാവ് കടൽത്തീരത്തെത്തി അവനെ വിളിച്ചു. അവൻ ആഴങ്ങളിൽനിന്ന് ഉയർന്നുവന്നു.

"നീയെന്തിനാണെന്നെ വിളിച്ചത്?"

"ഇങ്ങടുത്തു വാ. എനിക്കു നിന്നോടു സംസാരിക്കാനുണ്ട്. അത്ഭുതകരമായ ചിലത് ഞാൻ കണ്ടു."

അടുത്തേക്ക് വന്ന അവൻ ആഴംകുറഞ്ഞ വെള്ളത്തിൽ പതിഞ്ഞുകിടന്നു. തല കൈത്തലത്തിൽ താഴ്ത്തി ശ്രദ്ധിച്ചു.

"നിന്നെ വിട്ടുപിരിഞ്ഞ ഞാൻ കിഴക്കോട്ട് യാത്രതുടങ്ങി. വിജ്ഞാനം വരുന്നത് കിഴക്കിൽ നിന്നാണ്. ആറുദിവസം യാത്രചെയ്തു. ഏഴാം ദിവസം പ്രഭാതമായി. ടാർടാർരാജ്യത്തെ ഒരു കുന്നിലാണ് ഞാൻ എത്തിയത്. വെയിലുകൊള്ളാതിരിക്കാൻ ഒരു വൃക്ഷത്തിന്റെ ചുവട്ടിൽ ഇരുന്നു. നിലം ചൂടുകൊണ്ട് ഉണങ്ങിവരണ്ടതാണ്. പോളിഷ് ചെയ്ത

ചെമ്പിൽ ഈച്ച ഇഴയുന്നതുപോലെ ജനങ്ങൾ സമതലത്തിൽ അങ്ങോട്ടുമിങ്ങോട്ടും സഞ്ചരിക്കുന്നുണ്ട്.

ഉച്ചയായപ്പോൾ മണ്ണിൽനിന്ന് ചുവന്ന പൊടിപടലം ഒരു മേഘം പോലെ ഉയർന്നു. ടാർടാറുകൾ ഇത് കണ്ടു. ചായം തേച്ച വില്ല് കുലച്ചു കൊണ്ട് അവർ തങ്ങളുടെ ചെറിയ കുതിരകളുടെ പുറത്തു ചാടിക്കയറി, ഉടൻ അതിനടുത്തേക്ക് കുതിച്ചെത്തി. സ്ത്രീകൾ കരഞ്ഞുകൊണ്ട് വാഗണുകളുടെ അടുത്തേക്കോടി അവയ്ക്കു പിന്നിൽ ഒളിച്ചു. നാട്ടുവെളിച്ചത്തിൽ ടാർടാറുകൾ തിരിച്ചെത്തിയെങ്കിലും അഞ്ചുപേർ ഒപ്പമില്ലായിരുന്നു. തിരിച്ചെത്തിയവരിൽ കുറേപ്പേർക്ക് മുറിവേറ്റിരുന്നു. കുതിരകളെ വാഗണിൽ കെട്ടി അവർ ബദ്ധപ്പാടോടെ ഓടിച്ചുപോയി. ഗുഹയിൽ നിന്നു പുറത്തുചാടിയ മൂന്നു കുറുനരികൾ അവരുടെ പിന്നാലെ പോയി. പിന്നീടവ മൂക്കുയർത്തി മണംപിടിച്ചു. പിന്നെ എതിർദിശയിലേക്ക് തിരിഞ്ഞോടി.

ചന്ദ്രൻ ഉദിച്ചപ്പോൾ സമതലത്തിൽ ക്യാമ്പ് ഫയർ കത്തുന്നത് ഞാൻ കണ്ടു. അതിനടുത്തേക്കു ചെന്നു. ഒരു വർത്തകസംഘമാണവിടെയുള്ളത്. അവർ തീക്കുണ്ഡത്തിനു ചുറ്റുമായി പരവതാനിയിൽ ഇരിക്കുന്നു. പിൻവശത്ത് അവരുടെ ഒട്ടകങ്ങളുമുണ്ട്. അവരുടെ വേലക്കാരായ നീഗ്രോകൾ ടെന്റ് കെട്ടുകയാണ്. ഊറയ്ക്കിട്ട തോൽ ഉപയോഗിച്ച് മണലിൽ ഉയർത്തിയ ടെന്റിനു ചുറ്റും മുള്ളുകൾ കൊണ്ട് ഉയരത്തിൽ ഭിത്തിയുണ്ടാക്കുന്നു.

ഞാൻ അവരുടെ അടുത്തുചെന്നു. വർത്തസംഘത്തിന്റെ തലവൻ എഴുന്നേറ്റു നിന്നു. വാൾ ഊരിക്കൊണ്ട് ഞാൻ എന്തിനാണ് ചെന്നതെന്ന് ചോദിച്ചു.

എന്റെ സ്വന്തം നാട്ടിൽ ഞാനൊരു രാജകുമാരൻ ആയിരുന്നു എന്ന് ഞാൻ പറഞ്ഞു. ഞാൻ ടാർടാറുകളുടെ പിടിയിൽനിന്ന് രക്ഷപ്പെട്ടുവരികയാണ്. അല്ലെങ്കിൽ അവരെന്നെ അടിമയാക്കിവെക്കും. അയാൾ ചിരിച്ചു. മുളങ്കമ്പുകളിൽ കുത്തിനിർത്തിയ അഞ്ചുശിരസ്സുകൾ കാട്ടിത്തന്നു.

ദൈവത്തിന്റെ പ്രവാചകൻ ആരാണെന്ന് അയാൾ ചോദിച്ചപ്പോൾ മുഹമ്മദ്, എന്ന് ഞാൻ മറുപടി പറഞ്ഞു.

പ്രവാചകന്റെ പേരുകേട്ടതും അയാൾ തലകുനിച്ചു. എന്റെ കൈപിടിച്ച് സമീപത്ത് ഇരുത്തി. ഒരു നീഗ്രോ മരപ്പിഞ്ഞാണത്തിൽ കുതിരപ്പാലും ഒരു കഷണം വറുത്ത ആട്ടിറച്ചിയും കൊണ്ടുവന്നു.

പ്രഭാതത്തിൽ ഞങ്ങൾ യാത്രയായി. ചുവന്ന രോമമുള്ള ഒട്ടകത്തിന്റെ പുറത്ത്, പ്രധാനിയോടൊപ്പമാണ് എന്റെ സവാരി. കുന്തം പിടിച്ച ഓട്ടക്കാരൻ മുമ്പിലുണ്ട്. ഇരുവശത്തും പടയാളികൾ ഒപ്പമുണ്ട്. ചുമടുമായി കഴുതകളും. നാൽപ്പത് ഒട്ടകങ്ങളും എൺപത് കഴുതകളും അടങ്ങുന്ന സംഘമാണത്.

ടാർടാറുകളുടെ ദേശത്തുനിന്ന് ഞങ്ങൾ കടന്നത്, അമ്പിളിയെ ശപിക്കുന്ന നാട്ടിലേക്കാണ്. സ്വർണത്തിനു കാവലായി നിൽക്കുന്ന ഗ്രിഫോ

ണുകളുടെ സ്ഥാനം വെളുത്ത പാറകളിലാണ്. ഡ്രാഗണുകൾ ഗുഹകളിൽ ഉറങ്ങുന്നു. ശ്വാസംപിടിച്ചുകൊണ്ടാണ് മല കടന്നത്. കാരണം മഞ്ഞു കട്ട ദേഹത്ത് വീഴുമോ എന്ന ഭയം ഉണ്ട്. എല്ലാവരും കണ്ണിനു മുകളിൽ ഒരു വല ഉറപ്പിച്ചിരുന്നു. താഴ്‌വാരത്തിൽ കൂടി കടന്നുപോകുമ്പോൾ പിഗ്മികൾ ഞങ്ങളുടെ നേർക്ക് അമ്പയച്ചു. മരപ്പൊത്തുകളിലാണ് അവരുടെ ഇരിപ്പ്. രാത്രികാലങ്ങളിൽ കാട്ടുമനുഷ്യർ പെരുമ്പറ കൊട്ടുന്നു. വാനര ഗോപുരത്തിൽ ചെന്നപ്പോൾ പഴങ്ങൾ കൊടുത്തതിനാൽ കുരങ്ങുകൾ ഞങ്ങളെ ഉപദ്രവിച്ചില്ല. സർപ്പഗോപുരത്തിൽ ചെന്നപ്പോൾ പിച്ചളപ്പാത്രങ്ങളിൽ അവയ്ക്ക് പാൽ നൽകി. ഞങ്ങൾ കടന്നുപോകാൻ അവ അനുവദിച്ചു. ഓക്സസ് തീരത്തുകൂടി മൂന്നുതവണ ഞങ്ങൾ യാത്ര ചെയ്തിട്ടുണ്ട്. ചങ്ങാടത്തിലാണ് ഞങ്ങൾ നദി തരണം ചെയ്തത്. ഊതിവീർപ്പിച്ച, തുകൽ നിർമിതമായ വലിയ ബ്ലാഡറുകൾ അവയോട് ഘടിപ്പിച്ചിരുന്നു. മുതലകൾ ഞങ്ങളെ കൊല്ലാൻ വന്നു. ഒട്ടകങ്ങൾ അവയെ കണ്ടു ഭയപ്പെട്ടു.

ഓരോ സാമ്രാജ്യത്തിലേയും രാജാക്കന്മാർ ഞങ്ങളിൽനിന്ന് ലെവി ഈടാക്കി. പക്ഷേ, ഞങ്ങളെ ഉപദ്രവിച്ചില്ല. റൊട്ടിയും തേനിൽ ബെയ്ക്കു ചെയ്ത ചോളപ്പൊടികൊണ്ടുള്ള കെയ്ക്കുകളും ഈന്തപ്പഴം നിറച്ച കെയ്ക്കുകളും മതിലിനു മുകളിൽക്കൂടി അവർ ഞങ്ങൾക്ക് എറിഞ്ഞു തന്നു. ഓരോ നൂറുകുട്ടയ്ക്കും പകരമായി ഞങ്ങൾ അവർക്കു കൊടുത്തത് ഓരോ അംബർ മണിയാണ്.

അവിടെ അധിവസിക്കുന്ന ഗ്രാമീണർ ഞങ്ങളെ കണ്ടതും കിണറുകളിൽ വിഷം കലക്കി. എന്നിട്ട് കുന്നിനുമുകളിലേക്ക് ഓടിപ്പോയി. പ്രായമായ മഗധേയോട് ഞങ്ങൾക്കു യുദ്ധം ചെയ്തു. ഓരോ വർഷം കഴിയുമ്പോഴും അവർ ചെറുപ്പം വെക്കുകയാണ്. കൊച്ചുകുഞ്ഞാവുമ്പോൾ മരിക്കുകയും ചെയ്യുന്നു. പുലിയുടെ സന്തതികൾ എന്ന് അവകാശപ്പെടുന്ന ലക്രോയി ദേഹത്ത് മഞ്ഞയും കറുപ്പുമായ ചായം പൂശുന്നു. ശവശരീരം മരത്തിനുമുകളിൽ സംസ്കരിക്കുന്ന ഓറന്റസ് ജീവിക്കുന്നത് വെളിച്ചം കടന്നുചെല്ലാത്ത ഇരുണ്ടഗുഹകളിലാണ്. അതല്ലെങ്കിൽ അവരുടെ ദേവനായ സൂര്യൻ തങ്ങളെ കൊന്നുകളയുമെന്ന് അവർ വിശ്വസിക്കുന്നു. ഒരു മുതലയെ ആരാധിക്കുന്നവരാണ് ക്രിമ്നിയൻസ്. അതിന് തീറ്റയായി കോഴികളെയും വെണ്ണയും നൽകുന്നു. പച്ച സ്ഫടികം കൊണ്ടു തീർത്ത കർണാഭരണം അണിയിക്കുന്നു. അഗസോൺബേക്കാർക്ക് നായയുടെ മുഖമാണ്. സിബാനുകൾക്കാവട്ടെ കാലടികൾ കുതിരകളുടേതു പോലെയാണ്. അവർ കുതിരയേക്കാൾ വേഗത്തിൽ ഓടുകയും ചെയ്യുന്നു. ഞങ്ങളുടെ സംഘാംഗങ്ങൾ യുദ്ധത്തിൽ മരിച്ചു. മൂന്നിലൊന്ന് രോഗം കാരണം മരിച്ചു. മറ്റുള്ളവർ എന്നെ നോക്കി മുറുമുറുക്കുന്നു. ഞാൻ അവർക്കെല്ലാം ദൗർഭാഗ്യം വരുത്തിവെച്ചുവെന്നാണ് ആരോപണം. ഞാൻ കല്ലിനടിയിൽ നിന്ന് ഒരു അണലിപ്പാമ്പിനെയെടുത്ത് എന്റെ ശരീരത്തിൽ കൊത്തിച്ചു. എനിക്ക് വിഷം ഏൽക്കുന്നില്ല എന്നു കണ്ട് അവർ ഭയചകിതരായി.

യാത്ര നാലാമത്തെ മാസമെത്തിയപ്പോൾ ഇല്ലെൽ നഗരത്തിലെത്തി. സമയം രാത്രി. നഗരഭിത്തിക്കു പുറമേയുള്ള തോട്ടത്തിലാണെത്തിയത്. അത്യുഷ്ണമുള്ള സമയമായിരുന്നു അത്. കാരണം ചന്ദ്രൻ സ്കോർപിയണിൽ ആണ് നീങ്ങുന്നത്. പഴുത്ത മാതളപ്പഴങ്ങൾ ഞങ്ങൾ പറിച്ചെടുത്തു. പൊട്ടിച്ച് മധുരച്ചാറ് കുടിച്ചു. പുലരുന്നതും കാത്ത് ഞങ്ങൾ കൊണ്ടുവന്ന പരവതാനിയിൽ കിടന്നു.

പ്രഭാതമായപ്പോൾ ഞങ്ങൾ നഗരകവാടത്തിൽ മുട്ടി. ചുവന്ന ഓടുലോഹം കൊണ്ട് നിർമിച്ച ഗെയ്റ്റാണ്. കടൽ ഡ്രാഗണുകളുടെയും ചിറകുള്ള ഡ്രാഗണുകളുടെയും രൂപം അതിൽ കൊത്തിയിട്ടുണ്ട്. ഉയർന്ന കാവൽപ്പുരകളിൽ നിന്നിരുന്ന കാവൽക്കാർ താഴോട്ടു നോക്കി, വന്ന കാര്യം ചോദിച്ചു. വർത്തക സംഘത്തിലെ ദ്വിഭാഷിയാണ് മറുപടി പറഞ്ഞത്, സിറിയൻ ദ്വീപിൽനിന്ന് വിപണന വസ്തുക്കളുമായി വന്ന കച്ചവടക്കാരാണ് ഞങ്ങൾ എന്ന്. മധ്യാഹ്നമാവുമ്പോൾ ഗെയ്റ്റ് തുറക്കുമെന്നും അതുവരെ പുറത്തുതന്നെ കാത്തുനിൽക്കുണമെന്നും പറഞ്ഞു.

മധ്യാഹ്നമായപ്പോൾ ഗെയ്റ്റ് തുറന്നു. ഞങ്ങൾ ഉള്ളിൽ കടന്നതും വീടുകളിൽ നിന്നെല്ലാം ആളുകൾ ഞങ്ങളെ കാണാൻ കൂട്ടത്തോടെ വന്നു. ഒരു മെഗാഫോണിൽ കൂടി എന്തോ കൊട്ടിഘോഷിച്ചുകൊണ്ട് ഒരുത്തൻ നഗരം ചുറ്റുന്നു. ഞങ്ങൾ ചന്തസ്ഥലത്താണ് നിന്നത്. അവിടെ നീഗ്രോകൾ, കെട്ടുകണക്കിന് പൂക്കളുള്ള തുണികൾ നിവർത്തിയിടുന്നു. മേപ്പിൾമരത്തടികൊണ്ട് നിർമിച്ച, കൊത്തുവേലകൾ ഉള്ള പേടകങ്ങൾ അവർ തുറക്കുന്നു. പിന്നെ കച്ചവടക്കാർ മുമ്പോട്ടുവന്നു. അവരുടെ കൈവശം വിചിത്രമായ നിരവധി വസ്തുക്കൾ ഉണ്ട്. ഈജിപ്തിൽനിന്നുള്ള മെഴുകുതേച്ച ലിനൻ എത്യോപിയയിൽ നിന്നുള്ള പെയിൻറു ചെയ്ത തുണി, ട്രയറിൽനിന്നുള്ള ഊതനിറമുള്ള സ്പോഞ്ചുകൾ, സിഡോണിൽ നിന്നുള്ള നീലയായ ചിത്രപടങ്ങൾ. ആംബറിൽ നിർമിച്ച കപ്പുകൾ, മനോഹരമായ സ്ഫടികപ്പാത്രങ്ങൾ, കളിമണ്ണിലുണ്ടാക്കി ചുട്ടെടുത്ത വിചിത്രമായ പാത്രങ്ങൾ. ഒരു വീടിന്റെ മേൽത്തട്ടിൽനിന്ന് ധാരാളം സ്ത്രീകൾ ഞങ്ങളെ നോക്കിനിൽക്കുന്നു. അവരിലൊരാൾ തിളക്കമുള്ള തോലിന്റെ മുഖംമൂടി ധരിച്ചിട്ടുണ്ട്.

ആദ്യദിവസം പാതിരിമാർ വന്ന് ഞങ്ങളുമായി സംവദിച്ചു. രണ്ടാം ദിവസം പ്രഭുക്കന്മാരും അതിനടുത്ത ദിവസം ശിൽപ്പികളും അടിമകളുമാണ് ഞങ്ങളുടെയടുത്ത് വന്നത്. പുറത്തുനിന്ന് വന്നുചേരുന്ന വർത്തകരെ ഇങ്ങനെ നിശ്ചിതമായ ഒരാചാരക്രമത്തിലാണവർ സ്വീകരിക്കുന്നത്.

ഞങ്ങൾ ചന്ദ്രോദയത്തിനായി കാത്തുനിന്നു. ചന്ദ്രബിംബം മാഞ്ഞുതുടങ്ങിയപ്പോൾ ഞാൻ നഗരവീഥിയിലൂടെ അലഞ്ഞു. എത്തിയത് ദൈവത്തിന്റെ പൂങ്കാവനത്തിൽ. മഞ്ഞവസ്ത്രമണിഞ്ഞ പുരോഹിതന്മാർ മരങ്ങൾക്കിടയിലൂടെ നടക്കുന്നു. കറുപ്പുനിറത്തിലുള്ള മാർബിൾ വഴിത്താരയിൽ ഒരു കെട്ടിടം ഉയർന്നുനിൽക്കുന്നു. ചുവപ്പും റോസും കലർന്ന നിറത്തിലാണത്. ദൈവത്തിന്റെ വാസം അവിടെയാണ്. പൊടിച്ച അര

ക്കുകൊണ്ടാണ് വാതിൽ നിർമിച്ചിരിക്കുന്നത്. കാളകളെയും മയിലുകളെയും അതിൽ ആലേഖനം ചെയ്തിരിക്കുന്നു. അൽപ്പം ഉയർത്തി പോളിഷ് ചെയ്ത സ്വർണത്തിലാണ് ആ കൊത്തുപണികൾ. സാഗരപ്പച്ച നിറത്തിലുള്ള പോർസലെയ്ൻ കൊണ്ടാണ് അതിന്റെ ചരിഞ്ഞ മേൽക്കൂര നിർമിച്ചത്. മേൽക്കൂരയുടെ അറ്റത്ത് ധാരാളം ചെറിയമണികൾ തൂങ്ങുന്നു. വെള്ള പ്രാവുകൾ പറക്കുമ്പോൾ ബെല്ലുകളിൽ ചെന്ന് തട്ടുകയും അവ മണിനാദം ഉതിർക്കുകയും ചെയ്യുന്നു.

സ്ഫടികസമാനമായ ജലം നിറഞ്ഞൊരു തടാകം ക്ഷേത്രത്തിനു മുന്നിലുണ്ട്. വരയുള്ള ഗോമേദക മാർബിൾകൊണ്ടാണ് അതിന്റെ ഭിത്തിയും വശങ്ങളും നിർമിച്ചത്. ഞാൻ അതിന്റെ ഒരുവശത്ത് കടന്നു. വീതികൂടിയ അതിന്റെ തട്ടുകൾ ഞാൻ തൊട്ടുനോക്കി. പുരോഹിതന്മാരിൽ ഒരാൾ എന്റെയടുത്ത് വന്ന്, പിന്നിൽ നിന്നു. കാലിൽ പാദുകങ്ങൾ ഉണ്ട്. ഒന്ന് മൃദുവായ പാമ്പിൻതൊലികൊണ്ടുണ്ടാക്കിയത്. മറ്റേത് പക്ഷിത്തൂവൽ കൊണ്ടുള്ളത്. തലയിലെ കറുത്തതൊപ്പിയിൽ വെള്ളികൊണ്ടുള്ള ചന്ദ്രക്കലകൾ. വസ്ത്രത്തിൽ ഏഴു മഞ്ഞവരകൾ തുന്നിച്ചേർത്തിട്ടുണ്ട്. പാറിപ്പറന്ന മുടി, ആന്റിമണി ചായം പുരട്ടിയതാണ്.

അൽപ്പംകഴിഞ്ഞ് അയാൾ എന്നോട് സംസാരിച്ചു. എനിക്കെന്താണ് വേണ്ടതെന്ന് ചോദിച്ചു. ഞാൻ ദൈവത്തെ കാണാൻ വന്നതാണെന്നു പറഞ്ഞു. ദൈവം നായാട്ടിനു പോയതാണ്.

അൽപ്പം ചരിഞ്ഞ കണ്ണുകൾകൊണ്ട് അയാൾ വിചിത്രമായൊരു നോട്ടം നോക്കി.

"ഏതു കാട്ടിലെന്ന് പറയ്. ഞാൻ അവനോടൊത്ത് യാത്ര ചെയ്യട്ടെ."

അയാൾ തന്റെ കുപ്പായത്തിന്റെ മടക്കുകൾ നീണ്ടനഖങ്ങൾ കൊണ്ട് ഒതുക്കിവെച്ചു.

"ദൈവം ഉറങ്ങുകയാണ്."

"ഏതു കോച്ചിലാണ് കിടക്കുന്നത്. ഞാൻ അടുത്തു ചെന്നു കാണട്ടെ."

"ദൈവം ഒരു വിരുന്നിലാണ്."

"വീഞ്ഞിനു മധുരമാണെങ്കിൽ ഞാൻ അവനോടൊത്ത് കുടിക്കട്ടെ. കയ്പുള്ളതാണെങ്കിലും ഞാനത് അവനോടൊത്തും കുടിക്കാം."

എന്റെ വാക്കുകൾകേട്ട് പാതിരി അതിശയത്തോടെ തലകുനിച്ചു. എന്നെ കൈപിടിച്ചുയർത്തി. ക്ഷേത്രത്തിലേക്ക് നടന്നു.

ഒന്നാമത്തെ അറയിൽ ഞാനൊരു വിഗ്രഹം കണ്ടു. സൂര്യകാന്തക്കല്ലുകൊണ്ട് നിർമിച്ച സിംഹാസനത്തിലാണ് വിഗ്രഹം. സിംഹാസനത്തിന്റെ അരികിൽ പവിഴങ്ങൾ പതിച്ചിട്ടുമുണ്ട്. എബണിയിൽ കടഞ്ഞെടുത്തതാണ് വിഗ്രഹം. ഒരു പുരുഷരൂപമാണത്. നെറ്റിയിലൊരു മാണിക്യക്കല്ല്. മുടിയിൽ നിന്ന് കൊഴുത്ത എണ്ണ തുടയിലേക്ക് ഒഴുകുന്നു. തത്സമയം വധിക്കപ്പെട്ട ഒരു കുഞ്ഞിന്റെ രക്തം പറ്റി, പാദങ്ങൾ ചുവന്നിട്ടുണ്ട്. അരക്കെട്ടിൽ ചെമ്പുകൊണ്ടുണ്ടാക്കിയ ബെൽറ്റ്. അതിൽ ഏഴ് പച്ചക്കല്ലുകൾ.

"ഇതാണോ ദൈവം?" ഞാൻ ചോദിച്ചു.

"ഇതുന്നെ ദൈവം."

"എനിക്കു ദൈവത്തെ കാട്ടിത്തരണം. അല്ലെങ്കിൽ ഞാൻ നിന്നെ കൊന്നുകളയും." ഞാൻ പാതിരിയുടെ കൈതൊട്ടു. അവ ക്ഷീണിച്ച താണ്.

"എന്റെ ഈശ്വരൻ എന്നോട് പൊറുക്കട്ടെ. ഞാനവന് ദൈവത്തെ കാട്ടിക്കൊടുക്കും."

പാതിരി എന്നെ രണ്ടാമത്തെ അറയിലേക്ക് കൊണ്ടുപോയി. അവിടെ വിഗ്രഹം നിൽക്കുന്ന അവസ്ഥയിലാണ്. പച്ചക്കല്ലുകൊണ്ട് നിർമിച്ചൊരു താമരയിൽ ആണ് നിൽപ്പ്. അതിൽ മരതകക്കല്ലുകൾ പതിച്ചിട്ടുമുണ്ട്. ദന്തനിർമിതമാണ് വിഗ്രഹം. അതും പുരുഷരൂപമാണ്. നെറ്റിയിലൊരു ക്രൈസോലൈറ്റ്. മാറിടത്തിൽ നറുംപശയും ഇളം തവിട്ടുനിറവും. ഒരു കയ്യിൽ പച്ചക്കല്ലുപിടിപ്പിച്ച ചെങ്കോൽ. മറു കയ്യിൽ ഉരുണ്ട ക്രിസ്റ്റൽ.

"ഇതാണോ ദൈവം?"

"ഇതുതന്നെ ദൈവം."

"ദൈവത്തെ കാട്ടിത്തന്നില്ലെങ്കിൽ ഞാൻ നിശ്ചയമായും നിന്നെ കൊല്ലും."

ഞാനവന്റെ കണ്ണുകളിൽ തൊട്ടു. അവൻ അന്ധനായി.

"ദൈവം എന്നെ സുഖപ്പെടുത്തട്ടെ. ഞാനവന് ദൈവത്തെ കാട്ടിക്കൊടുക്കാം."

ഞാനവന്റെ കണ്ണുകളിലേക്ക് ഊതി. അവന് കാഴ്ച തിരിച്ചുകിട്ടി. അവൻ വിറച്ചു. എന്നെ മൂന്നാമത്തെ അറയിലേക്ക് നയിച്ചു. എന്തൊരത്ഭുതം അവിടെ വിഗ്രഹമേയില്ല. യാതൊരുതരത്തിലുള്ള രൂപങ്ങളോ പ്രതിഛായകളോ ഇല്ല. കല്ലുകൊണ്ടുള്ള അൾത്താരയിൽ വൃത്താകാരമുള്ള ഒരു കണ്ണാടി മാത്രം.

"എവിടെയാണ് ദൈവം?" ഞാൻ ചോദിച്ചു.

"ഇവിടെ ദൈവമില്ല. നീ കാണുന്ന ആ കണ്ണാടി മാത്രമാണുള്ളത്. കണ്ണാടിയാണിത്. സ്വർഗത്തിലും ഭൂമിയിലുമുള്ള എല്ലാ വസ്തുക്കളും ഇതിൽ പ്രതിഫലിക്കും. അതിൽ നോക്കുന്നവന്റെ മുഖം അതിൽ കാണാനാവില്ല. എന്നാൽ നോക്കുന്നവൻ ജ്ഞാനിയാവും.

അവിടെ വേറെയും നിരവധി കണ്ണാടികൾ ഉണ്ട്. അവയെല്ലാം അഭിപ്രായത്തിന്റെ കണ്ണാടികളാണ്. ഇതു മാത്രമാണ് ജ്ഞാനത്തിന്റെ കണ്ണാടി. ഈ കണ്ണാടി കയ്യിലുള്ളവന് എല്ലാറ്റിനെക്കുറിച്ചും ജ്ഞാനമുണ്ടാകും. യാതൊന്നും അവനിൽനിന്ന് ഒളിച്ചുവെക്കപ്പെടുന്നില്ല. ഈ കണ്ണാടി കൈവശമില്ലാത്തവൻ അജ്ഞനാണ്. അതുകൊണ്ട് ഇതാണ് ദൈവം. ഞങ്ങൾ ഇതിനെയാണ് ആരാധിക്കുന്നത്."

ഞാൻ കണ്ണാടിയിലേക്കു നോക്കി. അയാൾ പറഞ്ഞതുപോലെ തന്നെയാണത്.

ഞാൻ വിചിത്രമായൊരു കാര്യം ചെയ്തു. പക്ഷേ അത് സാരമാ

ക്കാനില്ല. കാരണം ഈ പ്രദേശത്തുനിന്ന് ആ താഴ്വരയിലേക്ക് ഒരുദിവസത്തെ യാത്രാ ദൂരമുണ്ട്. അവിടെയാണല്ലോ ജ്ഞാനത്തിന്റെ കണ്ണാടി ഞാൻ ഒളിച്ചുവെച്ചിരിക്കുന്നത്. ഞാൻ നിന്നിലേക്ക് വന്ന് നിന്റെ സേവകനാവാം. അപ്പോൾ നീ മറ്റേതൊരു ജ്ഞാനിയേക്കാളും വലിയ ജ്ഞാനിയായിമാറും. ജ്ഞാനം നിന്റേതായി തീരും. ഞാൻ നിന്നിലേക്കുവരട്ടെ. നിന്നെപ്പോലെ ജ്ഞാനിയായി മറ്റാരും ഉണ്ടാവില്ല." ആത്മാവു പറഞ്ഞു നിർത്തി.

യുവാവായ മീൻപിടുത്തക്കാരൻ ചിരിച്ചു.

"ജ്ഞാനത്തേക്കാൾ മഹത്താണ് സ്നേഹം. കൊച്ചു മത്സ്യകന്യക എന്നെ സ്നേഹിക്കുന്നുണ്ട്."

"ഇല്ല ജ്ഞാനത്തേക്കാൾ മഹത്തായത് മറ്റൊന്നുമില്ല." ആത്മാവ് പറഞ്ഞു.

"സ്നേഹമാണ് ഉത്തമമായത്." മീൻപിടുത്തക്കാരൻ പറഞ്ഞു. അവൻ ആഴങ്ങളിലേക്ക് മുങ്ങി. ആത്മാവ് കരഞ്ഞുകൊണ്ട് ചതുപ്പിലേക്ക് നടന്നു.

രണ്ടാമത്തെവർഷം കഴിഞ്ഞ് ആത്മാവ് സാഗരതീരത്തെത്തി. മീൻപിടുത്തക്കാരനെ വിളിച്ചു. അവൻ വെള്ളത്തിൽ ഉയർന്നുവന്നു.

"നീയെന്തിനാണെന്നെ വിളിക്കുന്നത്."

"എന്റെ അടുത്തേക്കു വാ." ആത്മാവ് പറഞ്ഞു. "എനിക്കു നിന്നോട് സംസാരിക്കാനുണ്ട്. കാരണം ശ്രേഷ്ഠമായ കാര്യങ്ങൾ ഞാൻ കണ്ടിട്ടുണ്ട്."

മീൻപിടുത്തക്കാരൻ അടുത്തേക്ക് വന്നു. ആഴം കുറഞ്ഞ വെള്ളത്തിൽ പടിഞ്ഞിരുന്നു. ശിരസ്സ് കൈത്തലത്തിലേക്ക് ചായ്ചുകൊണ്ട് ശ്രദ്ധാലുവായി.

"നിന്നെ പിരിഞ്ഞതിനുശേഷം ഞാൻ ദക്ഷിണ ദേശത്തേക്കു യാത്രയായി. അവിടെ നിന്ന് ലഭിച്ചതെല്ലാം അമൂല്യമാണ്. ആഷ്ടർനഗരത്തിലെത്താൻ ഹൈവേയിൽ കൂടി ആറുദിവസം യാത്ര ചെയ്തു. ചുവന്ന മണ്ണുനിറഞ്ഞ പാതയാണത്. ആ പാതയിൽ കൂടി തീർഥാടകർ പോകാറുണ്ട്. ഏഴാംദിവസം കണ്ണുതുറന്നപ്പോൾ എന്തൊരത്ഭുതം. കൺമുമ്പിൽ നഗരം. അതൊരു താഴ്വരയാണ്.

നഗരത്തിന് ഒമ്പതു പ്രവേശനകവാടങ്ങൾ ഉണ്ട്. ഓരോ ഗെയ്റ്റിനു മുമ്പിലും ഓട്ടുലോഹം കൊണ്ട് നിർമിതമായ കുതിരയുണ്ട്. ബെഡുവിൻ അറബികൾ കുന്നിറങ്ങിവരുമ്പോൾ അവ ചിനയ്ക്കുന്നു. നഗരഭിത്തികൾക്ക് ചെമ്പിന്റെ ആവരണമുണ്ട്. നിരീക്ഷണ ഗോപുരങ്ങളുടെ മേൽപ്പുര പിച്ചളയിൽ തീർത്തതാണ്. ഓരോ ഗോപുരത്തിലും ഒരു വില്ലാളി അമ്പും വില്ലുമായി നിൽക്കുന്നു. ഓരോ പ്രഭാതത്തിലും അവൻ ബെല്ലിലേക്ക് ഒരു അമ്പയയ്ക്കുന്നു. അസ്തമയത്തിൽ ഒരു കൊമ്പിൽ കൂടി കുഴൽ വിളി നടത്തുന്നു.

ഞാൻ ഉള്ളിൽ കടക്കാൻ തുനിഞ്ഞപ്പോൾ കാവൽക്കാർ എന്നെ തടഞ്ഞു. ഞാൻ ആരെന്നായി ചോദ്യം. ഞാനൊരു ഡെർവിഷ് ആണ്.

മെക്കയിലേക്കുള്ള യാത്രയിലാണ്. അവിടെയൊരു പച്ചത്തിരശ്ശീലയിൽ ഖുറാൻ എഴുതിവെച്ചിട്ടുണ്ട്. ദേവതകൾ എഴുതിവെച്ച അത് വെള്ളിലിഖിതമാണ്. കാവൽക്കാർ അതിശയിച്ചു. എന്നെ പോകാനനുവദിച്ചു. ഉള്ളിൽ ഒരു അങ്ങാടിപോലെയുണ്ട്. നീ എന്നോടൊപ്പം ഉണ്ടാവേണ്ടതായിരുന്നു. നിരത്തുകൾക്ക് കുറുകെ തൂക്കിയിട്ട പേപ്പർ റാന്തലുകൾ വലിയ ചിത്രശലഭങ്ങളെപ്പോലെ ആടിക്കളിക്കുന്നു. മേൽപ്പുരകളിൽ കാറ്റടിക്കുമ്പോൾ അവ പൊങ്ങുകയും താഴുകയും ചെയ്യുന്നു. കച്ചവടക്കാർ കടയ്ക്കു മുന്നിൽ പട്ടുപരവതാനികളിൽ ഇരിക്കുന്നു. അവർക്ക് കറുത്ത് നീണ്ട താടിരോമങ്ങളുണ്ട്. അവരുടെ തലപ്പാവുകളിൽ സ്വർണ ചിഹ്നങ്ങൾ. ആംബർ കോർത്ത നീണ്ട മാലകൾ. കൊത്തിയെടുത്ത ബദാംകല്ലുകൾ അവരുടെ വിരലിക്കൂടി നീങ്ങുന്നു. ഇന്ത്യാ സമുദ്രത്തിലെ ദ്വീപുകളിൽ നിന്നു കൊണ്ടുവന്ന പലതരം സുഗന്ധദ്രവ്യങ്ങൾ പനിനീർ പൂവ് വാറ്റിയെടുത്തുണ്ടാക്കിയ തൈലം, സൂര്യകാന്തക്കല്ലുകൾ, ഗ്രാമ്പു ഇങ്ങനെ നിരവധി വസ്തുക്കൾ വിൽപ്പനയ്ക്കുവെച്ചിട്ടുണ്ട്.

കച്ചവടക്കാരോട് സംസാരിക്കാൻ നിന്നാൽ, അവർ കരിയടുപ്പിൽ അൽപ്പം കുന്തിരിക്കമോ സാമ്പ്രാണിയോ ഇട്ട് വായു സുഗന്ധപൂരിതമാക്കും. ഒരു സിറിയക്കാരൻ തന്റെ കയ്യിൽ മുളങ്കുഴൽപോലുള്ള ഒരു ദണ്ഡ് പിടിച്ചിട്ടുണ്ട്. അതിൽനിന്ന് പുകച്ചുരുളുകൾ പുറത്തുവരുന്നു. വസന്തകാലത്തെ ചുവന്ന ആൽമണ്ടിന്റെ മണമാണതിന്. നീലടർക്കോയിസ് കല്ലുകൾകൊണ്ട് മോടികൂട്ടിയ വെള്ളി ബ്രെയ്സ്‌ലെറ്റുകളും വിൽപ്പനയ്ക്കുണ്ട്. അരികിൽ പവിഴമുത്തുകൾ കോർത്ത് സുന്ദരമാക്കിയ പാദസരങ്ങളുമുണ്ട്. അതുപോലെ സ്വർണത്തിൽ കെട്ടിയ പുലിനഖം. മരതകത്തിൽ തീർത്ത കർണാഭരണം, പൊള്ളയായ ജെയ്സ് കൊണ്ടുണ്ടാക്കിയ മോതിരം ഇവയുമുണ്ട്.

ടീ ഹൗസിൽ നിന്ന് ഗിത്താർ വായിക്കുന്ന ശബ്ദം കേൾക്കാം. പുഞ്ചിരിക്കുന്ന വെളുത്ത മുഖമുള്ള കഞ്ചാവുവലിക്കാർ യാത്രക്കാരെ നോക്കുന്നുണ്ട്.

നീ എന്നോടൊപ്പം ഉണ്ടാവേണ്ടതായിരുന്നു. ചുമലിൽ വലിയ വീപ്പകൾ ഏന്തിയ വീഞ്ഞുവിൽപ്പനക്കാർ വഴിയാത്രക്കാരെ കൈമുട്ടുകൊണ്ട് തള്ളി വഴിയുണ്ടാക്കി കടന്നുപോകുന്നു. ഷിറാസ് വൈനാണ് പലരും വിൽക്കുന്നത്. അതിന് തേൻപോലെ മധുരമാണ്. ചെറിയ ലോഹക്കപ്പിലാണ് അത് തരുന്നത്. അതിനുമുകളിൽ റോസാദലങ്ങളും ഉണ്ടായിരിക്കും. എല്ലാത്തരം പഴങ്ങളും വിൽക്കുന്ന കച്ചവടക്കാർ ചന്തയിലുണ്ട്. അത്തിപ്പഴവും വത്തക്കയും നാരങ്ങകൾ, റോസ് ആപ്പിൾ വെളുത്തമുന്തിരിക്കുലകൾ പച്ചയും മഞ്ഞയുമായ ചെറുനാരങ്ങകൾ, വള്ളിനാരകം എന്നിവയുമുണ്ട്. കസ്തൂരി മണം ഉള്ളവയും പുഷ്യരാഗം പോലെ മഞ്ഞ നിറം ഉള്ളവയും ഉണ്ട്. ഒരു ആന കടന്നുപോകുന്നതും ഒരുതവണ കാണാനിടയായി. തുമ്പിയിൽ സിന്ദൂരവും മഞ്ഞളും അണിഞ്ഞിരിക്കുന്നു. ചെവിക്കു മീതെ ചുവന്ന പട്ടുചരടുമുണ്ട്. ഒരു ബൂത്തിനുമുമ്പിൽ

നിന്നുകൊണ്ട് ആന ഓറഞ്ച് തിന്നാൻ തുടങ്ങി. അയാൾ ചിരിച്ചു. ജനങ്ങളുടെ രീതി എത്രമാത്രം വിചിത്രമാണെന്ന് നിനക്കു ചിന്തിക്കാനാവില്ല. സന്തോഷം തോന്നുമ്പോൾ അവർ പക്ഷിവിൽപ്പനക്കാരന്റെ അടുത്തെത്തി കൂട്ടിലടച്ചൊരു പക്ഷിയെ മേടിക്കും. സന്തോഷം കൂടുതലാവുമ്പോൾ അതിനെ സ്വതന്ത്രമാക്കിവിടുകയും ചെയ്യും. ദുഃഖം വരുമ്പോൾ അവർ സ്വയം ചാട്ടകൊണ്ട് പ്രഹരിക്കും. എന്നാലും അവരുടെ ദുഃഖം കുറയുകയില്ല.

ഒരു സായാഹ്നത്തിൽ കുറെ നീഗ്രോകൾ ചേർന്ന്, ഭാരമുള്ളൊരു പല്ലക്ക് വഹിച്ചുകൊണ്ടുപോകുന്നു. തിളക്കം ചാർത്തിയ മുളകൊണ്ട് നിർമിച്ചതാണത്. അതിന്റെ ദണ്ഡുകൾ ചുവന്ന അരക്കിൽ നിർമിച്ചത് പിച്ചളകൊണ്ടുള്ള മയിലുകളാൽ അലങ്കരിക്കപ്പെട്ടതുമാണ്. വണ്ടുകളുടെ ചിറകുകൾ ഉപയോഗിച്ച് അലങ്കാരത്തുന്നൽ നടത്തിയ നേർത്ത മസ്ലിൻ കർട്ടനുകൾ ജാലകങ്ങളിൽ വിടർന്നു കിടക്കുന്നുണ്ട്. അവയിൽ മണിമുത്തുകളും ഉണ്ട്. അത് കടന്നുപോകുമ്പോൾ വിളറിയ മുഖമുള്ളൊരു സിർകാസിയൻ പുറത്തേക്കു നോക്കി എന്നോടു ചിരിച്ചു. ഞാനതിന്റെ പുറകിൽ നടന്നു. നീഗ്രോകൾ വേഗത കൂട്ടി. അവർ എന്റെ നേരെ ആക്രോശിച്ചെങ്കിലും ഞാനത് സാരമാക്കിയില്ല. എന്റെയുള്ളിൽ വളരെയധികം ജിജ്ഞാസ ഉദയംകൊണ്ടു.

ഒടുവിൽ ചതുരത്തിലുള്ള വെളുത്ത വീടിനുമുമ്പിൽ അവർ എത്തി. ജാലകമില്ലാത്ത വീടായിരുന്നു അത്. ഒരു ശവകുടീരത്തിന്റേതെന്ന പോലെ ചെറിയൊരു വാതിൽ മാത്രം. അവർ പല്ലക്ക് നിലത്തിറക്കി, ഒരു ചെമ്പു ചുറ്റികകൊണ്ട് മൂന്നുതവണ മുട്ടി. പച്ചനിറത്തിലുള്ള തുകൽ നിർമിതമായ കഫ്ത്തൻ അണിഞ്ഞ ഒരു ആർമീനിയൻ ചെറുസുഷിരത്തിൽക്കൂടി പുറത്തേക്കു നോക്കി. അവരെ കണ്ടപ്പോൾ അയാൾ വാതിൽ തുറന്നു. പല്ലക്കിനു മുമ്പിൽ ഒരു പരവതാനി വിരിച്ചു. ഒരു സ്ത്രീ പുറത്തേക്കിറങ്ങി. അവൾ വീട്ടിനുള്ളിലേക്കു കടക്കുമ്പോൾ തിരിഞ്ഞ് എന്നെ നോക്കി പുഞ്ചിരിച്ചു. ഇത്രയും വിളറിയ ഒരു രൂപം മുമ്പ് ഞാൻ കണ്ടിട്ടില്ല.

ചന്ദ്രൻ ഉദിച്ചുയർന്നപ്പോൾ ഞാൻ വീണ്ടും അതേ സ്ഥലത്തു ചെന്നു. പക്ഷേ അപ്പോഴവിടെ വീട് ഉണ്ടായിരുന്നില്ല. ആ സ്ത്രീയെ എനിക്ക് അറിയാമായിരുന്നു. അതുകൊണ്ടാണ് അവർ എന്നെ നോക്കിച്ചിരിച്ചത്.

നീ തീർച്ചയായും എന്റെ കൂടെ ഉണ്ടാവേണ്ടതായിരുന്നു. ചന്ദ്രോത്സവത്തിൻനാൾ യുവചക്രവർത്തി കൊട്ടാരത്തിൽനിന്നു പുറത്തിറങ്ങി. പ്രാർഥനയ്ക്കായി പള്ളിയിലേക്കു പോയി. അയാളുടെ താടിയും തലമുടിയും റോസാദലങ്ങളാൽ ചായം പിടിപ്പിച്ചിരുന്നു. കവിളുകളിൽ സ്വർണപ്പൊടി തേച്ചിട്ടുണ്ട്. കാൽവെള്ളയിലും കൈവെള്ളയിലും കുങ്കുമം പൂശിയിട്ടുണ്ട്.

സൂര്യനുദിച്ചപ്പോൾ, രാജാവ് കൊട്ടാരത്തിൽ നിന്നു പുറത്തിറങ്ങി. വെള്ളികൊണ്ടുള്ള വസ്ത്രം ധരിച്ചിട്ടുണ്ട്. അസ്തമയസമയത്ത് മടങ്ങിവരുമ്പോൾ സ്വർണവസ്ത്രമാണ് അണിഞ്ഞത്. മൈതാനത്തിലെ ജന

ങ്ങൾ തങ്ങളുടെ മുഖം ഒളിപ്പിച്ചുവെങ്കിലും ഞാൻ അങ്ങനെ ചെയ്തില്ല. ഈന്തപ്പഴവിൽപ്പനക്കാരന്റെയടുത്ത് ഞാൻ കാത്തുനിന്നു. ചക്രവർത്തി എന്നെ കണ്ടതും ചായം പുരട്ടിയ പുരികം ഉയർത്തി അവിടെ നിന്നു. ഞാൻ അവിടെത്തന്നെ നിശ്ചലനായി നിന്നു. ഉപചാരം കാണിച്ചുമില്ല. എന്റെ ധീരത കണ്ട് ജനം അതിശയിച്ചു. നഗരത്തിൽനിന്ന് ഉടൻ രക്ഷപ്പെടണമെന്ന് എന്നെ ഉപദേശിച്ചു. അവർ പറഞ്ഞത് ഞാൻ സാരമാക്കിയില്ല. നേരെ ചെന്ന് വിചിത്രദൈവങ്ങളെ വിൽപ്പനയ്ക്കു വെച്ച ഒരുത്തന്റെയടുത്തെത്തി. അവരുടെ ശിൽപ്പവേലകാരണം അവർ വെറുക്കപ്പെട്ടവരാണ്. ഞാൻ ചെയ്തകാര്യങ്ങൾ പറഞ്ഞപ്പോൾ എല്ലാവരും ഓരോ ദൈവത്തെ എനിക്കു തന്ന് എന്നോട് സ്ഥലംവിടാൻ അഭ്യർഥിച്ചു.

അന്നുരാത്രി മാതളനാരങ്ങാത്തെരുവിൽ ഒരു ചായക്കടയിലെ കുഷ്യനിൽ ഞാൻ കിടക്കുമ്പോൾ ചക്രവർത്തിയുടെ കാവൽ ഭടന്മാർ വന്ന് എന്നെ കൊട്ടാരത്തിലേക്കു കൊണ്ടുപോയി. ഞാൻ ഉള്ളിലേക്ക് പ്രവേശിക്കുന്നതോടൊപ്പം കൊട്ടാരവാതിലുകൾ ഒന്നൊന്നായി എന്റെ പിറകിൽ അടഞ്ഞു. അതിൽ കുറുകെ ചങ്ങലയുമിട്ടു. ഉള്ളിലൊരു വലിയ മുറ്റമുണ്ട്. അതിനുചുറ്റും കമാനവീഥികൾ. വെളുത്ത കല്ലുകൾ കൊണ്ട് നിർമിതമായ ഭിത്തികൾ. ഇടയ്ക്കിടെ നീലയും പച്ചയുമായ ടൈലുകൾ. തൂണുകൾ പച്ചമാർബിളിലാണ്. നടപ്പാത റോസ് മാർബിൾ പാകിയത്. ഇത്തരമൊന്ന് ഞാൻ മുമ്പ് കണ്ടിട്ടുണ്ടായിരുന്നില്ല.

ഞാൻ മുറ്റം മുറിച്ചു കടക്കുമ്പോൾ ബാൽക്കണിയിൽനിന്ന് മൂടുപടമിട്ട രണ്ടു സ്ത്രീകൾ എന്റെ നേർക്കു നോക്കി ശപിച്ചു. കാവൽ ഭടന്മാർ ബദ്ധപ്പാട് കാണിച്ചു. കുന്തത്തിന്റെ പിടി മിനുക്കിയ നിലത്ത് തട്ടി ശബ്ദമുണ്ടാക്കി. അവർ ഐവറി കൊണ്ടുള്ള വാതിൽ തുറന്നു. ഞാൻ എത്തിപ്പെട്ടത് ഏഴുതട്ടുകളായി തിരിച്ച ഒരു ചന്ദ്രശാലയിലാണ്. നനവുള്ള ഒരു തോട്ടമാണത്. അവിടെ ടുലിപ് പുഷ്പങ്ങളും ചന്ദ്രപുഷ്പങ്ങളും കറ്റാർവാഴയും നട്ടുവളർത്തിയിട്ടുണ്ട്. ക്രിസ്റ്റൽ കൊണ്ടുള്ള വണ്ണം കുറഞ്ഞൊരു കുഴൽപോലെ ഒരു ജലധാരയന്ത്രം തൂങ്ങിനിൽക്കുന്നത് മങ്ങിയ അന്തരീക്ഷത്തിൽ കാണുന്നുണ്ട്. സൈപ്രസ് മരങ്ങൾ കത്തിപ്പോയ പന്തങ്ങൾപോലെയുണ്ട്. ഒരു മരത്തിൽ രാപ്പാടി പാടുന്നു.

തോട്ടത്തിന്റെ ഒരറ്റത്ത് ചെറിയൊരു പവിലിയൻ. ഞങ്ങൾ അതിനടുത്തെത്തിയപ്പോൾ രണ്ടു നപുംസകങ്ങൾ ഞങ്ങളെ അഭിമുഖീകരിച്ചു. നടക്കുമ്പോൾ അവരുടെ തടിച്ച ശരീരം വശത്തേക്ക് ചായുന്നുണ്ട്. മഞ്ഞനിറത്തിലുള്ള കൺപോളകൾ ഉള്ള അവർ എന്നെ ജിജ്ഞാസയോടെ നോക്കുന്നു. ഒരാൾ വശത്തേക്കു മാറി, ഭടന്മാരുടെ ക്യാപ്റ്റനോട് പതുങ്ങിയ സ്വരത്തിൽ സംസാരിച്ചു. രണ്ടാമത്തവൻ എന്തോ ചവയ്ക്കുന്നു. നീളത്തിലുള്ള മഞ്ഞ ഇനാമൽ പെട്ടിയിൽനിന്ന് വളരെ കരുതലോടെയാണ് അവൻ അതെടുത്ത് വായിൽ ഇടുന്നത്.

ഏതാനും നിമിഷങ്ങൾക്കുശേഷം ക്യാപ്റ്റൻ ഭടന്മാരെ പറഞ്ഞുവിട്ടു. അവർ കൊട്ടാരത്തിലേക്ക് തിരിച്ചുപോയി. നപുംസകങ്ങൾ അവരെ

അനുഗമിച്ചു. പോകുംവഴി മൾബറി പഴങ്ങൾ പറിച്ചെടുത്തു. രണ്ടിൽ, മൂപ്പുള്ളയാൾ ഒരുതവണ തിരിഞ്ഞ് എന്നെ നോക്കി ദുഷിച്ച ഒരു ചിരി ചിരിച്ചു.

ക്യാപ്റ്റൻ എന്നെ പ്രവേശനകവാടത്തിലേക്ക് വിളിച്ചു. വിറയൽ ഒന്നുമില്ലാതെ ഞാൻ അങ്ങോട്ടുചെന്നു. ഞാൻ അതിലെ കടക്കുമ്പോൾ കനത്ത കർട്ടൻ ഒരുവശത്തേക്ക് വലിച്ചുപിടിച്ചു.

യുവചക്രവർത്തി ഒരു മഞ്ചത്തിൽ കിടക്കുന്നു. ചായം പിടിപ്പിച്ച സിംഹത്തോൽ ആണ് അതിലെ വിരിപ്പ്. കൈത്തണ്ടയിൽ ഒരു ഫാൽക്കൺപക്ഷി ഇരിപ്പുണ്ട്. പിറകിൽ പിച്ചളത്തലപ്പാവ് ധരിച്ച നബിയൻ നിൽക്കുന്നു. ശരീരം, അരക്കെട്ടിനു മുകളിൽ നഗ്നമാണ്. പിളർന്ന ചെവിയിൽ കനത്ത കർണാഭരണങ്ങളാണ്. മഞ്ചത്തിൽ ഒരുവശത്തുള്ള മേശയിൽ ഉഗ്രമായ ഒരു വാൾ കിടപ്പുണ്ട്.

എന്നെ കണ്ടതും ചക്രവർത്തി കുപിതനായി. "നിന്റെ പേരെന്ത്? ഞാൻ ഇവിടത്തെ ചക്രവർത്തി ആണെന്നത് നിനക്കറിയില്ലേ?"

ഞാൻ ഒന്നും മിണ്ടിയില്ല.

അയാൾ വാളിനു നേരെ വിരൽ ചൂണ്ടി. നുബിയൻ പെട്ടെന്നത് കടന്നെടുത്ത് എന്റെ നേർക്ക് ശക്തിയായി വീശി. ഒരു സീൽക്കാരത്തോടെ വാൾ എന്നിലൂടെ പാഞ്ഞുപോയി. എനിക്ക് പരുക്കൊന്നും പറ്റിയില്ല. ആ മനുഷ്യൻ നിലത്ത് ഉരുണ്ടു വീണു. അയാൾ എഴുന്നേറ്റു നിൽക്കുമ്പോൾ ഭയംകൊണ്ട് താടി പരസ്പരം കൂട്ടിയിടിക്കുന്നുണ്ട്. അവൻ മഞ്ചത്തിനു പിറകിൽ ഒളിച്ചു.

ചക്രവർത്തി ചാടിയെഴുന്നേറ്റ് ഒരു കുന്തം കയ്യിലെടുത്തു. കുന്തം എന്റെ നേർക്ക് എറിഞ്ഞു. അത് പറന്നുവരുമ്പോൾ തന്നെ ഞാനത് പിടിച്ചെടുത്തു. രണ്ടു കഷണമാക്കി. പിന്നെ എന്റെ നേർക്കു അമ്പയച്ചു. ഞാൻ കൈ ഉയർത്തിയതും അത് പാതിവഴിയിൽ അന്തരീക്ഷത്തിൽ നിന്നു. വെളുത്ത തോൽബെൽട്ടിൽനിന്ന് ഒരു കഠാരയെടുത്ത് ചക്രവർത്തി നുബിയന്റെ കണ്ഠത്തിൽ കുത്തിയിറക്കി. അല്ലെങ്കിൽ ആ അടിമ തനിക്കു നേരിട്ട അപമാനത്തെപ്പറ്റി നാടുമുഴുക്കെ പറഞ്ഞുനടക്കുകില്ലേ! ചവിട്ടേറ്റ പാമ്പിനെപ്പോലെ അവൻ പിടഞ്ഞു. വായിൽ നിന്ന് ചുവന്ന നുര കുത്തിയൊഴുകി.

അവൻ ചത്തതും ചക്രവർത്തി എന്റെ നേർക്ക് തിരിഞ്ഞു. റോസ് നിറത്തിലുള്ളൊരു പട്ടുതൂവാലകൊണ്ട് നെറ്റിയിലെ വിയർപ്പ് തുടച്ചു.

"നീയൊരു പ്രവാചനകാണോ നിന്നെ വേദനിപ്പിക്കാനും പരിക്കേൽപ്പിക്കാനും എനിക്ക് കഴിഞ്ഞില്ലല്ലോ. അതല്ലെങ്കിൽ പ്രവാചകന്റെ മകനാണോ? ഇന്നുരാത്രി തന്നെ ഈ നഗരം വിട്ടുപോകാൻ ഞാൻ നിന്നോട് അപേക്ഷിക്കുന്നു. നീ ഇവിടെത്തന്നെ നിന്നാൽ ഞാൻ ഇവിടത്തെ ചക്രവർത്തി അല്ലാതാവും."

"നിന്റെ സ്വത്തിന്റെ പകുതി എനിക്കു തന്നാൽ ഞാൻ പൊയ്ക്കൊള്ളാം." എന്ന് ഞാൻ പ്രത്യുത്തരമോതി.

അവൻ എന്നെ കൈപിടിച്ച് ഉദ്യാനത്തിലേക്ക് ആനയിച്ചു. ക്യാപ്റ്റൻ എന്നെ കണ്ട് അതിശയിച്ചു. നപുംസകങ്ങൾ എന്നെക്കണ്ട്, ഭയം കാരണം കാൽ മുട്ടുകൾ പരസ്പരം ഇടിച്ച് നിലംപതിച്ചു.

എട്ട് ചുവന്ന മാർബിൾ ഭിത്തികളുള്ള ഒരറ ഈ കൊട്ടാരത്തിലുണ്ട്. പിച്ചളകൊണ്ട് പൊതിഞ്ഞ മോന്തായത്തിൽ വിളക്കുകൾ ഉണ്ട്. ഒരു ഭിത്തിയിൽ ചക്രവർത്തി തൊട്ടപ്പോൾ അത് തുറന്നു. ഒരു ഇടനാഴിയിൽ കൂടി ഞങ്ങൾ കടന്നുപോയി. കുറെ പന്തങ്ങൾ ഇടനാഴിയിൽ വെളിച്ചം വീശുന്നുണ്ട് മുറിയുടെ ഇരുവശത്തുമുള്ള തട്ടുകളിൽ കൂറ്റൻ വീഞ്ഞു ഭരണികളിൽ വെള്ളിക്കഷണങ്ങൾ നിറച്ചുവെച്ചിട്ടുണ്ട്. മുറിയുടെ നടുവിൽ എത്തിയപ്പോൾ നാം ഇതുവരെ കേട്ടിട്ടില്ലാത്ത ഒരു പദം ചക്രവർത്തി ഉരുവിട്ടു.

ഒരു ഗ്രാനൈറ്റ് വാതിൽ പുറകോട്ടു തുറന്നു. നിഗൂഢമായ ഒരു സ്പ്രിംഗിൽ പിടിപ്പിച്ചതാണ് വാതിൽ. തീവ്രപ്രകാശം കണ്ണിൽ പതിയാതിരിക്കാൻ അയാൾ കൈത്തലം കൊണ്ട് കണ്ണുമറച്ചു.

ഈ സ്ഥലം എത്രമാത്രം വിശിഷ്ടമാണെന്നു പറഞ്ഞാൽ നിനക്ക് വിശ്വസിക്കാനാവില്ല. ഭീമാകാരമായ ആമത്തോടുകളിൽ പവിഴം നിറച്ചു വെച്ചിട്ടുണ്ട്. ഉള്ളു തുറന്ന വലിയ ചന്ദ്രകാന്തക്കല്ലുകളിൽ മാണിക്യക്കല്ല് കൂമ്പാരമാക്കിവെച്ചിട്ടുണ്ട്.

ആനത്തോൽ കൊണ്ടുള്ള വലിയ ഉറകളിൽ ആണ് സ്വർണം സൂക്ഷിച്ചിരിക്കുന്നത്. സ്വർണപ്പൊടി തോൽക്കുപ്പികളിൽ നിറച്ചിട്ടുണ്ട്. കൂടാതെ ഒപാലും സാപയറും ഉണ്ട്. ഒപാലുകൾ ക്രിസ്റ്റൽ നിർമിതമായ കപ്പുകളിലാണ്. പച്ചനിറത്തിലുള്ള ചഷകങ്ങളിലാണ് സാഫയർ. ഐവറികൊണ്ടുള്ള കനം കുറഞ്ഞ പ്ലെയ്റ്റുകളിൽ മരതകക്കല്ലുകൾ. ഒരു മൂലയിലുള്ള പട്ടുസഞ്ചികളിൽ ഗോമേദകവും ടർക്കോയിസ് കല്ലുകളും നിറച്ചുവെച്ചിട്ടുണ്ട്.

ദേവദാരുമരം കൊണ്ടുണ്ടാക്കിയ തൂണുകളിൽ നക്ഷത്രക്കല്ലുകളുടെ മാലകൾ തൂങ്ങിക്കിടക്കുന്നുണ്ട്. ദീർഘാകാരത്തിലുള്ള തകിടുകളിൽ വീഞ്ഞുനിറവും പച്ചനിറവുമുള്ള രത്നക്കല്ലുകൾ നിരവധിയാണ്.

അവിടെ കണ്ടതിന്റെ ചെറിയൊരംശം മാത്രമാണ് ഞാനിപ്പോൾ നിന്നോടു പറഞ്ഞത്.

ചക്രവർത്തി, കൺമുമ്പിൽ നിന്ന് കൈകൾ നീക്കി എന്നോടു പറഞ്ഞു: "ഈ വീട് എന്റെ നിധിപേടകമാണ്. ഞാൻ വാഗ്ദാനം ചെയ്തതുപോലെ ഇതിൽ പാതി നിനക്കുള്ളതാണ്. ഒട്ടകങ്ങളേയും അതിന്റെനടത്തിപ്പുകാരേയും നിനക്കു തരാം. നിനക്കാവശ്യമുള്ള ജോലി അവ ചെയ്യും. ഈ നിധിയെല്ലാം എടുത്തോ. നിനക്ക് ഈ ലോകത്തിന്റെ ഏതുഭാഗത്തേക്കും പോകാം. അത് ഇന്ന് രാത്രിതന്നെ വേണംതാനും. കാരണം, നേരം പുലരുമ്പോൾ എന്റെ പിതാവായ സൂര്യൻ നിന്നെ കാണരുത്. എനിക്ക് വധിക്കാൻ ആവാത്ത ഒരു മനുഷ്യൻ ഈ നഗരത്തിൽ ഉണ്ടെന്ന് അദ്ദേഹം അറിയരുത്."

"ഇവിടെയുള്ള സ്വർണവും വെള്ളിയും നിന്റേതാണല്ലോ എന്നു ഞാൻ പറഞ്ഞു. അതുപോലെ വിലയേറിയ രത്നങ്ങളും മറ്റ് അമൂല്യവസ്തുക്കളും. എനിക്കാണെങ്കിൽ ഇതിന്റെയൊന്നും ആവശ്യവുമില്ല. നിന്റെ വിരലിലുള്ള മോതിരം മാത്രം മതിയെനിക്ക്."

ഇതുകേട്ടതും ചക്രവർത്തി കോപിച്ചു. "യാതൊരു മൂല്യവും ഇല്ലാത്ത ഈയമോതിരമാണിത്. ഞാൻ പറഞ്ഞതെല്ലാമെടുത്ത് ഉടൻ എന്റെ നഗരത്തിൽ നിന്ന് പോവുക."

"ഇല്ല. എനിക്ക് ആ ഈയമോതിരം കിട്ടിയേ തീരൂ. മറ്റൊന്നുംതന്നെ ഞാൻ എടുക്കുന്നില്ല. അതിൽ എന്താണ് എഴുതിയിരിക്കുന്നതെന്ന് എനിക്കറിയാം അതിന്റെ ഉദ്ദേശ്യം എന്തെന്നും."

ചക്രവർത്തി വിറച്ചു. എന്നോട് ഇങ്ങനെ യാചിച്ചു. "ഇവിടെയുള്ള എല്ലാ സമ്പത്തും എടുത്തുകൊൾക. എന്നിട്ട് ഈ നഗരത്തിൽ നിന്ന് പോവുക. എന്റേതായിരിക്കുമെന്ന് ഞാൻ പറഞ്ഞപാതി ധനവുംകൂടി ഇനി നിന്റേതാണ്."

ഞാൻ വിചിത്രമായൊരുകാര്യം ചെയ്തു. പക്ഷേ ഞാൻ ചെയ്തത് എന്താണെന്നുള്ളത് കാര്യമല്ല. ഇവിടെനിന്ന് ഒരുദിവസം യാത്രചെയ്താൽ എത്തിച്ചേരാവുന്ന ഒരു ഗുഹയിൽ സമ്പത്തിന്റെ ഒരു മോതിരം ഞാൻ ഒളിപ്പിച്ചുവെച്ചിട്ടുണ്ട്. ഇവിടന്ന് ഒരുദിവസത്തെ യാത്രമാത്രം. ആ ധനം നിന്റെ വരവ് കാത്തിരിക്കുന്നു. ആ മോതിരം കയ്യിലുള്ളവൻ ഈ ലോകത്തെ മറ്റേതൊരു ധനികനേക്കാളും വലിയ ധനികനാണ്. അത് വന്നെടുക്കുക. ഈ ലോകത്തിന്റെ ധനം നിന്റേതാവും."

ആത്മാവ് പറഞ്ഞു നിർത്തി

എന്നാൽ മീൻപിടുത്തക്കാരൻ ചിരിച്ചതേയുള്ളൂ

"ധനത്തേക്കാൾ മെച്ചപ്പെട്ടതാണ് സ്നേഹം. മത്സ്യകന്യക എന്നെ സ്നേഹിക്കുന്നു."

"അങ്ങനയല്ല ധനത്തിനപ്പുറം മറ്റൊന്നുമില്ല." അയാളുടെ ആത്മാവ് പ്രതിവചിച്ചു.

"സ്നേഹം തന്നെയാണ് നല്ലത്." ഇതും പറഞ്ഞുകൊണ്ട് മീൻപിടുത്തക്കാരൻ വെള്ളത്തിൽ മറഞ്ഞു.

അവന്റെ ആത്മാവ് കരഞ്ഞുകൊണ്ട് ചതുപ്പുനിലങ്ങളിലേക്കു നീങ്ങി.

മൂന്നാംവർഷം കഴിഞ്ഞപ്പോഴും ആത്മാവ് കടൽത്തീരത്തെത്തി. മീൻപിടുത്തക്കാരനെ വിളിച്ചു. അവൻ ആഴങ്ങളിൽനിന്നുയർന്നു വന്നു ചോദിച്ചു:

"എന്തിനാണെന്നെ വിളിച്ചത്."

"ഇങ്ങടുത്തുവാ ഞാൻ സംസാരിക്കട്ടെ. ഞാൻ കണ്ട അതിവിശിഷ്ടമായ കാര്യങ്ങളെപ്പറ്റി പറയാനുണ്ട്."

മീൻപിടുത്തക്കാരന് ആഴംകുറഞ്ഞ വെള്ളത്തിൽ പടിഞ്ഞിരുന്നു. ശിരസ്സ് കയ്യിൽ താങ്ങിവെച്ചു. ശ്രദ്ധിച്ചു.

ആത്മാവ് പറയാൻ തുടങ്ങി.

ഒരു നഗരത്തിൽ നദീതീരത്തൊരു സത്രമുണ്ട്. രണ്ടു വ്യത്യസ്ത നിറങ്ങളിലുള്ള വൈൻ കുടിച്ചുകൊണ്ട് നാവികരോടൊപ്പം ഞാനവിടെ ഇരുന്നു. ബാർലികൊണ്ടുള്ള അപ്പവും വിനാഗിരി ചേർത്ത് ഉപ്പിട്ട മത്സ്യവും വിളമ്പിയിട്ടുണ്ട്. തീറ്റയും കുടിയുമായി ഞങ്ങൾ ഉല്ലസിക്കവെ, ഒരു വൃദ്ധൻ കടന്നുവന്നു. തുകൽനിർമിതമായ കാർപ്പെറ്റും ഒരു വീണയും കയ്യിലുണ്ട്. വീണയിലെ രണ്ടു തണ്ടുകൾ അംബർ നിർമിതമാണ്. അയാൾ കാർപ്പെറ്റ് നിലത്തുവിരിച്ച് വീണക്കമ്പികൾ തൂവൽ കൊണ്ടുമീട്ടി. മുഖാവരണമിട്ട പെൺകുട്ടി ഓടിയെത്തി. ഞങ്ങളുടെ മുമ്പിൽ നൃത്തംവെച്ചു. അവൾ നഗ്നപാദയാണ്. പാദങ്ങൾ വെള്ളരിപ്രാവുകളെപോലെ കാർപ്പെറ്റിൽ ചലിക്കുന്നു. ഇത്രയും ഉജ്വലമായൊരു കാഴ്ച ഞാനിതുവരെ കണ്ടിട്ടില്ല. ആ നഗരത്തിലേക്ക് ഇവിടെ നിന്ന് ഒരുദിവസത്തെ യാത്ര മാത്രം."

ആത്മാവ് പറഞ്ഞു നിർത്തി.

മീൻപിടുത്തക്കാരൻ തന്റെ ആത്മാവിന്റെ വാക്കുകൾ ശ്രദ്ധയോടെ കേട്ടു. തന്റെ മത്സ്യകന്യകയ്ക്ക് പാദങ്ങളില്ലാത്തതിനാൽ നൃത്തംവെയ്ക്കാനാവില്ല. ഒരു വലിയ മോഹം അവന്റെ ഉള്ളിൽ നിറഞ്ഞു. അവൻ സ്വയം പറഞ്ഞു.

"ഒരുദിവസത്തെ യാത്രയല്ലേയുള്ളൂ. ഇതുകൊണ്ട് എനിക്ക് എന്റെ പ്രേമഭാജനത്തിനടുത്തേക്ക് തിരിച്ചു വരാമല്ലോ."

അവൻ ചിരിച്ചുകൊണ്ട് എഴുന്നേറ്റ് കരയിലേക്കു നടന്നു.

കരയിൽ എത്തിയപ്പോൾ അവൻ ചിരിച്ചു.സ്വന്തം ആത്മാവിനെ എത്തിപ്പിടിക്കാൻ കൈകൾ നീട്ടി. അതിയായ സന്തോഷത്താൽ ഒരു ശബ്ദമുണ്ടാക്കി ഓടിവന്ന ആത്മാവ് അവന്റെ ഉള്ളിൽ കടന്നു.

മണലിൽ തന്റെ കാലിനു ചുറ്റുമായി നിഴൽ പടർന്നത് മീൻപിടുത്തക്കാരൻ കണ്ടു. നിഴൽ എന്നത് ആത്മാവിന്റെ ശരീരമാണല്ലോ.

ആത്മാവ് അവനോടു പറഞ്ഞു: "ഇവിടെയിനി തങ്ങിനിൽക്കേണ്ട. കടൽദൈവങ്ങൾ അസൂയാകുക്ഷികളാണ്. എന്തും ചെയ്യാൻ കഴിവുള്ള ഭീകരജീവികൾ കടലിലുണ്ടല്ലോ."

നിലാവിൽ കൂടി അവർ രാത്രിമുഴുവൻ യാത്ര ചെയ്തു. പിറ്റേ ദിവസം സൂര്യനു കീഴിൽ യാത്ര തുടർന്നു. അന്നു സായാഹ്നത്തിൽ ഒരു നഗരത്തിലെത്തി.

"നീ പറഞ്ഞ പെൺകുട്ടി നൃത്തംചെയ്ത നഗരമാണോ ഇത്." അയാൾ ആത്മാവിനോട് ചോദിച്ചു.

അത് ഈ നഗരമല്ല, മറ്റൊന്നാണ്. ഏതായാലും നമുക്ക് ഈ നഗരത്തിലേക്ക് പ്രവേശിക്കാം. നഗരത്തിൽ കടന്ന് അവർ തെരുവിലൂടെ നടന്നുതുടങ്ങി. ആഭരണത്തെരുവായിരുന്നു അത്. ഒരിടത്ത് മനോഹരമായൊരു വെള്ളിക്കപ്പ് പ്രദർശിപ്പിച്ചത് അവൻ കണ്ടു.

ആത്മാവ് പറഞ്ഞു. "ആ വെള്ളിക്കപ്പെടുത്ത് ഒളിച്ചുവെക്ക്."

മീൻപിടുത്തക്കാരൻ വെള്ളിക്കപ്പ് കൈക്കലാക്കി. മേൽക്കുപ്പായ

ത്തിന്റെ മടക്കിൽ ഒളിപ്പിച്ചു. അവർ നഗരത്തിൽ നിന്ന് പുറത്തുകടന്നു. നഗരത്തിൽ നിന്ന് അവർ അഞ്ചുകാതം ദൂരം നടന്നു. മീൻപിടുത്തക്കാരന് ദേഷ്യം വന്നു. അയാൾ വെള്ളിക്കപ്പ് വലിച്ചെറിഞ്ഞു.

"എന്തിനാണ് ഈ കപ്പെടുത്ത് ഒളിച്ചുപിടിക്കാൻ നീയെന്നോടു പറഞ്ഞത്.. അതൊരു മോശമായ കാര്യമാണല്ലോ."

"സമാധാനപ്പെട്, സമാധാനപ്പെട്." ആത്മാവ് പറഞ്ഞു.

രണ്ടാം ദിവസം സായാഹ്നത്തിൽ അവർ ഒരു നഗരത്തിലെത്തി.

"നീ പറഞ്ഞ നൃത്തം ചെയ്യുന്ന പെൺകിടാവ് ഇവിടെയാണോ?"

"അത് ഈ നഗരമല്ല മറ്റൊന്നാണ്. ഏതായാലും നമുക്ക് ഇതിനുള്ളിൽ പ്രവേശിക്കാം."

അവർ തെരുവിലൂടെ നടന്നു. ചെരിപ്പു വിൽപ്പനക്കാരുടെ തെരുവായിരുന്നു അത്. വെള്ളഭരണിക്കടുത്തു നിൽക്കുന്ന കുട്ടിയെ മീൻപിടുത്തക്കാരൻ കണ്ടു.

ആത്മാവു പറഞ്ഞു: "കുട്ടിയെ ശക്തിയായി പ്രഹരിക്കുക."

മീൻപിടുത്തക്കാരൻ കുട്ടിയെ ശക്തിയായി പ്രഹരിച്ചു. അത് കരയുന്നതുവരെ. പിന്നെ ബദ്ധപ്പെട്ട് നഗരത്തിൽനിന്ന് പുറത്തുകടന്നു

മൂന്നുകാതം നടന്നപ്പോൾ മീൻപിടുത്തക്കാരന് ദേഷ്യംവന്നു. "നീയെന്തിനാണ് കുട്ടിയെ അടിക്കാൻ എന്നോടു പറഞ്ഞത്. അതൊരു മോശമായ കാര്യമാണല്ലോ."

"സമാധനപ്പെട് സമാധനപ്പെട്" ആത്മാവ് പറഞ്ഞു,

മൂന്നാം ദിവസം സായാഹ്നത്തിൽ അവർ ഒരു നഗരത്തിലെത്തി

"നൃത്തം ചെയ്യുന്ന പെൺകുട്ടി ഈ നഗരത്തിലാണോ?

"ഈ നഗരത്തിലാവാം. അതിനാൽ നമുക്ക് ചെന്ന് നോക്കാം." ആത്മാവ് പറഞ്ഞു.

അവർ നഗരത്തിൽ കടന്ന് തെരുവിലൂടെ നടന്നു. പക്ഷേ നദിയോ നദീതീരത്തൊരു സത്രമോ മീൻപിടുത്തക്കാരൻ കണ്ടില്ല.

ജനം ജിജ്ഞാസയോടെ അവനെ നോക്കുന്നു. അവനു പേടിയായി. ആത്മാവിനോടു പറഞ്ഞു:

"നമുക്ക് വേഗം പോവാം. വെളുത്തകാലുകൾ കൊണ്ട് നൃത്തം ചെയ്യുന്ന പെൺകുട്ടി ഇവിടെയില്ലല്ലോ."

"പാടില്ല. നമുക്ക് ഇവിടെ തങ്ങാം. രാത്രി വളരെ ഇരുണ്ടതാണ്. വഴിയിൽ കവർച്ചക്കാരുമുണ്ടാവും." എന്നായി ആത്മാവ്.

ആത്മാവ് മീൻപിടുത്തക്കാരനെ ചന്തയിൽ ഒരിടത്ത് ഇരുത്തി. അൽപ്പംകഴിഞ്ഞപ്പോൾ തലപ്പാവണിഞ്ഞ ഒരു കച്ചവടക്കാരൻ അവരുടെ മുമ്പിൽ കൂടി കടന്നുപോയി. ഒടു ടാർടാറുകാരന്റെ വേഷമാണവന്. ഒരു മുളങ്കമ്പിന്റെ അറ്റത്ത് മൃഗക്കൊമ്പ് തുളച്ചുണ്ടാക്കിയ റാന്തൽ പിടിച്ചിട്ടുണ്ട് അയാൾ. എന്തിനാണ് അവിടെ ഇരിക്കുന്നതെന്ന് കച്ചവടക്കാരൻ ചോദിച്ചു. എല്ലാ ബൂത്തുകളും അടച്ചിരിക്കയാണല്ലോ. സാധനങ്ങൾ കെട്ടാക്കി കഴിഞ്ഞിരിക്കുന്നു.

"ഇവിടെയെങ്ങും ഒരു സത്രം കാണുന്നില്ല. എനിക്ക് ഈ രാത്രി തങ്ങാൻ ഇവിടെ ബന്ധുവീടുകളും ഇല്ല."

"നമ്മളെല്ലാം ബന്ധുക്കളല്ലേ എന്നായി കച്ചവടക്കാരൻ." ഒരേയൊരു ദൈവമല്ലേ നമ്മെയെല്ലാം സൃഷ്ടിച്ചത്. അതിനാൽ എന്റെ കൂടെ വാ. എനിക്കൊരു അതിഥിമുറിയുണ്ട്. "യുവാവായ മീൻപിടുത്തക്കാരൻ എഴുന്നേറ്റ് അയാളെ അനുഗമിച്ചു. ഒരു മാതളത്തോട്ടത്തിലൂടെയാണ് ഭവനത്തിലേക്ക് പ്രവേശിച്ചത്. കൈകൾ കഴുകാൻ ഒരു ചെമ്പുകിണ്ണത്തിൽ നൽകിയത് പനിനീർ ആണ്. ദാഹം തീർക്കാൻ പഴുത്ത തണ്ണിമത്തൻ കൊടുത്തു പിന്നെ ഒരു പാത്രം ചോറും അതോടൊപ്പം വറുത്തെടുത്ത ആട്ടിറച്ചിയും.

ഭക്ഷണം കഴിഞ്ഞപ്പോൾ അയാളെ അതിഥിമുറിയിലേക്ക് നയിച്ചു. ശുഭരാത്രി ആശംസിച്ചു.

യുവാവായ മീൻപിടുത്തക്കാരൻ ആതിഥേയന് നന്ദി പറഞ്ഞു. തന്റെ മോതിരം ചുംബിച്ചു നിലത്ത് വിരിച്ച, ആട്ടിൻരോമത്തിന്റെ കംബളത്തിൽ കിടന്ന് കറുത്ത കമ്പിളി പുതച്ച് അയാൾ ഉറങ്ങി.

നേരം പുലരാൻ ഇനിയും മൂന്നു മണിക്കൂർ ഉണ്ട്. സമയം രാത്രിതന്നെ. ആത്മാവ് ഉണർത്തിക്കൊണ്ട് പറഞ്ഞു:

"എഴുന്നേറ്റ് കച്ചവടക്കാരൻ ഉറങ്ങുന്ന മുറിയിലേക്ക് പോ. അവനെ കൊല്ലുക. എന്നിട്ട് അവന്റെ സ്വർണവും മറ്റു വസ്തുവകകളും എടുക്ക്. അവയെല്ലാം നമുക്ക് ആവശ്യമുണ്ടാകും."

മീൻകച്ചവടക്കാരൻ എഴുന്നേറ്റ് കച്ചവടക്കാരന്റെ മുറിയിലേക്ക് പതുങ്ങിച്ചെന്നു. അയാളുടെ കാലിനടുത്ത് വളഞ്ഞ ഒരു വാൾ ഉണ്ട്. ഒരു വശത്തുള്ള ട്രേയിൽ ഒമ്പതു പേഴ്സുകളിൽ സ്വർണവും.

കൈനീട്ടി വാൾതൊട്ടതും കച്ചവടക്കാരൻ ഞെട്ടി ഉണർന്നു. ചാടിവീണ് വാൾ കൈക്കലാക്കി. എന്നിട്ട് ചോദിച്ചു. "ഞാൻ നന്മ കാണിച്ചതിനുപകരം നീ എന്നെ ചതിക്കുകയാണോ? ഞാൻ നിന്നോടു കാണിച്ച ദയയ്ക്ക് നീ എന്റെ രക്തം ചിന്താൻ ശ്രമിക്കയാണോ?"

ആത്മാവ് പറഞ്ഞു: "നീയവനെ പ്രഹരിക്ക്."

അടി കിട്ടിയതും കച്ചവടക്കാരൻ ബോധരഹിതനായി നിലംപതിച്ചു. സ്വർണം അടങ്ങിയ ഒമ്പതു പേഴ്സുകൾ എടുത്ത് മീൻപിടുത്തക്കാരൻ മാതളത്തോട്ടത്തിലൂടെ പുറത്തിറങ്ങി.

മേലോട്ടു നോക്കിയപ്പോൾ കണ്ടത് പ്രഭാത നക്ഷത്രം. മീൻ കച്ചവടക്കാരൻ സ്വയം നെഞ്ചത്തടിച്ചു വിലപിച്ചു. എന്തിനാണ് അവനെ കൊല്ലാൻ നീയെന്നോട് പറഞ്ഞത്. അതൊരു ദുഷ്പ്രവൃത്തിയല്ലേ.

സമാധാനപ്പെട്, സമാധാനപ്പെട് എന്നായി ആത്മാവ്.

"ഇല്ല എനിക്കു സമാധാനമില്ല. നീയെന്നോട് ചെയ്യാൻ പറഞ്ഞകാര്യങ്ങളെല്ലാം ഞാൻ വെറുക്കുന്നു. നിന്നെയും ഞാൻ വെറുക്കുന്നു. എന്തിനാണ് ഇതെല്ലാം എന്നെക്കൊണ്ട് ചെയ്യിച്ചത് എന്ന് പറയ്."

ആത്മാവ് മറുപടി പറഞ്ഞു:

"നീ എന്നെയീ ലോകത്തേക്ക് പറഞ്ഞുവിടുമ്പോൾ നിന്റെ ഹൃദയം

എനിക്ക് തന്നില്ലല്ലോ. അതുകൊണ്ട് ഞാൻ ഇങ്ങനെയെല്ലാം ചെയ്യാൻ പഠിച്ചു. ഞാൻ അതെല്ലാം ഇഷ്ടപ്പെടുകയും ചെയ്യുന്നു."

"നീയെന്തു പറഞ്ഞു." മീൻപിടുത്തക്കാരൻ മുറുമുറുത്തു.

"നിനക്കറിയാമല്ലോ നിനക്കു നന്നായറിയാമത്. നീയെനിക്ക് ഹൃദയം തന്നില്ല എന്ന കാര്യം മറന്നുപോയോ. എന്നെയോർത്ത് നീ വിഷമിക്കേണ്ട. സമാധാനമായിരിക്ക്. കാരണം നീ നൽകാത്ത വേദനകൾ ഇല്ല. നിനക്ക് സന്തോഷം കിട്ടുകയുമില്ല."

ഇതു കേട്ട് മീൻപിടുത്തക്കാരൻ വിറച്ചുകൊണ്ട് സ്വന്തം ആത്മാവിനോട് പറഞ്ഞു, "ഇല്ല പക്ഷേ നീ ദുഷിച്ചവനാണ്. നീ കാരണം ഞാനെന്റെ പ്രേമഭാജനത്തെ മറന്നു. നീയെന്നെ പ്രലോഭനങ്ങളിൽ കുടുക്കി. എന്റെ പാദങ്ങളെ പാപത്തിലേക്ക് നയിച്ചു."

ആത്മാവ് സംസാരിച്ചുതുടങ്ങി. "നീ എന്നെ പറഞ്ഞയക്കുമ്പോൾ എനിക്കാ ഹൃദയത്തെ തന്നില്ല എന്ന കാര്യം നീ മറന്നിട്ടില്ലല്ലോ. വരൂ, നമുക്ക് മറ്റൊരു നഗരത്തിലേക്ക് പോകാം. സന്തോഷമായിരിക്ക്. നിന്റെ കയ്യിൽ ഒമ്പതു പേഴ്സുകളിൽ സ്വർണമുണ്ടല്ലോ."

മീൻകച്ചവടക്കാരൻ എല്ലാ പേഴ്സുകളും വലിച്ചെറിഞ്ഞ് നിലത്തിട്ട് ചവിട്ടിത്തേച്ചു.

"ഇല്ല നിന്നോടൊത്ത് എനിക്കിനി ഒന്നും ചെയ്യാനില്ല. നിന്നോടൊപ്പം എവിടേക്കും വരുന്നുമില്ല. മുമ്പ് ഞാൻ നിന്നെ പറഞ്ഞയച്ചതുപോലെ ഇപ്പോഴും ഞാൻ പറഞ്ഞുവിടുന്നു.കാരണം നീയെനിക്ക് ഒരു ഗുണവും ചെയ്തിട്ടില്ല."

മീൻകച്ചവടക്കാരൻ അമ്പിളിയിൽനിന്ന് പുറംതിരിഞ്ഞ് നിന്നു. പച്ച നിറത്തിലുള്ള പിടിയോടു കൂടിയ കൊച്ചുകത്തിയെടുത്തു. തന്റെ പാദങ്ങൾക്കു ചുറ്റിലും നിന്ന് നിഴലിനെ മുറിച്ചുനീക്കി. നിഴൽ എന്നത് ആത്മാവിന്റെ ശരീരമാണല്ലോ. എന്നിട്ടും ആത്മാവ് അവനിൽ നിന്ന് ഇളകിയില്ല. ആജ്ഞ അനുസരിച്ചില്ല.

ആത്മാവ് പറഞ്ഞു തുടങ്ങി. "മന്ത്രവാദിനിയുടെ മയക്കുവിദ്യ പ്രയോഗത്തിൽ വരുത്താൻ ഇനി നിനക്കാവില്ല. അതിനാൽ ഞാൻ നിന്നെ വിട്ടു പിരിയുന്നില്ല. എന്നെ ആട്ടിയോടിക്കാൻ ഇനി നിനക്കാവില്ല. ഒരു മനുഷ്യന് ജീവിതത്തിൽ ഒരിക്കൽ മാത്രമേ, ആത്മാവിനെ പറഞ്ഞുവിടാൻ കഴിയുള്ളൂ. ഒരിക്കൽ അതിനെ തിരികെ സ്വീകരിച്ചുകഴിഞ്ഞാൽ പിന്നെ ജീവിതകാലം മുഴുവൻ അത് ഒപ്പമുണ്ടാവും. ഇതവന്റെ ശിക്ഷയും സമ്മാനവുമാണ്.

മീൻപിടുത്തക്കാരൻ വിളറിപ്പോയി. കൈകൾ കൂട്ടിത്തിരുമ്മി.

അവൾ ഒരു വ്യാജമന്ത്രവാദിനി ആയിരിക്കും. ഇക്കാര്യം എന്നോടവൾ പറഞ്ഞിരുന്നില്ല.

തന്റെ ആത്മാവിനെ വേർപെടുത്താനാവാത്ത അവസ്ഥയിലായി അയാൾ. എല്ലായ്പോഴും തന്നിൽതന്നെ സ്ഥിതിചെയ്യുന്ന അത്, ഒരു

മോശമായ ആത്മാവാണുതാനും. കഠിനമായി കരഞ്ഞുകൊണ്ട് അവൻ ഭൂമിയിൽ വീണു.

നേരം പുലർന്നപ്പോൾ അവൻ എഴുന്നേറ്റ് തന്റെ ആത്മാവിനോടു പറഞ്ഞു: "നീ പറഞ്ഞത് ചെയ്യാതിരിക്കാൻ ഞാനെന്റെ കരങ്ങൾ കൂട്ടിക്കെട്ടും. നിന്റെ വാക്കുകൾ പറയാതിരിക്കാൻ എന്റെ ചുണ്ടുകൾ അമർത്തിവെക്കും. എന്നിട്ട് എന്റെ പ്രേമഭാജനത്തിന്റെ അടുത്തേക്കുപോകും."

"അവൾ ഏതു കടലിലോ ഉൾക്കടലിലോ ആവട്ടെ ഞാനവളെ വിളിക്കും."

"ഞാൻ ചെയ്ത പാപം എന്തെല്ലാമെന്നു പറയും. നീ എന്നെ എങ്ങിനെയെല്ലാം ഉപദ്രവിക്കുന്നു എന്ന് അവളെ ധരിപ്പിക്കും."

ആത്മാവ് പ്രലോഭിച്ചുകൊണ്ടു പറഞ്ഞു. "ആരാണ് നിന്റെ പ്രേമഭാജനം. നീ എന്തിനാണ് അവളുടെ അടുത്തേക്ക് തിരിച്ചുപോകുന്നത്. ഈ ലോകത്ത് അവളേക്കാൾ സൗന്ദര്യമുള്ളവർ അനവധി ഉണ്ടല്ലോ. ഇവിടെ സമാരിസിലെ നൃത്തക്കാരികൾ ഉണ്ട്. പക്ഷികളെ പോലെയും മൃഗങ്ങളെപ്പോലെയും അവർ നൃത്തംചെയ്യും. അവരുടെ പാദങ്ങൾ മൈലാഞ്ചിയിട്ട് ചുവപ്പിച്ചതാണ്. കൈകളിൽ കൊച്ചുചെമ്പുമണികൾ ഉണ്ടായിരിക്കും. നൃത്തം വെക്കുമ്പോൾ മണികൾ സംഗീതം പൊഴിക്കുന്നു. അവരുടെ ചിരി ജലത്തിന്റെ കളകളാരവം പോലെയാണ്. എന്റെ കൂടെവന്നാൽ ഞാനവരെ നിനക്കു കാട്ടിത്തരാം. പാപത്തിന്റെ വഴിതേടി നീയെന്തിനു വിഷമിക്കുന്നു. തനിക്കു നിയോഗിക്കപ്പെടാത്തത് ഭക്ഷിക്കുന്നതിൽ ഒരുത്തനു സന്തോഷം ഉണ്ടാവുമോ. മധുരം ഉള്ള പാനീയത്തിൽ വിഷം ഉണ്ടാവുമോ? നീ വിഷമിക്കാതെ, എന്നോടൊപ്പം മറ്റൊരു നഗരത്തിലേക്ക് വരൂ.

ധാരാളം ടുലിപ് വൃക്ഷങ്ങൾ ഉള്ള ഒരു ചെറിയ നഗരം ഇവിടെയുണ്ട്. മനോഹരമായ ടുലിപ് തോട്ടത്തിൽ വെള്ള മയിലുകളും വർണമയിലുകളും ഉണ്ട്. സൂര്യപ്രകാശത്തിൽ വിടർത്തുന്ന വാലുകൾ ഐവറി ഡിസ്ക് പോലെയും ഗിൽറ്റ്ഡിസ്കു പോലെയും കാണാം. അവയ്ക്ക് തീറ്റ നൽകുന്നവർ, അവയുടെ സന്തോഷത്തിനായി നൃത്തംവെക്കാറുണ്ട്. ചിലപ്പോൾ നൃത്തംവെക്കുന്നത് കൈകൾ കുത്തിയാണ്. ചിലപ്പോൾ കാലുകളിൽ നൃത്തംവെക്കുന്നു. സ്റ്റിബിയം കൊണ്ട് നിറംപിടിപ്പിച്ചവയാണ് അവളുടെ നേത്രങ്ങൾ. സ്വാളോ പക്ഷിയുടെ ചിറകിന്റെ ആകൃതിയാണ് നാസാദ്വാരങ്ങൾക്ക്. ഒരു പവിഴമുത്തിൽ കൊത്തിയെടുത്ത പൂവിന്റെ രൂപം നാസികയിൽ നിന്ന് തൂങ്ങിക്കിടക്കുന്നുണ്ട്. നൃത്തംവെക്കുമ്പോൾ അവൾ ചിരിക്കുന്നു.

കാലിലെ പാദസരങ്ങൾ വെള്ളിമണി കിലുക്കുന്നു. ഏതായാലും നീ ഇനി വിഷമിക്കരുത്. എന്നോടൊപ്പം ആ നഗരത്തിലേക്ക് പോവുക.

ആത്മാവ് ഇച്ഛയ്ക്കൊത്ത് പ്രവർത്തിക്കാതിരിക്കാൻ മുൻകരുതലെടുത്ത മീൻപിടുത്തക്കാരൻ യാതൊന്നും മിണ്ടിയില്ല. അവൻ, വന്ന സ്ഥല

ത്തേക്ക് തിരികെ നടന്നുതുടങ്ങി. തന്റെ പ്രേമഭാജനം പാടിയിരുന്ന ഉൾക്കടലിനു സമീപത്തേക്കാണു പോക്ക്. ഒപ്പമുള്ള ആത്മാവ് പലതും പറഞ്ഞ് പ്രലോഭിപ്പിക്കാൻ ശ്രമിച്ചു. ഒന്നിനും മറുപടി ഇല്ല. ആത്മാവ് പറയുന്നതനുസരിച്ച് ഒന്നും ചെയ്തുമില്ല. അവന്റെ ഉള്ളിലെ സ്നേഹത്തിന് അത്രമാത്രം ദൃഢത ഉണ്ടായിരുന്നു.

കടൽത്തീരത്ത് എത്തിയപ്പോൾ അവൻ തന്റെ ബന്ധനങ്ങൾ ഒഴിവാക്കി; മത്സ്യകന്യകയെ വിളിച്ചു. ദിവസം മുഴുവൻ കരഞ്ഞുവിളിച്ചിട്ടും അവൾ വന്നില്ല.

ആത്മാവ് അവനെ കളിയാക്കി. ഈ സ്നേഹംകൊണ്ട് നിനക്ക് ആനന്ദം ഇല്ലെന്നത് തീർച്ചയാണ്. ഒരുത്തൻ, മരണസമയത്ത്, പൊട്ടിയ പാത്രത്തിലേക്ക് വെള്ളം ഒഴിക്കുന്നത് പോലെയാണത്. നിനക്കുണ്ടായിരുന്നതെല്ലം നീ കൊടുത്തുകഴിഞ്ഞു; നിനക്ക് തിരിച്ചൊന്നും കിട്ടിയതുമില്ല. എന്റെ കൂടെ പോകുന്നതാണ് നിനക്ക് നല്ലത്. സന്തോഷത്താഴ്വര എവിടെയാണെന്ന് എനിക്കറിയാം; അവിടെ എന്തെല്ലാമാണ് ഉള്ളതെന്നും."

ചെറുപ്പക്കാരനായ മീൻപിടുത്തക്കാരൻ ആത്മാവിനോട് ഒന്നും തന്നെ ഉരിയാടിയില്ല. ഒരു പാറയിടുക്കിൽ കമ്പുകൾകൊണ്ടൊരു വീട് കെട്ടിയുണ്ടാക്കി. എല്ലാ പ്രഭാതത്തിലും അവൻ മത്സ്യകന്യകയെ വിളിക്കും. മധ്യാഹ്നത്തിലും വിളിക്കും. രാത്രിയിൽ അവളുടെ പേരു ചൊല്ലിക്കിടക്കും. എങ്കിലും അയാളെ കാണാൻ അവൾ ഒരിക്കൽപ്പോലും വെള്ളത്തിൽ നിന്ന് പൊങ്ങിവന്നില്ല. സമുദ്രത്തിൽ ഒരിടത്തും അവളെ കാണാനുമായില്ല. സമുദ്രത്തിനടിയിലെ കിണറിലും ഗുഹകളിലും തിരകൾകൊണ്ടുണ്ടായ കുഴികളിലും അവൻ അന്വേഷിച്ചു നടന്നെങ്കിലും കണ്ടെത്തിയില്ല.

അപ്പോഴും ആത്മാവ് അവനെ പ്രലോഭിക്കുന്നുണ്ട്. ഭയാനകമായ കാര്യങ്ങൾ മന്ത്രിക്കുന്നു. എങ്കിലും അവനെ ജയിക്കാനായില്ല. അത്രയും തീവ്രമാണ് അവന് മത്സ്യകന്യകയോടുള്ള സ്നേഹം.

ഒരുവർഷം ഇങ്ങനെ കഴിഞ്ഞു. ആത്മാവ് ചിന്തിക്കാൻതുടങ്ങി. ഞാനെന്റെ യജമാനനെ പാപത്തിലൂടെ പ്രലോഭിപ്പിക്കാൻ ശ്രമിച്ചു. എന്നാൽ ഇതിനേക്കാൾ ശക്തിമത്താണ് അവന്റെ പ്രേമം. ഇനി ഞാൻ നന്മകൊണ്ട് വശത്താക്കട്ടെ. എന്നാൽ അവൻ എന്നോട് ചേർന്നു നിൽക്കും.

ലോകത്തിലെ ആനന്ദത്തെക്കുറിച്ച് ഞാൻ നിന്നോട് പറഞ്ഞല്ലോ. എന്നാൽ നീയൊരു ബധിരനെപ്പോലെ നിന്നുകളഞ്ഞില്ലേ. ഇനി ഞാൻ ലോകത്തിലെ ദുഃഖങ്ങളെക്കുറിച്ചുപറയാം. അത് നീ ശ്രദ്ധിക്കുമല്ലോ. സത്യം പറയട്ടെ. ദുഃഖമാണ് ഈ ലോകത്തെ ഭരിക്കുന്നത്. ആർക്കെങ്കിലും അതിന്റെ വലയത്തിൽ നിന്ന് രക്ഷപ്പെടാനാവുമോ? ചിലർക്ക് വസ്ത്രമില്ല, ചിലർക്ക് ഭക്ഷണമില്ല. വിധവകൾ കീറിപ്പറിഞ്ഞ വസ്ത്രം ധരിക്കുന്നു. വേറെ ചിലർ കാവി ധരിക്കുന്നു. കുഷ്ഠരോഗികൾ അങ്ങു

മിങ്ങും നടക്കുന്നു. അവർ പരസ്പരം ക്രൂരതകാട്ടുന്നുമുണ്ട്. തെണ്ടികൾ അലഞ്ഞുതിരിയുന്നു. അവരുടെ ഭാണ്ഡം ശൂന്യമാണ്. ക്ഷാമം നഗരത്തിൽ വിലസുന്നു. കവാടങ്ങളിൽ മഹാമാരി ഇരിപ്പുപിടിച്ചിട്ടുണ്ട്. നമുക്ക് ഇതെല്ലാം ഒന്നു പരിഹരിക്കേണ്ടേ. അവരെയെല്ലാം നമുക്ക് ഉദ്ധരിക്കാം. നിന്റെ പ്രേമഭാജനത്തെ പലതവണ വിളിച്ചിട്ടും അവൾ വരുന്നില്ല എന്നു നീ കണ്ടില്ലേ. പിന്നെയെന്താണ് സ്നേഹം? നീയത് വലുതാക്കി പറഞ്ഞ ല്ലോ.

അവൻ മറുപടി പറഞ്ഞില്ല. അത്രയും തീവ്രമാണ് അവന്റെ സ്നേഹം. എല്ലാ പ്രഭാതത്തിലും അവൻ അവളെ വിളിച്ചു. എല്ലാ മധ്യാ ഹ്നത്തിലും അവൻ അവളെ വിളിച്ചു. രാത്രികാലങ്ങളിൽ അവളുടെ പേർ ഉച്ചരിച്ചുകൊണ്ടിരുന്നു. എങ്കിലും അവൾ അവനെ കാണാൻ കടലിൽ നിന്നും പൊങ്ങിവന്നില്ല. കടലിൽ മറ്റൊരിടത്തും അവളെ കണ്ടതുമില്ല.

കടലിലേക്കുവരുന്ന നദികളിലും അവൻ മത്സ്യകന്യകയെ അന്വേ ഷിച്ചു. അതുപോലെ തിരകൾക്കടിയിലെ താഴ്വാരത്തിലും. രാത്രിയിൽ ഊതനിറമുള്ള കടലിലും, പ്രഭാതത്തിൽ ചാരനിറം പൂണ്ട കടലിലും തിരഞ്ഞു.

രണ്ടുവർഷം കഴിയുന്നു

രാത്രിയിൽ ഏകാന്തമായ തകർന്ന വീട്ടിലിരിക്കുന്ന മീൻപിടുത്ത ക്കാരനോട് അവന്റെ ആത്മാവ് ഇങ്ങനെ പറഞ്ഞു:

“ഹോ തിന്മ കൊണ്ടും നന്മകൊണ്ടും ഞാൻ നിന്നെ വശത്താക്കാൻ ശ്രമിച്ചു. എന്നാൽ നിന്റെ സ്നേഹം എന്റെ വാക്കിനേക്കാൾ ശക്തമാണ്. അതുകൊണ്ട് ഇനി ഞാൻ നിന്നോടൊന്നും പറയുന്നില്ല. പക്ഷേ, നീയെന്നെ നിന്റെ ഹൃദയത്തിലേക്ക് കടക്കാൻ അനുവദിക്കുക. മുമ്പത്തെ പോലെ ഞാനവിടെ കഴിഞ്ഞുകൊള്ളട്ടെ.

നിനക്കെന്റെ ഹൃദയത്തിലേക്കു കടന്നുവരാം. കാരണം എന്റെ ഹൃദ യമില്ലാതെ ലോകത്തിൽ നീ കറങ്ങിനടക്കുമ്പോൾ ഏറെ കഷ്ടപ്പെട്ടുവ ല്ലോ.

കഷ്ടം നിന്റെ ഹൃദയത്തിലേക്കുള്ള പ്രവേശന കവാടം ഞാൻ കാണു ന്നില്ല. സ്നേഹാധിക്യം മൂലമുള്ള അനുകമ്പ നിന്റെ ഹൃദയത്തിൽ നിറഞ്ഞു നിൽക്കുകയാണല്ലോ.

“എന്നാലും എനിക്കുനിന്നെ സഹായിക്കാനാവും.”

തത്സമയം കടലിൽ നിന്ന് ഉച്ചത്തിലുള്ള നിലവിളി കേട്ടു. ഏതോ കടൽ ജീവി മരിച്ചപ്പോഴുള്ള കരച്ചിൽ പോലെയായിരുന്നു അത്. അവൻ ചാടിയെഴുന്നേറ്റ് വീട് ഉപേക്ഷിച്ച് കടൽക്കരയിലേക്ക് ഓടി. കറുത്ത തിര മാലകൾ തീരത്തേക്ക് അടിച്ചുകൊണ്ടിരുന്നു. വെള്ളിയേക്കാൾ വെളുത്ത എന്തോ ഒന്ന് കരയിലേക്ക് തള്ളിവന്നു. അത് ഒരു പൂവുപോലെ തിര യിൽ ചാഞ്ചാടിക്കൊണ്ടിരുന്നു. കര അതിനെ തിരയിൽനിന്ന് ഏറ്റുവാ ങ്ങി. കരയിൽനിന്ന് നുര ഏറ്റുവാങ്ങി. തീരം അതിനെ സ്വീകരിച്ചു. തന്റെ കാൽക്കൽ ഇപ്പോൾ വന്നുകിടക്കുന്നത് പ്രിയതമയുടെ നിർജീവശരീര മാണ്.

കരഞ്ഞും കൊണ്ട് അവൻ അതിന്റെ സമീപത്ത് വീണു, ചുവന്ന് തണുത്തചുണ്ടുകളിൽ ചുംബിച്ചു. നനഞ്ഞ മുടി വാരിക്കളിച്ചു. ആനന്ദം കൊണ്ട് വിറയ്ക്കുന്നതുപോലെയാണവൻ കരയുന്നത്. തവിട്ടുനിറമുള്ള കൈകൾകൊണ്ട് അതിനെ പൊക്കിയെടുത്ത് മാറോടണച്ചു. ചുണ്ടുകൾ തണുത്തിരിക്കുന്നു. തലമുടിയിലെ തേൻ ഉപ്പ് ആയിരിക്കുന്നു. അവൻ അത് സന്തോഷത്തോടെ നുകർന്നു. അടഞ്ഞ കൺപോളകളിൽ അവൻ ചുംബിച്ചു. കൺതടത്തിൽ, തന്റെ കണ്ണുനീരിൽ ഉള്ളതിനേക്കാൾ ഉപ്പു രസം കുറവാണ്.

മരണപ്പെട്ട മത്സ്യകന്യകയോട് അവൻ ക്ഷമായാചനം നടത്തി. തന്റെ കഠിന കഥ അതിന്റെ ചെവികളിൽ ഓതി. കഴുത്തിൽ ചുറ്റിപ്പിടിച്ചു. കണ്ഠത്തിലേ നേർത്ത കുഴലുകളിന്മേൽ വിരലോടിച്ചു. അവന്റേത് കയ്പുള്ള ആനന്ദമാണ്. വിചിത്രമായൊരു സന്തോഷമാണവന്റെ ദുഃഖം.

കറുത്തകടൽ അടുത്തേക്ക് വരുന്നു. വെളുത്ത നുരഒരു കുഷ്ഠരോഗിയെപോലെ മോങ്ങുന്നു. നുര വെളുത്ത നഖങ്ങൾകൊണ്ട് കടൽത്തീരത്തെ അള്ളിപ്പിടിക്കുന്നു. സാഗരചക്രവർത്തിയുടെ കൊട്ടാരത്തിൽനിന്ന് ദുഃഖഭരിതമായ കരച്ചിൽ കേൾക്കുന്നുണ്ട്. അങ്ങകലെ കടലിൽ ട്രൈറ്റോണുകൾ, പരുക്കനായി കുഴൽ ഊതുന്നു.

"ഓടിപ്പോ" ആത്മാവ് പറഞ്ഞു.

കടൽ അടുത്തേക്കുവന്നാൽ അത് നിന്നെയും കൊണ്ടേപോകൂ. നിന്നെയത് കൊന്നുകളയും. ഓടിപ്പോ, എനിക്ക് പേടിയാവുന്നു. നിന്റെ സ്നേഹത്തിന്റെ തീവ്രതയാണ് നിന്റെ ഹൃദയം എനിക്കു മുമ്പിൽ കൊട്ടിയടച്ചിരിക്കുകയാണല്ലോ. സുരക്ഷിതസ്ഥലത്തേക്ക് ഓടിക്കോളൂ. ഒരു ഹൃദയമില്ലാതെ നീ എന്നെ മറ്റൊരുലോകത്തേക്ക് പറഞ്ഞയക്കരുത്.

എന്നാൽ അവൻ തന്റെ ആത്മാവ് പറയുന്നത് ശ്രദ്ധിച്ചതേയില്ല. തന്റെ മത്സ്യകന്യകയെ വിളിച്ചുകൊണ്ടുപറഞ്ഞു. "ജ്ഞാനത്തേക്കാൾ മെച്ചപ്പെട്ടത് സ്നേഹമാണ്. ധനത്തേക്കാൾ വിലമതിച്ചതാണത്. മനുഷ്യപുത്രിമാരുടെ പാദങ്ങളേക്കാൾ മനോഹരവുമാണ്. അഗ്നിക്ക് അതിനെ നശിപ്പിക്കാനാവില്ല. വെള്ളം അതിനെ മുക്കിക്കളയുകയുമില്ല. പ്രഭാതത്തിൽ ഞാൻ നിന്നെ വിളിച്ചു. നീ വന്നില്ല. മാനത്തെ അമ്പിളി അതുകേട്ടു. പക്ഷേ നീയതു ശ്രദ്ധിച്ചില്ല. നിന്നെ വിട്ടുപോകാൻ മാത്രം ഞാൻ ദ്രോഹബുദ്ധികാട്ടി. എനിക്കു തന്നെ ദോഷം വരുത്തിക്കൊണ്ട് ഞാൻ അലഞ്ഞുതിരിഞ്ഞു. നിന്റെ സ്നേഹം എന്നെങ്കിലും എന്നെ പ്രതീക്ഷിച്ചിരുന്നോ? എന്നെങ്കിലും അത് ശക്തമായിരുന്നോ? സ്നേഹത്തെ ജയിക്കാൻ നീ ശ്രമിച്ചിരുന്നുവോ? ഞാൻ നല്ലതും ചീത്തയും വീക്ഷിച്ചിരുന്നു. ഇപ്പോൾ നീ മരിച്ചു. ഞാനും നിന്നോടൊപ്പം മരിക്കുകയാണ്."

ഉദ്യമത്തിൽ നിന്ന് പിന്തിരിയാൻ ആത്മാവ് അവനോട് അഭ്യർഥിച്ചു. അവനത് നിരാകരിച്ചു. അത്രമാത്രം ശക്തമായിരുന്നു അവന്റെ സ്നേഹം.

കടൽ അടുത്തേക്ക് വരുന്നു. തിരകളാൽ മൂടാൻ ശ്രമിച്ചു. അന്ത്യം അടുത്തുവെന്ന് അവനു മനസിലായി. ഭ്രാന്തമായ നിലയിൽ അവൻ മത്സ്യ

കന്യകയെ ചുംബിച്ചു. അവന്റെ ഹൃദയം പൊട്ടിത്തകർന്നു. സ്നേഹത്തിന്റെ പൂർണതയിലാണ് അവന്റെ ഹൃദയം പൊട്ടിത്തകർന്നത്. ഹൃദയത്തിൽ ഒരു കവാടം രൂപംകൊണ്ടതും ആത്മാവ് അതിലേക്ക് കടന്നു മുമ്പെന്ന പോലെ ആത്മാവ് അവനൊപ്പമായി. യുവാവായ മീൻപിടുത്തക്കാരനെ തിരകൾ കൊണ്ടുപോയി.

പ്രഭാതത്തിൽ പുരോഹിതൻ കടൽത്തീരത്തെത്തി. കടലിനെ അനുഗ്രഹിക്കുക എന്നത് അയാളുടെ നിത്യമായ ഒരു ചടങ്ങാണ്. കാരണം രാത്രിയിൽ അത് ഇളകിമറിഞ്ഞു കിടക്കുകയാണല്ലോ. ഒപ്പം സന്യാസിമാരും സംഗീതജ്ഞന്മാരും മെഴുകുതിരികളുമായി കുറേ പേരുമുണ്ട്. കൂടാതെ ധൂമപ്പാത്രങ്ങൾ ആട്ടുന്നവരും. ഒരു വലിയ സംഘം തന്നെ.

മീൻപിടുത്തക്കാരൻ തീരത്ത് മരിച്ചുകിടക്കുന്നത് അവർ കണ്ടു. കൈകൾക്കുള്ളിൽ മത്സ്യകന്യക ഉണ്ട്. ദേഷ്യത്തോടെ പാതിരി പുറകോട്ടു മാറി. നെഞ്ചിൽ കുരിശു വരച്ചു. അയാൾ ഉറക്കെ വിളിച്ചുകൂവി. ഞാനിനി കടലിനെ അനുഗ്രഹിക്കുകയില്ല. കടൽ ജീവികൾ ശപിക്കപ്പെട്ടവരാവട്ടെ. അവരോടൊത്ത് സഞ്ചരിക്കുന്നവരും ശപിക്കപ്പെട്ടവർതന്നെ. സ്നേഹത്തെ ചൊല്ലി അവൻ ദൈവത്തെ മറന്നുകളഞ്ഞല്ലോ. എന്നിട്ടിവിടെ ചത്തുകിടക്കുന്നു, ദൈവം ചാവാൻ വിധിച്ച അവന്റെ പ്രേമഭാജനത്തോടൊപ്പം.

അവന്റെയും അവളുടെയും ശരീരം എടുക്കുക. തോട്ടത്തിന്റെ മൂലയിൽ തെമ്മാടിക്കുഴിയിൽ മറവു ചെയ്യുക. മുകളിൽ കുരിശു നാട്ടരുത്. യാതൊരടയാളവും അതിനു മുകളിൽ ഉണ്ടാവരുത്. അവരുടെ അന്ത്യവിശ്രമസ്ഥലം എവിടെയെന്ന് ആരും അറിയാനിടവരരുത്. അവരുടെ ജീവിതത്തിൽ അവർ ശപിക്കപ്പെട്ടവരാണ്. മരണത്തിലും അവർ ശപിക്കപ്പെട്ടവരായിത്തന്നെയിരിക്കട്ടെ.

കൽപ്പനപോലെ എല്ലാം പൂർത്തിയാക്കപ്പെട്ടു. ആ സ്ഥലത്ത് നല്ല ചെടികളൊന്നും വളരുന്നുണ്ടായിരുന്നില്ല. അവിടെ അവർ ആഴത്തിൽ ഒരു കുഴിയെടുത്തു.

മൂന്നുവർഷം കഴിഞ്ഞു. ആ ദിനം ഒരു പുണ്യദിനമായിരുന്നു. പാതിരി ചാപ്പലിൽ എത്തി. തിരുമുറിവുകൾ ജനങ്ങൾക്ക് കാട്ടിക്കൊടുക്കേണ്ടതുണ്ട്. ദൈവകോപത്തെപ്പറ്റി വിശ്വാസികളോട് സംസാരിക്കുകയും വേണം.

പാതിരി അംഗവസ്ത്രങ്ങൾ ധരിച്ചു. ഉള്ളിലേക്ക് കടന്ന് അൾത്താരയ്ക്കു മുമ്പിൽ വണങ്ങി.

അൾത്താര വിചിത്രങ്ങളായ പൂക്കളാൽ മൂടിക്കിടക്കുന്നതായി പാതിരി കണ്ടു. മുമ്പൊരിക്കലും അങ്ങനെ ഉണ്ടായിരുന്നില്ല. നോക്കിനിന്നവർ വിസ്മയം കൊണ്ടു. അപൂർവ സൗന്ദര്യമാണ് മുമ്പിൽ കാണുന്നത്.

ഈ മനോഹാരിത അയാളിൽ കുഴപ്പം സൃഷ്ടിച്ചു. അവയ്ക്കു മനോജ്ഞഗന്ധമാണ്. അയാൾക്ക് സന്തോഷം അനുഭവപ്പെട്ടു. എന്തുകൊണ്ടാണീ സന്തോഷം എന്ന് അറിയാൻ കഴിയുന്നുമില്ല.

അയാൾ മുറി തുറന്ന് സുഗന്ധം പുകച്ചു. കനം കുറഞ്ഞ മുരുമുരു

പ്പായ അപ്പം ജനത്തിനു കാട്ടിക്കൊടുത്തു. അവരോട് സംസാരിക്കാൻ തുടങ്ങി. ദൈവകോപത്തെക്കുറിച്ച് അവരോട് സംസാരിക്കണമെന്ന് അയാൾക്ക് ആഗ്രഹം ഉണ്ട്. എന്നാൽ ആ വെളുത്ത പൂക്കളുടെ ചാരുത അയാളുടെ മനസിൽ ചില ചലനങ്ങൾ ഉണ്ടാക്കി. അതിന്റെ മധുരഗന്ധം ഇപ്പോഴും നാസാദ്വാരങ്ങളിലുണ്ട്. അയാൾ സംസാരിച്ചത് ദൈവകോപ ത്തെപ്പറ്റിയല്ല. മറിച്ച് സ്നേഹം എന്ന ദൈവത്തെക്കുറിച്ചാണ്. താനെന്തി നാണ് അങ്ങനെ സംസാരിച്ചതെന്ന് അയാൾക്കറിയില്ല.

പ്രഭാഷണം കേട്ട് ജനത്തിന് കരച്ചിൽ വന്നു. തിരിച്ചു മുറിയിലേക്ക് പിൻവാങ്ങിയ പാതിരിയുടെ കണ്ണുനിറയെ കണ്ണുനീർ.

ഡീക്കൻ വന്ന് പാതിരിയുടെ അംഗവസ്ത്രങ്ങൾ ഊരിയെടുത്തു. കൈകളിലും ദേഹത്തും തദവസരത്തിൽ ഉപയോഗിച്ചിരുന്ന വെള്ളക്കു പ്പായവും മറ്റും പതിവുപോലെ അഴിച്ചുമാറ്റി.

പാതിരി ഒരു സ്വപ്നത്തിലെന്നവണ്ണം നിന്നു.

എല്ലാം കഴിഞ്ഞ് പാതിരി അവരെ നോക്കി പറഞ്ഞു: "അൾത്താര യിലുള്ളത് എന്തു പൂക്കളാണ്. എവിടെ നിന്ന് എങ്ങനെയാണ് അതി വിടെ എത്തിയത്?"

അതെന്തു പൂക്കളാണെന്നു ഞങ്ങൾക്ക് പറയാനാവില്ല.

"പക്ഷേ അവ വന്നത് തെമ്മാടിക്കുഴിയിൽ നിന്നാണ്." ഇതു കേട്ടതും പാതിരി വിറച്ചു.സ്വഭവനത്തിലേക്ക് മടങ്ങി. പ്രാർഥിച്ചുകൊണ്ടിരുന്നു.

പ്രഭാതം വന്നു. വെളിച്ചം പൂർണമായി ഭൂമിയിൽ എത്തിയിട്ടില്ല. സന്യാസിമാരും സംഗീതജ്ഞരും കത്തുന്ന മെഴുകുതിരി കയ്യിലേന്തിയ വരും കുന്തിരിക്കം പുകയ്ക്കുന്നവരുമായ ഒരു വലിയ സംഘത്തോടൊപ്പം പാതിരി കടൽക്കരയിൽ എത്തി. കടലിനെയും അതിലെ എല്ലാ ജന്തു ജാലങ്ങളെയും വസ്തുക്കളെയും അനുഗ്രഹിച്ചു. വനദേവതയെ അനു ഗ്രഹിച്ചു. വനത്തിൽ വിഹരിക്കുന്ന ചെറുജീവികളെ അനുഗ്രഹിച്ചു. ഇല കൾക്കിടയിൽക്കൂടി എത്തിനോക്കുന്ന പ്രകാശിക്കുന്ന കണ്ണുകൾ ഉള്ള വയേയും ദൈവത്തിന്റെ നാട്ടിലുള്ള എല്ലാറ്റിനേയും അനുഗ്രഹിച്ചു. ജന ത്തിന് സന്തോഷവും വിസ്മയവുമായിരുന്നു. തെമ്മാടിക്കുഴിയുടെ ഭാഗത്ത് പിന്നീട് പൂക്കൾ ഉണ്ടായില്ല. മുമ്പെന്നപോലെ അത് പിന്നീടും തരിശായി തന്നെ കിടന്നു. കടൽജീവികൾ പിന്നീട് ആ വശത്തേക്ക് വന്നതേയില്ല. അവയെല്ലാം കടലിന്റെ മറ്റൊരു ഭാഗത്തേക്ക് നീങ്ങി,

9

നക്ഷത്രക്കുഞ്ഞ്

പണ്ടൊരിക്കൽ, ദരിദ്രരായ രണ്ടു മരംവെട്ടുകാർ പൈന്മരക്കാട്ടിലൂടെ വീട്ടിലേക്ക് നടക്കുകയായിരുന്നു. മഞ്ഞുകാലമാണത്. രാത്രിയിൽ കടുത്ത തണുപ്പാണ്. നിലത്ത് കനത്തിൽ മഞ്ഞുവീണുകിടപ്പുണ്ട്. മരക്കൊമ്പുകളിലും ധാരാളം മഞ്ഞുണ്ട്. വശങ്ങളിലുള്ള കൊച്ചുചില്ലകൾ മഞ്ഞിന്റെ ഭാരംകൊണ്ട് ചാഞ്ഞുകിടക്കുന്നുണ്ട്.

ഒരു പർവതത്തിൽ നിന്ന് കുതിച്ചൊഴുകുന്ന നദി അവർ കണ്ടു. ജലം നിശ്ചലമായി അന്തരീക്ഷത്തിൽ തൂങ്ങിനിൽക്കുന്നു. ഹിമരാജാവ് അവളെ ചുംബിച്ചതാണ് കാരണം.

കഠിനമായ തണുപ്പുകാരണം എന്തുചെയ്യണമെന്നറിയാതെ നിൽക്കുകയാണ് ജന്തുക്കളും പക്ഷികളും. "ഊ....ഹ് ചെന്നായ, ചെടികൾക്കിടയിലൂടെ അമറിക്കൊണ്ടു നടന്നു. വാലുകൊണ്ട് തറ്റുടുത്തിട്ടുണ്ട്." തികച്ചും ഭീകരമായൊരു കാലാവസ്ഥതന്നെയാണിത്. സർക്കാർ ഇതിന് നടപടി എടുക്കാത്തതെന്തുകൊണ്ട്

"വ്...ഈ...റ്റ്, വ്...ഈ...റ്റ്, വ്...ഈ...റ്റ്" ലിനൈറ്റ് പക്ഷികൾ പതുക്കെ പാടി. പഴയ ഭൂമി മരിച്ചുപോയല്ലോ. അവർ അവളെ വെളുത്ത മൂടുപടത്തിൽ പൊതിഞ്ഞുവെച്ചിരിക്കയാണ്.

"ഭൂമി വിവാഹിതയാവാൻ പോകുന്നു. ഇത് അവളുടെ കല്യാണവസ്ത്രമാണ്." ആമപ്രാവുകൾ പരസ്പരം പിറുപിറുത്തു. ചുവപ്പുനിറത്തിലുള്ള അവയുടെ കൊച്ചുപാദങ്ങൾ വിറങ്ങലിച്ചിട്ടുണ്ട്. ഈ അവസ്ഥയിൽ ഒരു റൊമാന്റിക് കാഴ്ചപ്പാട് ഉണ്ടാക്കുന്നത് തങ്ങളുടെ കടമയാണെന്ന് അവയ്ക്ക് തോന്നി.

"നോൺസെൻസ്" ചെന്നായ് അമറി. "ഇതെല്ലാം സർക്കാരിന്റെ കുഴപ്പംകൊണ്ടാണെന്ന് ഞാൻ പറഞ്ഞില്ലേ? ഇത് നിങ്ങൾ വിശ്വസിച്ചില്ലെങ്കിൽ നിങ്ങളെ ഞാൻ തിന്നുകളയും."

ചെന്നായയ്ക്ക് നല്ല പ്രായോഗികബുദ്ധിയുണ്ട്. നല്ല വാദങ്ങൾകൊണ്ട് ഒരിക്കലും നഷ്ടം സംഭവിക്കാറില്ല.

ജന്മനാ ഒരു തത്വചിന്തകനായ മരംകൊത്തിയുടേതാണ് അടുത്ത ഊഴം.

"എന്റെ ഭാഗത്തുനിന്നു നോക്കുമ്പോൾ, ഒരു വിശദീകരണത്തിനായി അറ്റോമിക സിദ്ധാന്തമൊന്നും ഞാൻ കണക്കിലെടുക്കില്ല. ഒരു വസ്തു അങ്ങനെയാണെങ്കിൽ അങ്ങനെത്തന്നെ, അങ്ങനെത്തന്നെ. ഇപ്പോൾ ഭയാനകമായ തണുപ്പുതന്നെ."

"തീർച്ചയായും അപ്പോൾ കഠിനമായ തണുപ്പുതന്നെ." ഉയരമുള്ള ഫിർമരങ്ങളിൽ വസിക്കുന്ന അണ്ണാറക്കണ്ണന്മാർ അൽപ്പം ചൂടു ലഭിക്കാൻ വേണ്ടി നാസിക പരസ്പരം ഉരസിക്കൊണ്ടിരുന്നു. മുയലുകൾ മാളങ്ങളിൽ ചുരുണ്ടുക്കൂടി. പുറത്തേക്കൊന്നു നോക്കാൻ പോലും താൽപ്പര്യം കാണിച്ചില്ല. വലിയ ചെവിയുള്ള മൂങ്ങകൾ മാത്രം തണുപ്പ് ആസ്വദിക്കുന്നതായി തോന്നി. അവയുടെ ചിറകിൽ മഞ്ഞുറഞ്ഞ് ബലം പിടിച്ചിട്ടുണ്ട്. പക്ഷേ, അവ അതൊന്നും സാരമാക്കുന്നില്ല.

അവ മഞ്ഞക്കണ്ണുകൾ ഉരുട്ടിക്കൊണ്ടിരുന്നു. പിന്നെ ഉറക്കെ വിളി തുടങ്ങി.

"ടു.. വിറ്റ്! ടു..വൂ വൂ വൂ! ടു വിറ്റ് ! ടു വൂ വൂ വൂ" നല്ല കാലാവസ്ഥയാണിത്.

ഇതെല്ലാം കണ്ടും കേട്ടും ചൂളം വിളിച്ചുകൊണ്ട് മരംവെട്ടുകാർ നടന്നു. കനത്ത ബൂട്ടുകൾകൊണ്ട് കട്ടപിടിച്ച മഞ്ഞിന്മേൽ അമർത്തിച്ചവിട്ടിയാണ് നടപ്പ്. ഒരുതവണ അവർ ഒരു കിടങ്ങിൽ വീണു. മില്ലിലെ ധാന്യമാവിൽ പുതഞ്ഞതുപോലെയാണ് പുറത്തെത്തിയത്. ചതുപ്പുനിലത്തിൽ ഉറഞ്ഞുകട്ടിയായ ഹിമത്തിലാണ് ഒരുതവണ വീണത്. കടുപ്പവും മിനുസവുമാർന്ന ഐസ്. അവരുടെ കെട്ടിൽനിന്ന് വിറകുകൊള്ളികൾ നിലത്തുപതിച്ചു. വീണ്ടും അവ പെറുക്കിയെടുത്തു കെട്ട് ആക്കേണ്ടിവന്നു, വഴിതെറ്റിയോ എന്ന് തോന്നി. അതോർത്ത് അവർ വല്ലാതെ ഭയപ്പെട്ടു. കാരണം തന്റെ കൈകളിലും മടിയിലും കിടന്നുറങ്ങുന്നവരോട് മഞ്ഞ് ദയ കാണിക്കാറില്ല.

നല്ലവനായ മാർട്ടിൻ പുണ്യവാളനിൽ വിശ്വാസമർപ്പിച്ച് അവർ യാത്ര തുടർന്നു. എല്ലാ യാത്രക്കാരേയും മാർട്ടിൻ പുണ്യവാളൻ നിരീക്ഷിക്കുന്നു. അവരുടെ കാലുകളെ ശരിയായ പാതയിൽ നയിക്കുന്നു.

ഒടുവിൽ അവർ വനത്തിന്റെ പ്രാന്തപ്രദേശത്തെത്തി. അങ്ങ് ദൂരെ താഴ്വരയിൽ തങ്ങൾ ജീവിക്കുന്ന ഗ്രാമത്തിലെ വെളിച്ചം കണ്ടു.

ലക്ഷ്യസ്ഥാനംകണ്ട് അവർ ഉറക്കെ ചിരിച്ചു. വെളുത്തഭൂമി, വെള്ളികൊണ്ടുള്ള പുഷ്പമായി അവർക്കു തോന്നി. ചന്ദ്രൻ, സ്വർണനിർമിതമായ പൂവും.

ചിരികഴിഞ്ഞ്, അവർ ദുഃഖിതരായി; സ്വന്തം ദാരിദ്ര്യം ഓർത്ത്. ഒരുത്തൻ പറഞ്ഞു. "നാം എന്തുകൊണ്ടാണിങ്ങനെ ആഹ്ലാദിച്ചത്. ജീവിതം

ധനികർക്കുള്ളതാണ്; നമ്മെപ്പോലുള്ളവർക്ക് അല്ല. ഈ കാട്ടിലെ തണുപ്പിൽ മരിക്കുകയാണു ഭേദം. അല്ലെങ്കിൽ ഏതെങ്കിലും വന്യമൃഗം വന്ന് നമ്മെ കൊല്ലട്ടെ."

"ശരിയാണ്. ചിലർക്ക് ധാരാളം കൊടുക്കുന്നു. മറ്റുള്ളവർക്ക് വളരെ കുറച്ചും."

"അനീതി ഭൂമിയിൽ നിന്ന് കെട്ടുകെട്ടിക്കണം. ദുഃഖമില്ലാതാവാൻ എല്ലാം സമമായി പങ്കുവെക്കണം."

അവർ ഇങ്ങനെ പലതും പറഞ്ഞ് പരിദേവനം നടത്തിക്കൊണ്ടിരിക്കെ വിചിത്രമായൊരു സംഭവം നടന്നു.

അത്യുജ്ജ്വലകാന്തിയുള്ള ഒരു നക്ഷത്രം ആകാശത്തിൽ നിന്നടർന്നു വീണു. ആകാശത്തിന്റെ വശത്തുകൂടി ഒഴുകിവരികയായിരുന്നു അത്. വരുംവഴി അത് മറ്റു നക്ഷത്രങ്ങളെ മറികടക്കുന്നത് അവർ വിസ്മയത്തോടെ നോക്കിനിന്നു. കല്ലറിഞ്ഞാൽ എത്തുന്ന അത്രയും അകലത്തിൽ ഒരുകൂട്ടം അരളിച്ചെടികളുടെ പിറകിലാണ് അത് പതിച്ചതെന്ന് തോന്നി.

അത് കണ്ടെത്തുന്നവന് എന്തായാലും സ്വർണമാണ് കിട്ടുക. അവർ രണ്ടുപേരും അതു വീണസ്ഥലത്തേക്ക് ഓടിച്ചെന്നു

ഒരുത്തൻ മറ്റവനെ മറികടന്ന് വേഗത്തിലോടി. അരളിച്ചെടികൾക്കിടയിലൂടെ ഓടി മറുവശത്തെത്തി. അത്ഭുതം! വെളുത്ത മഞ്ഞിൽ ഒരു സ്വർണവസ്തു വീണുകിടക്കുന്നു.

അവൻ ബദ്ധപ്പെട്ട് അതെടുക്കുവാൻ ചെന്ന് കുനിഞ്ഞു. കൈ അതിന്മേൽ വെച്ചു. സ്വർണനൂലുകൊണ്ടുണ്ടാക്കിയ വസ്ത്രമാണത്. നക്ഷത്രങ്ങൾ തുന്നിപ്പിടിപ്പിച്ച അത് പലമടക്കുകളായിട്ടാണ്. താൻ നിധി കണ്ടെത്തിയെന്ന് അവൻ വിളിച്ചുകൂവി.

കൂട്ടുകാരൻ അടുത്തെത്തി. രണ്ടുപേരും മഞ്ഞിൽ ഇരുന്നു. വസ്ത്രത്തിന്റെ മടക്കുകൾ നിവർത്തി. സ്വർണം പങ്കുവെച്ച് എടുക്കാമല്ലോ. പക്ഷേ കഷ്ടം! അതിൽ സ്വർണമില്ല. വെള്ളിയോ മറ്റെന്തെങ്കിലും വിലപിടിപ്പുള്ളതോ ഇല്ല.

ഒരു കുഞ്ഞ് അതിനുള്ളിൽ സുഖമായുറങ്ങുന്നു.

"നാം ആശിച്ചിട്ട് ഇങ്ങനെയായല്ലോ ഒരുത്തൻ പറഞ്ഞു. നമുക്ക് ഭാഗ്യമില്ലാതായിപ്പോയി. കുഞ്ഞിനെ കിട്ടിയിട്ട് എന്തു ലാഭം? അതിനെ ഇവിടെയിട്ട് നമുക്ക് പോകാം. നാം ദരിദ്രരാണ് നമുക്ക് കുഞ്ഞുങ്ങളുണ്ടല്ലോ. അവർക്കുള്ള ഭക്ഷണം ഇതിനും കൂടി കൊടുക്കാനാവില്ലല്ലോ."

"പാടില്ല. അതിനെ ഇവിടെ വിട്ടുപോകുന്നത് വളരെ കഷ്ടമാണ്. ഈ മഞ്ഞിൽകിടന്ന് അതു ചത്തുപോകും. നിന്നെപ്പോലെ ഞാനും ദരിദ്രൻ തന്നെ. കുറേ പേരെ തീറ്റിപ്പോറ്റാനുമുണ്ട്. എന്റെ വീട്ടിൽ ഭക്ഷണം കുറച്ചേ ഉള്ളൂവെങ്കിലും ഞാനതിനെ വീട്ടിലേക്കു കൊണ്ടുപോകുകയാണ്. എന്റെ ഭാര്യ അതിനെ സംരക്ഷിച്ചുകൊള്ളും."

അവൻ വളരെ കരുതലോടെ കുഞ്ഞിനെ പൊക്കിയെടുത്തു. മഞ്ഞുകാരണം തണുപ്പേൽക്കാതിരിക്കാൻ നന്നായി പൊതിഞ്ഞു. അവർ ഗ്രാമത്തിലേക്കു യാത്രയായി.

കൂട്ടുകാരന്റെ മണ്ടത്തരം കണ്ട് കുടെയുള്ളവൻ അതിശയിച്ചു. അവന്റെ മനസിൽ വല്ലാത്ത അലിവ് ഉണ്ട്. അവർ ഗ്രാമത്തിലെത്തി.

"കിട്ടുന്നത് പങ്കുവെക്കാം എന്നല്ലേ പറഞ്ഞത്. നിനക്ക് കുഞ്ഞിനെ കിട്ടി. അതിനാൽ പൊതിഞ്ഞ വസ്ത്രം എനിക്കുതരണം."

"ഈ വസ്ത്രം എന്റേതും നിന്റേതും അല്ല കുഞ്ഞിന്റേതുമാത്രമാണ്. അതുകൊണ്ട് ഞാനിതുതരില്ല."

കൂട്ടുകാരന് ശുഭരാത്രി ആശംസിച്ച് രണ്ടാമൻ കുഞ്ഞിനെയുമെടുത്ത് സ്വന്തം വീട്ടിൽ എത്തി; കതകിൽ മുട്ടി.

ഭാര്യ വാതിൽ തുറന്നു. ഭർത്താവ് സുരക്ഷിതമായി തിരിച്ചെത്തിയതുകൊണ്ട് സന്തോഷിച്ചു. കൈകൾകൊണ്ട് ഭർത്താവിനെ വലയം ചെയ്ത് ചുംബിച്ചു. മുതുകിൽ ഉണ്ടായിരുന്ന വിറകുകെട്ട് താഴെയിറക്കി. ബൂട്ടുകളിൽനിന്ന് മഞ്ഞു തട്ടിക്കളഞ്ഞശേഷം ഉള്ളിലേക്ക് വരാൻ പറഞ്ഞു.

"എനിക്ക് വനത്തിൽ നിന്നൊരു വസ്തു കിട്ടിയിട്ടുണ്ട്. അതിനെ നീയാണ് നോക്കി സംരക്ഷിക്കേണ്ടത്." അവൻ നിന്ന സ്ഥലത്തു നിന്ന് ഇളകിയില്ല. "അതെന്താണ്? എന്നെ കാണിക്ക്. ഈ വീട്ടിലാണെങ്കിൽ ഒന്നുമില്ല. ഒരുപാട് സാധനങ്ങൾ നമുക്ക് ആവശ്യമുള്ളതായിട്ടുണ്ട്."

അവൻ പൊതിഞ്ഞ വസ്ത്രം നീക്കി കുഞ്ഞിനെ കാട്ടിക്കൊടുത്തു.

"കഷ്ടം! നല്ല മനുഷ്യൻ തന്നെ! നമുക്ക് സ്വന്തം കുഞ്ഞുങ്ങൾ ഇല്ലേ? ഈ വീട്ടിലേക്ക് ഇനിയൊരു കുഞ്ഞുകൂടി വേണോ? ഈ കുഞ്ഞ് നമുക്ക് ദൗർഭാഗ്യം വരുത്തുകയില്ലെന്ന് ആരു കണ്ടു? എങ്ങനെയാണിതിനെ പോറ്റുക?"

അവൾക്ക് ഭർത്താവിനോട് അതിയായ ദേഷ്യം തോന്നി.

"ഇല്ല, ഇതൊരു നക്ഷത്രക്കുഞ്ഞാണ്." അതിനെ കിട്ടിയരീതി, അവൻ വിശദമായി പറഞ്ഞകൊടുത്തു.

പക്ഷേ അവൾക്ക് സമാധാനമായില്ല. അവനെ കളിയാക്കി, ദേഷ്യത്തോടെ സംസാരിച്ചു. കരഞ്ഞു. "നമ്മുടെ കുട്ടികൾക്കു തന്നെ തിന്നാൻ കൊടുക്കാൻ കഴിയുന്നില്ല. പിന്നെങ്ങനെയാണ് മറ്റൊരുകുഞ്ഞിനു കൂടി കൊടുക്കുന്നത്. അതിന്റെ കാര്യം ആരുനോക്കും. നമുക്ക് ഭക്ഷണം ആരാണ് തരിക."

"ഇല്ല ഞാനിതിനെ ഉപേക്ഷിക്കില്ല. കുരുവികളെ ദൈവം സംരക്ഷിക്കുന്നില്ലേ."

"മഞ്ഞുകാലത്ത് കുരുവികൾ ചത്തുപോകാറില്ലേ ഇത് മഞ്ഞുകാലമല്ലേ."

അയാൾ ഒന്നുംപറഞ്ഞില്ല. അവിടെനിന്ന് അനങ്ങിയുമില്ല.

തുറന്ന വാതിലിലൂടെ കഠിനമായ തണുപ്പുള്ള കാറ്റ് വീശി. അവൾ വിറച്ചു.

"നീ ആ വാതിലൊന്ന് അടയ്ക്കുമോ കാറ്റുകാരണം എനിക്ക് വല്ലാതെ തണുക്കുന്നു."

"ഹൃദയകാഠിന്യം ഉള്ളവരുടെ ഗൃഹത്തിലേക്ക് തണുത്തകാറ്റ് വരില്ലേ?"

അവൾ ഒന്നും പറഞ്ഞില്ല. തീയിനടുത്തേക്ക് നീങ്ങിനിന്നു.

കുറച്ചുകഴിഞ്ഞ് അവൾ തിരിഞ്ഞു നോക്കി. കണ്ണുകളിൽ നിറയെ കണ്ണുനീർ. അയാൾ വേഗം ഉള്ളിൽ കടന്ന് കുഞ്ഞിനെ അവളുടെ കയ്യിൽ വെച്ചുകൊടുത്തു. അവൾ അതിനെ ചുംബിച്ചു. ഉറങ്ങുന്ന സ്വന്തം മക്കളിൽ ഇളയവന്റെ അടുത്ത് ചെറിയ കിടക്കയിൽ കിടത്തി. പിറ്റേദിവസം, സ്വർണനൂൽ വസ്ത്രം മടക്കി അയാൾ ഒരറയിൽ വെച്ചു. കുഞ്ഞിന്റെ കഴുത്തിൽ ഉണ്ടായിരുന്ന അംബർമാല, ഭാര്യ വസ്ത്രത്തോടൊപ്പം എടുത്തു വെച്ചു.

നക്ഷത്രക്കുഞ്ഞ് മരംവെട്ടുകാരന്റെ മക്കളോടൊപ്പം വളർന്നു. അവർക്കൊരു കളിക്കൂട്ടുമായി. ഓരോ വർഷം കഴിയുന്തോറും അവന്റെ സൗന്ദര്യം വർധിച്ചുകൊണ്ടേയിരുന്നു. ഗ്രാമവാസികൾക്കെല്ലാം അവനെ ക്കണ്ട് വിസ്മയം വർധിച്ചു. കാരണം അവരെല്ലാം ഇരുണ്ടനിറവും കറുത്തതലമുടിയും ഉള്ളവരായിരുന്നു. അവന് ഡാഫോഡിൽ പൂക്കളെപ്പോലെ മഞ്ഞനിറമുള്ള ചുരുൾ മുടിയാണ്. വെളുത്ത നിറം, മൃദുവായ മേനിയും അധരങ്ങൾ ചുവന്ന പൂവിനെപ്പോലെ. ശുഭ്രജലം നിറഞ്ഞ നദീതീരത്തെ വയലറ്റ് പൂക്കളുടെ മനോഹാരിതയാർന്ന നേത്രങ്ങൾ. സ്വയം മോഹിക്കുന്ന നാർസിസസിനെപ്പോലുള്ള ശരീരവും.

സൗന്ദര്യം അവനെ അഹംഭാവിയും ക്രൂരനും സ്വാർഥിയുമാക്കി. മരംവെട്ടുകാരന്റെ മക്കളും ഗ്രാമത്തിലെ മറ്റു കുട്ടികളുമെല്ലാം മോശക്കാരായ മാതാപിതാക്കളുടെ സന്തതികളാണെന്ന് പറഞ്ഞുകൊണ്ടവരെ ഒഴിവാക്കി. താൻ നക്ഷത്രത്തിൽ നിന്നു ജനിച്ചവനാകയാൽ മാന്യനാണ്. കുട്ടികളെയെല്ലാം ഭൃത്യരെന്നാണ് വിളിക്കുന്നത്. താനൊരു യജമാനനാണ്. ദരിദ്രരോടോ അംഗവൈകല്യം ഉള്ളവരോടൊ അവന് യാതൊരു കരുണയും ഇല്ല. അവരെ കല്ലെടുത്ത് എറിയുകയും ചെയ്യും. അവരെ ആട്ടിയോടിച്ച് പെരുവഴിയിലാക്കും. എവിടെയെങ്കിലും പോയി തെണ്ടാൻ പറയും. നിയമബഹിഷ്കൃതരായവർ മാത്രമേ രണ്ടാമതൊരിക്കൽ കൂടി ആ ഗ്രാമത്തിലേക്ക് വരാറുള്ളൂ. സ്വന്തം സൗന്ദര്യത്തിൽ അനുരക്തനാണവൻ. ദുർബലരേയും ഭാഗ്യംകെട്ടവരേയും അവൻ കളിയാക്കുകയോ തമാശയാക്കുകയോ ചെയ്തു. അവൻ അവനെ മാത്രം സ്നേഹിച്ചു.

ഗ്രീഷ്മകാലം വന്നപ്പോൾ പ്രകൃതി നിശ്ചലമാണ്. പാതിരിയുടെ പഴത്തോട്ടത്തിലുള്ള കിണറിന്റെ സമീപം അവൻ ചെന്നുകിടന്നു. തന്റെ സൗന്ദര്യം കണ്ട് സന്തോഷിച്ച് അവൻ ചിരിച്ചുകൊണ്ടിരുന്നു.

ചിലപ്പോഴെല്ലാം മരംവെട്ടുകാരനും ഭാര്യയും അവനെ ശാസിച്ചു.

"നിരാലംബരെ നീ കൈകാര്യംചെയ്യുന്നതുപോലെയല്ല, ഞങ്ങൾ നിന്നെ കണ്ടത്. അവരെ ആരും സഹായിക്കാനില്ല. കാരുണ്യം വേണ്ടിടത്ത് നീ ക്രൂരനാവുകയാണോ."

വൃദ്ധനായ പാതിരി, ചിലപ്പോൾ അവന് ആളയയ്ക്കും. സഹജീവികളെ സ്നേഹിക്കുന്നതെങ്ങനെയെന്ന് അവനെ പഠിപ്പിക്കണമല്ലോ.

"ഒരു ഈച്ച പോലും നിന്റെ സഹോദരനാണ്. അതിനെ ഉപദ്രവിക്കരുത്. കാട്ടിൽ പറന്നുനടക്കാൻ പക്ഷിക്കൾക്കു സ്വാതന്ത്ര്യമുണ്ട്. വിനോദത്തിനായി നീയവയെ കെണിയിൽപ്പെടുത്തരുത്. ദൈവം സൃഷ്ടിച്ച കുരുടിപ്പാമ്പിനും തുരപ്പൻ പ്രാണിക്കും ഈ ഭൂമിയിൽ അവയുടേതായ സ്ഥാനമുണ്ട്. ദൈവത്തിന്റെ ഈ ലോകത്ത് വേദന കൊണ്ടുവരാൻ നീയാരാണ്? കാലികൾ പോലും ദൈവത്തെ പുകഴ്ത്തുന്നുണ്ട്."

ഇപ്പറഞ്ഞതൊന്നും നക്ഷത്രക്കുഞ്ഞ് ശ്രദ്ധിച്ചതേയില്ല. ദേഷ്യം വന്ന അവൻ കുട്ടികളുടെ അടുത്തേക്കുപോയി. അവരെ ഭരിച്ചു നടന്നു. അവൻ സുന്ദരനാകയാൽ കൂട്ടുകാർ അവനെ അനുഗമിച്ചു. മാത്രമല്ല അവന് പാടാനറിയാം,സംഗീതമറിയാം, കുഴലൂതാനറിയാം. അതുകൊണ്ട് അവൻ പറയുന്നതെന്തും ചെയ്തു. പോയസ്ഥലത്തെല്ലാം അവനെ അനുഗമിച്ചു. തുരപ്പൻ പ്രാണിയുടെ കണ്ണിൽ കമ്പുകൊണ്ട് കുത്തുമ്പോൾ അവർ ചിരിച്ചു, കുഷ്ഠരോഗിയെ കല്ലെറിയുമ്പോഴും ചിരിച്ചു. എല്ലാ കാര്യത്തിലും അവൻ അവരെ ഭരിക്കുകയാണ്. അങ്ങനെ അവനോടൊപ്പം സഞ്ചരിച്ചിരുന്ന മറ്റുകുട്ടികളുടെയും മനസിന് കടുപ്പംവച്ചു.

ഒരുദിവസം ദരിദ്രയായൊരു ഭിക്ഷക്കാരി ഗ്രാമത്തിലൂടെ കടന്നുപോയി. കീറിപ്പറിഞ്ഞ വസ്ത്രങ്ങളാണ് അവർ ധരിച്ചത്. നഗ്നപാദയായി പരുക്കൻ നിരത്തിലൂടെ ബഹുദൂരം നടന്നതുകാരണം പാദങ്ങളിൽ ചോര പൊടിയുന്നു. അതൊരു ദയനീയകാഴ്ചതന്നെ. ക്ഷീണിതയായ അവൾ ഒരു ചെസ്റ്റ് നട്ട് മരത്തിന്റെ ചുവട്ടിലിരുന്നു.

നക്ഷത്രബാലൻ അവളെ കണ്ടു "നോക്ക് ഭംഗിയുള്ള ആ മരത്തിന്റെ ചുവട്ടിൽ വൃത്തഹീനയായ ലക്ഷണംകെട്ട യാചകി ഇരിക്കുന്നു. അവളെ അവിടെനിന്ന് ഓടിക്കണം."

അവൻ അടുത്തേക്ക് നീങ്ങി അവളെ കല്ലെറിഞ്ഞു. അവൾ ഭയത്തോടെ നോക്കി. അവനിൽ നിന്ന് കണ്ണെടുക്കാതെ നോക്കി. അകലെയല്ലാതെ മരംവെട്ടിക്കൊണ്ടിരുന്ന അവന്റെ വളർത്തുപിതാവ് ഇത് കണ്ടു. ഓടിവന്ന് അവനെ ശാസിച്ചു.

"നിന്റെ മനസിന് വല്ലാത്ത കടുപ്പം തന്നെ. ദയയെന്തെന്ന് നിനക്കറിയില്ല. നിനക്ക് എന്തു ദ്രോഹമാണ് ഇവൾ ചെയ്തത് ഇത്തരത്തിൽ അവളോട് പെരുമാറാൻ?"

നക്ഷത്രബാലൻ ദേഷ്യത്താൽ ചുവന്നു. കാൽ നിലത്ത് അമർത്തിച്ചവിട്ടി.

"നീയാരാണ് എന്നെ ചോദ്യംചെയ്യാൻ. നീ പറയുന്നത് കേൾക്കാൻ ഞാൻ നിന്റെ മകനൊന്നുമല്ലല്ലോ."

"ശരിയാണ് നീ പറഞ്ഞത്. എന്നിട്ടും വനത്തിൽ കിടന്ന നിന്നെയെടുത്ത് ഞാൻ വളർത്തിയില്ലേ?"

സ്ത്രീ ഇതുകേട്ട് ഉറക്കെക്കരഞ്ഞു. അവൾക്ക് ബോധക്ഷയം വന്നു. മരംവെട്ടുകാരൻ അവളെ താങ്ങിയെടുത്ത് സ്വന്തം വീട്ടിലേക്ക് കൊണ്ടുപോയി. അവളെ പരിചരിക്കാൻ തന്റെ ഭാര്യയെ ചട്ടംകെട്ടി. ബോധം തെളിഞ്ഞ് അവൾ എഴുന്നേറ്റിരുന്നപ്പോൾ തിന്നാനും കുടിക്കാനും കൊടുത്തു. വേഗം സുഖപ്പെടട്ടെ എന്ന് പറയുകയും ചെയ്തു.

അവൾ തിന്നുകയോ കുടിക്കുകയോ ചെയ്തില്ല. "ഈ കുഞ്ഞിനെ വനത്തിൽ നിന്നു കിട്ടിയതാണെന്നു നീ പറഞ്ഞില്ലേ? പത്തുവർഷം മുമ്പ് ആയിരുന്നില്ലേ അത്?"

"അതെ, പത്തുവർഷം മുമ്പുതന്നെ. കാട്ടിൽ നിന്നാണവനെ കിട്ടിയത്."

"എന്തെല്ലാം അടയാളങ്ങളാണ് അവന്റെ ദേഹത്തിൽ ഉണ്ടായിരുന്നത്? കഴുത്തിൽ അംബർ മാല ഉണ്ടായിരുന്നില്ലേ? നക്ഷത്രങ്ങൾപതിച്ച സ്വർണവസ്ത്രം ഉണ്ടായിരുന്നില്ലേ?"

"നീ പറഞ്ഞതുപോലെ, അതെല്ലാമുണ്ട്." മരംവെട്ടുകാരൻ മറുപടി പറഞ്ഞു. ഒരു പേടകത്തിൽ നിന്ന് അവൻ അവ എടുത്തുകാണിച്ചു.

അവൾ സന്തോഷത്താൽ കരഞ്ഞു. "ഇതെന്റെ മകനാണ്. കാട്ടിൽകാണാതായവൻ. വേഗത്തിൽ അവനെ വിളിച്ചുവരുത്തുക. അവനെ തിരഞ്ഞ് ഞാനീലോകം മുഴുവൻ നടന്നു കഴിഞ്ഞു."

മരംവെട്ടുകാരനും പത്നിയും പുറത്തിറങ്ങി പോയി നക്ഷത്രബാലനെ വിളിച്ചു. "വേഗം വീട്ടിലേക്കുപോകുക. അവിടെ നിന്റെ അമ്മ നിനക്കായ് കാത്തിരിക്കുന്നു."

വിസ്മയത്തോടെ അതിയായ ആഹ്ലാദത്തോടെ അവൻ വീട്ടിലേക്കോടി. വീട്ടിലേക്ക് കയറിയതും അവൻ കണ്ടത് ആ സ്ത്രീയെയാണ്. അവൻ വെറുപ്പോടെ നോക്കി.

"എവിടെ എന്റെ അമ്മയെവിടെ? ഇവിടെയാ ഭിക്ഷക്കാരി മാത്രമാണല്ലോ ഉള്ളത്."

"ഞാൻ തന്നെയാണ് നിന്റെ അമ്മ."

"നിനക്കെന്താ ഭ്രാന്തുണ്ടോ." അവൻ കോപത്തോടെ പറഞ്ഞു. "ഞാൻ നിന്റെ മകനല്ല നീയൊരു ഭിക്ഷക്കാരിയല്ലേ? കീറിപ്പറിഞ്ഞ വസ്ത്രം ധരിച്ച് വൃത്തികെട്ടവൾ. വേഗം സ്ഥലം വിട്. നിന്റെ മുഖം ഇനിയിവിടെ കണ്ടുപോകരുത്."

"ഇല്ല. ഞാൻ പോവില്ല. നീ എന്റെ മകൻ തന്നെയാണ്. നാം കാട്ടിലായിരുന്നു. കവർച്ചക്കാർ നിന്നെ പിടിച്ചെടുത്ത് കാട്ടിൽ, മരിക്കാൻ വിടുകയായിരുന്നു. നിന്നെകണ്ടതും ഞാൻ തിരിച്ചറിഞ്ഞു. അംബർമാലയും സ്വർണ വസ്ത്രവും ഞാൻ തിരിച്ചറിഞ്ഞു." അവൾ മുട്ടുകുത്തി, കൈകൾ അവന്റെ നേർക്കുനീട്ടി. "നീ എന്റെ കൂടെവരണമെന്ന് ഞാൻ യാചിക്കുകയാണ്. നിന്നെ അന്വേഷിച്ച് ഈ ലോകം മുഴുവൻ ഞാൻ തിരഞ്ഞു. എന്റെ മകനേ, എന്റെ കൂടെ വരൂ, നിന്റെ സ്നേഹം എനിക്കു വേണം."

നക്ഷത്രബാലൻ സ്വസ്ഥാനത്തുനിന്ന് ഇളകിയില്ല. ഹൃദയത്തിന്റെ വാതിൽ അവളിൽ നിന്ന് കൊട്ടിയടച്ചു. ആ സ്ത്രീയുടെ കരച്ചിലല്ലാതെ, അവിടെ മറ്റൊരു ശബ്ദവുമില്ല.

ഒടുവിൽ അവൻ സംസാരിച്ചു. കയ്പു നിറഞ്ഞ സ്വരം. കടുത്തഭാഷ.

"ഇനി അഥവാ നിങ്ങൾ എന്റെ അമ്മയാണെങ്കിൽ തന്നെ ഇവിടെ നിന്ന് മാറിപ്പോകുന്നതാണ് നല്ലത്. എന്റെ അമ്മയാണെന്ന് പറഞ്ഞ് ഇവിടെ നിന്നാൽ എനിക്കത് ലജ്ജാകരമാണ്. ഞാൻ കരുതിയത് ഞാനേതോ ഒരു നക്ഷത്രത്തിന്റെ കുഞ്ഞ് ആണെന്നാണ്. നീ ഇപ്പോൾ പറഞ്ഞതുപോലെ ഒരു ഭിക്ഷക്കാരിയുടെ കുഞ്ഞല്ല. ഉടൻ ഇവിടന്ന് പോകണം. ഇനി നിന്നെ കാണരുത്."

"കഷ്ടം തന്നെ മകനേ ഞാൻ പോകുന്നതിനുമുമ്പ് നീയെന്നെയൊന്ന് ചുംബിക്കുകയില്ലേ? നിന്നെയൊന്ന് കണ്ടെത്താൻ ഞാനെത്ര കഷ്ടപ്പെട്ടുവെന്നോ."

"ഇല്ല കാഴ്ചയ്ക്ക് വൃത്തികെട്ടവളാണു നീ. ഒരു അണലിയെയോ ചൊറിത്തവളയെയോ ചുംബിക്കുകയാണ് അതിനേക്കാൾ ഭേദം."

സ്ത്രീ എഴുന്നേറ്റു. അതീവ ദുഃഖത്തോടെ കരഞ്ഞുകൊണ്ട് കാട്ടിലേക്കു നടന്നു. അവൾ പോയെന്നു കണ്ട് അവനു സന്തോഷമായി. കളിക്കാൻ കൂട്ടുകാരെത്തേടി അവൻ പുറത്തേക്കോടി.

അവൻ വരുന്നതുകണ്ട് അവർ കളിയാക്കി. "ഒരു ചൊറിത്തവളയെ പോലെ വൃത്തികെട്ടവനാണു നീ. ഒരു അണലിയെപ്പോലെ വെറുക്കപ്പെട്ടവനും. നീയിനി ഞങ്ങളോടൊത്ത് കളിക്കരുത്." അവനെ അവരെല്ലാം കൂടി ഓടിച്ചുവിട്ടു.

നക്ഷത്രബാലൻ ദേഷ്യത്തോടെ സ്വയം പറഞ്ഞു. "അവർ എന്താണെന്നോടു പറഞ്ഞത്? ഞാൻ പോയി കിണറ്റിലെ വെള്ളത്തിൽ നോക്കട്ടെ. എന്റെ സൗന്ദര്യം എത്രയെന്ന് അതെന്നോട് പറയും."

അവൻ കിണറിനടുത്തു ചെന്ന് അതിലേക്കു നോക്കി. കഷ്ടം! ഒരു ചൊറിത്തവളയുടേതുപോലെ വൃത്തികെട്ടമുഖം. അണലിയെ പോലെ പുള്ളികൾ നിറഞ്ഞ ശരീരം. അവൻ പുല്ലിൽ വീണ് കിടന്ന് കരഞ്ഞു.എന്നിട്ട് സ്വയം പറഞ്ഞു. "ഞാൻ ചെയ്ത പാപത്തിന്റെ ഫലമാണിത്. എന്റെ അമ്മയെ ഞാൻ തള്ളിപ്പറഞ്ഞു. ഓടിച്ചുവിട്ടു. അഹമ്മതി കാണിച്ചു. ക്രൂരമായി പെരുമാറി. ഞാനിനി പോയി അവരെ കണ്ടുപിടിക്കട്ടെ. കണ്ടെത്തുംവരെ എനിക്കു വിശ്രമമില്ല."

മരംവെട്ടുകാരന്റെ കുഞ്ഞുമകൾ അവനടുത്തേക്ക് വന്ന് ചുമലിൽ കൈവച്ചു. "നിന്റെ സൗന്ദര്യത്തിന് എന്തുപറ്റി. ഞങ്ങളോടൊത്തു താമസിക്ക് ഞങ്ങൾ പരിഹസിക്കുകയില്ല."

"ഇല്ല. ഞാനെന്റെ അമ്മയോട് ക്രൂരമായി പെരുമാറി. അതിനുള്ള ശിക്ഷയായിരിക്കണം ഇത്. അതുകൊണ്ട് എനിക്ക് പോകണം. അമ്മയെ തിരഞ്ഞുകണ്ടെത്തണം. അവർ എനിക്ക് മാപ്പുതരാതിരിക്കില്ല."

അവൻ അമ്മയെ വിളിച്ചുകൊണ്ട് കാട്ടിലേക്കോടിപ്പോയി. പക്ഷേ മറുപടി കിട്ടിയില്ല. ദിവസം മുഴുവൻ വിളിച്ചു നടന്നു. സൂര്യൻ അസ്ത

മിച്ചു കഴിഞ്ഞപ്പോൾ നിലത്ത് കിടക്കുന്ന ഇലകളിൽ വീണുറങ്ങി. പക്ഷികളും ജന്തുക്കളും അവനടുത്തുനിന്ന് ഓടിപ്പോയി. അവയ്ക്ക് അവന്റെ ക്രൂരത അറിയാം. ഒരു ചൊറിത്തവളമാത്രം അവനെ നോക്കി നിന്നു. ഒരു അണലി സമീപത്തുകൂടി പതുക്കെ ഇഴഞ്ഞുപോയി.

പ്രഭാതത്തിൽ എഴുന്നേറ്റു കയ്പുള്ള കുറേ പഴങ്ങളാണ് കിട്ടിയത്. അത് ഭക്ഷിച്ചു. ദയനീയമായി കരഞ്ഞുകൊണ്ട് വൻകാട്ടിൽ കൂടി നടന്നു. കാണുന്ന എന്തിനോടും തന്റെ അമ്മയെ കണ്ടുവോ എന്നന്വേഷിച്ചു.

തുരപ്പൻ പ്രാണിയോട് ചോദിച്ചു. "നീ മണ്ണിനടിയിൽ പോകാറുണ്ടല്ലോ. അവിടെ എന്റെ അമ്മയെ കണ്ടുവോ."

"നീയെന്റെ കണ്ണ് കുത്തിപ്പൊട്ടിച്ചില്ലേ. പിന്നെ ഞാനെങ്ങനെയാണ് കാണുക."

ലിനെറ്റ് പക്ഷിയോട് ചോദിച്ചു. "നീ മരത്തിനു മുകളിൽ പറക്കാറുണ്ടല്ലോ. അപ്പോൾ ലോകം മുഴുവൻ കാണുമല്ലോ. എന്റമ്മയെ കണ്ടുവോ?"

"നീയെന്റെ ചിറകിനറ്റം മുറിച്ചുകളഞ്ഞില്ലേ പിന്നെ ഞാനെങ്ങനെയാണ് പറക്കുക."

ഫിർ മരത്തിൽ തനിച്ചുകഴിയുന്ന അണ്ണാനോട് ചോദിച്ചു:

"നീയെന്റെ അമ്മയെ കണ്ടുവോ"

അണ്ണാന്റെ മറുപടി ഇങ്ങനെ: "നീ എന്റെ അമ്മയെ കൊന്നു. അതുപോലെ നിന്റെ അമ്മയെ കൊല്ലുവാൻ വേണ്ടിയാണോ തിരയുന്നത്."

നക്ഷത്രബാലൻ കരഞ്ഞു തലകുനിച്ചു. അവരോടെല്ലാം മാപ്പു ചോദിച്ചു. യാചകിയെ തേടിക്കൊണ്ട് വീണ്ടും കാട്ടിലൂടെ നടന്നു. മൂന്നാംദിവസം കാടിന്റെ മറുവശത്ത് എത്തി, സമതലത്തിലേക്ക് കടന്നു. ഗ്രാമത്തിലൂടെ കടന്നുപോകുമ്പോൾ കുട്ടികൾ അവനെ കളിയാക്കി. അവനെ കല്ലെറിഞ്ഞു. കല്ലേറുകാരണം തൊഴുത്തിൽ പോലും കിടന്നുറങ്ങാൻ കഴിഞ്ഞില്ല. കിടന്നിരുന്നെങ്കിൽ അവിടെ സംഭരിച്ചു വെച്ച ചോളത്തിൽ പൂപ്പൽ വരുമായിരുന്നു.കാരണം അവൻ അത്രയും വൃത്തികെട്ടവനാണ്. ജോലിക്കാർ അവനെ അവിടെ നിന്ന് ഓടിച്ചു. ആരും ദയകാണിച്ചില്ല. മൂന്നുവർഷക്കാലം അവൻ ലോകമാകെ അലഞ്ഞുതിരിഞ്ഞു. നടന്നിട്ടും തന്റെ മാതാവായ യാചകിയെക്കുറിച്ച് യാതൊന്നും അറിയാനിടവന്നില്ല. ചിലപ്പോൾ പാതയിൽ തന്റെ മുമ്പിലായി അമ്മ നിൽക്കുന്നതായി തോന്നും. വിളിച്ചുകൊണ്ട് പിന്നാലെയോടും. കൂർത്തകൽച്ചീളുകൾ തട്ടി പാദങ്ങളിൽ നിന്ന് രക്തം വന്നു. എന്നാൽ ഒരിക്കലും മുമ്പിൽപോകുന്ന രൂപത്തെമറികടക്കാനായില്ല. പാതയോരത്ത് വസിക്കുന്നവർ യാചകിയെയോ അതേപോലുള്ള മറ്റാരെയെങ്കിലുമോ കണ്ടതായി നിഷേധിക്കുന്നു. അവന്റെ ചോദ്യം അവർ നിസ്സാരമാക്കി.

മൂന്നുവർഷങ്ങൾ അവൻ അലഞ്ഞുതിരിഞ്ഞ കാലത്ത് എവിടെ നിന്നും സ്നേഹമോ ദയയോ അനുകമ്പയോ കിട്ടിയില്ല. അഹന്തയോടെ നടന്നകാലത്ത് അവന് സ്വയം ഉണ്ടാക്കിയെടുത്ത ഒരു ലോകംപോലെ തന്നെയായിരുന്നു അത്.

ഒരു സായാഹ്നത്തിൽ ഒരു നഗരത്തിനു സമീപമെത്തി. നഗരത്തിന് കനത്തചുറ്റുമതിലുണ്ട്. നദീതീരത്താണ് നഗരം. ക്ഷീണവും കാൽവേദനയും ഉണ്ടെങ്കിലും അവൻ അതിനുള്ളിൽ കടക്കാനൊരുങ്ങി. കാവൽ പട്ടാളം അവനെ തടഞ്ഞു.

"ഈ നഗരത്തിൽ നിനക്കെന്തു കാര്യം ഞാൻ അമ്മയെ തിരഞ്ഞു പോകുന്നു. ദയവായി എന്നെ കടത്തിവിടുക. അവർ ഈ നഗരത്തിലുണ്ടാവും."

അവർ പരിഹസിച്ചു. ഒരുത്തൻ തന്റെ താടി തടവിക്കൊണ്ട് ഷീൽഡ് താഴെവച്ചു.

"സത്യം പറയാമല്ലോ. നിന്നെ കാണുമ്പോൾ നിന്റെയമ്മയ്ക്ക് സന്തോഷം ഉണ്ടാവുകയില്ല. കാരണം ചതുപ്പുനിലത്തിലെ തവളയേക്കാൾ പരിതാപകരമായ അവസ്ഥയാണു നിന്റേത്. വേലിയിൽ ഇഴയുന്ന അണലിയേക്കാൾ കഷ്ടവും. നീ പുറത്തുപോ. നിന്റെ അമ്മ ഈ നഗരത്തിൽ താമസിക്കുന്നില്ല."

കയ്യിൽ മഞ്ഞ ബാനർ പിടിച്ച കാവൽക്കാരൻ പറഞ്ഞു: "നിന്റെ അമ്മ ആരാണ്? എന്തിനു വേണ്ടിയാണ് നീ അമ്മയെ അന്വേഷിക്കുന്നത്?"

"എന്നെപ്പോലെതന്നെ ഒരു യാചകിയാണമ്മ. ഞാൻ അവരോട് മോശമായി പെരുമാറിയിരുന്നു. ഞാൻ ഒന്നു കടന്നുപൊയ്ക്കോട്ടെ. എന്നെ കണ്ടാൽ അവർ മാപ്പുതന്നേക്കും; അവർ ഇവിടെയുണ്ടെങ്കിൽ."

അവർ അനുവദിച്ചില്ല. കുന്തംകൊണ്ട് അവനെ കുത്തി നോവിച്ചു.

അവൻ കരഞ്ഞുകൊണ്ട് തിരിഞ്ഞു നടക്കാൻ തുടങ്ങിയതും. മറ്റൊരുത്തൻ വന്നു. അവന്റെ കവചത്തിൽ തിളങ്ങുന്ന പൂക്കൾ ഉണ്ട്. ഹെൽമെറ്റിൽ ചിറകുള്ള സിംഹം ഇരിക്കുന്നു. പ്രവേശനാനുമതി ചോദിച്ച് വന്നതാരാണെന്ന് അയാൾ പട്ടാളക്കാരോട് ചോദിച്ചു.

"ഒരു യാചകനാണ്. യാചകിയുടെ മകനാണ്. അതിനാൽ ഞങ്ങൾ അവനെ ഓടിച്ചു."

"പാടില്ല ഒരു അടിമയ്ക്കുവേണ്ടി ചീത്തയായ സാധനം നാം വിൽക്കും. ഒരു പാത്രം മധുരവീഞ്ഞിന്റെ വിലയുണ്ടിവന്."

അതിലെ കടന്നുപോവുകയായിരുന്ന വൃദ്ധനും ദുഷ്ടമുഖവുമുള്ള ഒരാൾ വിളിച്ചു "ആ വിലയ്ക്ക് ഞാനിവനെ വാങ്ങാം."

വില നൽകി, നക്ഷത്ര ബാലനെ കൈക്കു പിടിച്ച് അയാൾ നടന്നു നീങ്ങി

നഗരത്തിലെ പലതെരുവുകളിലൂടെ അവൻ നടന്നുനീങ്ങി. ഒരു മതിലിൽ പണിത ചെറിയ വാതിലിനു സമീപമെത്തി.

മതിലിനെ മാതളമരം മൂടിയിരിക്കുന്നു. വൃദ്ധൻ കയ്യിലുള്ള മോതിരത്തിലെ സൂര്യകാന്തക്കല്ലുകൊണ്ട് വാതിലിൽ തൊട്ടതും അത് തുറന്നു. പിച്ചളകൊണ്ടുള്ള അഞ്ചുപടികൾ ഇറങ്ങി. എത്തിയത് ഒരു ഉദ്യാനത്തിൽ. തോട്ടം നിറയെ കറുത്ത പോപ്പിച്ചെടികൾ. കളിമണ്ണ് ചുട്ടുണ്ടാക്കിയ പച്ച

നിറത്തിലുള്ള ഭരണികൾ. വൃദ്ധൻ ചിത്രാങ്കിതമായ ഒരു സിൽക്ക് സ്കാർഫ് തലപ്പാവിൽനിന്ന് എടുത്തു. അതുകൊണ്ട് നക്ഷത്രബാലന്റെ കണ്ണുകൾ കെട്ടി, അവനെ മുമ്പിൽനടത്തി.

മുഖംമൂടി അഴിച്ചു മാറ്റിയപ്പോൾ അവൻ കണ്ടത് താൻ നിലവറയിൽ ആണെന്നാണ്. അവിടെ മൃഗകൊമ്പിൽ തീർത്ത ഒരു റാന്തൽ ഉണ്ട്.

പൂപ്പൽ ബാധിച്ച കുറച്ച് റൊട്ടികൾ അവന്റെ മുമ്പിൽ വെച്ചു. അത് തിന്നു.

ഉപ്പുരസമുള്ള ജലം ഒരു കപ്പിൽ ഒഴിച്ചുകൊടുത്തു. അതു കുടിക്കാനും പറഞ്ഞു. അവനത് തിന്നുകയും കുടിക്കുകയും ചെയ്തു.

അവനെ അവിടെത്തന്നെ വിട്ട് അയാൾ പുറത്തുകടന്നു വാതിൽ പൂട്ടി ചങ്ങലകൊണ്ട് ബന്ധിക്കുകയും ചെയ്തു.

പിറ്റേദിവസം വൃദ്ധൻ തിരിച്ചെത്തി. ലിബിയയിലെ ഒരു മാന്ത്രികനായിരുന്നു അയാൾ. നൈൽ നദീതീരത്ത് ശവകുടീരങ്ങളിൽ വസിക്കുന്ന ആരിൽ നിന്നോ ആണ് ആ വിദ്യ സ്വായത്തമാക്കിയത്. അയാൾ ദേഷ്യത്തോടെ പറഞ്ഞു:

"ജിയാറസ് നഗരകവാടത്തിനു സമീപമുള്ള ഒരു കാട്ടിൽ മൂന്നു സ്വർണ ബിസ്കറ്റ് ഉണ്ട്. ഒന്ന് വൈറ്റ്ഗോൾഡ്. നീയത് പോയിക്കൊണ്ടുവന്നില്ലെങ്കിൽ നൂറ് ചാട്ടവാറടി അടിക്കും. മറ്റൊന്നു മഞ്ഞയും മൂന്നാമത്തേത് ചവപ്പുമാണ്. അതിനായി ഉടൻ പോവുക. സായാഹ്നമാവുമ്പോൾ ഞാൻ ഈ വാതിലിൽ നിന്നെ കാത്തുനിൽക്കും. വെളുത്ത സ്വർണം ഇന്നു കൊണ്ടുവരണം. അല്ലെങ്കിൽ നീയെന്റെ അടിമയായിത്തീരും. അത് നിന്റെ കഷ്ടകാലമായിരിക്കും. മധുരവീഞ്ഞ് ഞാൻ നിന്റെ വിലയായി കൊടുത്തതാണല്ലോ."

നേരത്തെ ചെയ്തതുപോലെ കണ്ണുകൾ തൂവാലകൊണ്ട് മൂടിക്കെട്ടി അയാൾ അവനെ പുറത്തേക്കയച്ചു. മോതിരം കൊണ്ടു തൊട്ടതും കവാടം തുറന്നു. തൂവാല അഴിച്ചെടുത്ത് അവനെ തെരുവിലെത്തിച്ചു.

നഗരകവാടം കഴിഞ്ഞ് മാന്ത്രികൻ നിർദേശിച്ച കാട്ടിൽ അവൻ എത്തിച്ചേർന്നു.

പുറമെനിന്ന് നോക്കുമ്പോൾ വനം മനോഹരമാണ്. പാടുന്ന കിളികളും സുഗന്ധം പൊഴിക്കുന്ന പൂക്കളും നിരവധിയാണ്. നക്ഷത്രബാലൻ സന്തോഷത്തോടെ ഉള്ളിലേക്കു കടന്നു.

കാടിന്റെ സൗന്ദര്യം ഇപ്പോഴവനെ സ്വാധീനിക്കുന്നില്ല. വഴിയിൽ വളർന്നു നിൽക്കുന്ന പൊന്തകളും മുള്ളുകളും അവന്റെ പോക്ക് ശ്രമകരമാക്കുന്നുണ്ട്. ഇലകളിൽ രോമങ്ങൾ ഉള്ള ചില ചെടികൾ അവനെ കുത്തി നോവിക്കുന്നു. തിമ്പിൾച്ചെടികൾ കഠാരയെന്നവണ്ണം കുത്തുന്നു. അവൻ ആകെ വിഷമത്തിലായി. വെളുത്ത സ്വർണം ഇനിയും കാണുന്നുമില്ല. അസ്തമയം വരെ അന്വേഷിച്ചിട്ടും അവനത് കണ്ടെത്തിയില്ല.

കരഞ്ഞുകൊണ്ട് അവൻ മടങ്ങാനൊരുങ്ങി. ദുർവിധി തന്നെ കാത്തിരിക്കുന്നു.

വനാതിർത്തിയിൽ എത്തിയപ്പോൾ അവനൊരു കരച്ചിൽ കേട്ടു. വേദനകൊണ്ട് കരയുന്ന മാതിരി. തന്റെ ദുഃഖം മറന്ന് അവൻ ശബ്ദം കേട്ട സ്ഥലത്തേക്കോടി. ചെറിയൊരു മുയൽ നായാട്ടുകാരന്റെ കെണിയിൽ കുടുങ്ങിയിരിക്കുന്നു.

ബാലൻ മുയലിനെ സ്വതന്ത്രമാക്കിക്കൊണ്ട് പറഞ്ഞു. "ഞാൻ സ്വയം ഒരു അടിമയാണ് എന്നാലും ഞാൻ നിന്നെ സ്വതന്ത്രമാക്കുന്നു."

"ശരിയാണ്, നീയെന്നെ കെണിയിൽ നിന്നു രക്ഷപ്പെടുത്തി. പകരം ഞാനെന്താണ് നിനക്കായി ചെയ്യേണ്ടത്?"

"ഞാനൊരു വൈറ്റ് ഗോൾഡ് തിരഞ്ഞുപോയതാണ്. ഒരിടത്തും അത് കണ്ടതേയില്ല. അതുമായി ചെന്നില്ലെങ്കിൽ, എന്റെ യജമാനൻ എന്നെ അടിക്കും."

"എന്റെ കൂടെവാ ഞാനവിടേക്ക് കൊണ്ടുപോവാം. അതെവിടെയാണ് ഒളിച്ചുവെച്ചതെന്ന് എനിക്കറിയാം, എന്തിനു വേണ്ടിയെന്നും."

നക്ഷത്രബാലൻ, മുയലിനൊപ്പം പോയി. ഹോ, ഒരു വയസൻ ഓക്കുമരത്തിന്റെ പൊത്തിലിരിക്കുന്നു വൈറ്റ് ഗോൾഡ്. സന്തോഷാധിക്യത്തോടെ അവനത് കടന്നെടുത്തു

"ഞാൻ നിനക്കു ചെയ്തുതന്നതിനേക്കാൾ എത്രയോ മടങ്ങ് സേവനമാണ് നീ എനിക്കായി ചെയ്തത്. ഞാൻ നിന്നോട് കാണിച്ച ദയ, നീ നൂറുമടങ്ങായി എനിക്ക് തിരിച്ചുതന്നിരിക്കുന്നു."

"അങ്ങനെയൊന്നുമില്ല. നീ എന്നോടു ചെയ്തതുപോലെത്തന്നെയാണ് ഞാൻ നിന്നോടും ചെയ്തത്."

മുയൽ ഓടിപ്പോയി. ബാലൻ നഗരകവാടത്തിലേക്കു നടന്നു.

നഗരകവാടത്തിനു സമീപം ഒരു കുഷ്ഠരോഗി ഇരിക്കുന്നു. മുഖത്ത് ചാരനിറത്തിലുള്ള ഒരു തൊപ്പി ചാഞ്ഞുകിടക്കുന്നു. കത്തുന്ന കൽക്കരി പോലെ തിളങ്ങുന്ന കണ്ണുകൾ അതിനടിയിൽ കൂടി കാണാം. ബാലനെ കണ്ടതും അവൻ തന്റെ മരക്കോപ്പയിൽ തട്ടി, മണികിലുക്കി, എന്നിട്ടു പറഞ്ഞു.

"എനിക്ക് കുറച്ചു പണം താ. അല്ലെങ്കിൽ ഞാൻ വിശപ്പുകൊണ്ട് ചത്തുപോകും. അവർ എന്നെ നഗരത്തിൽനിന്ന് തള്ളി പുറത്താക്കിയതാണ്. ആരും എന്നോട് ദയ കാണിക്കുന്നില്ല."

"കഷ്ടം തന്നെ! എന്റെ കയ്യിൽ ഒരേയൊരു നാണ്യമേയുള്ളൂ. അത് എന്റെ യജമാനന് എത്തിച്ചില്ലെങ്കിൽ അവനെന്നെ കൊല്ലും കാരണം ഞാനവന്റെ അടിമയാണ്."

കുഷ്ഠരോഗി വിട്ടുകൊടുത്തില്ല. വീണ്ടും വീണ്ടും പറഞ്ഞ് അവനത് കരസ്ഥമാക്കി.

മാന്ത്രികന്റെ വീട്ടിലെത്തി. മാന്ത്രികൻ വാതിൽ തുറന്നതും ചോദിച്ചു: "നീ വൈറ്റ് ഗോൾഡ് കൊണ്ടുവന്നുവോ?"

"ഇല്ല."

മാന്ത്രികൻ അവന്റെ മേൽ ചാടിവീണു. അവനെ കുറേ പ്രഹരിച്ചു.

മുമ്പിൽ ഒരു ഒഴിഞ്ഞപാത്രം വെച്ചുകൊടുത്തു. "തിന്ന്." പിന്നെ ഒരൊഴിഞ്ഞ കപ്പ് മുമ്പിൽ വെച്ചുകൊണ്ട് പറഞ്ഞു "കുടിക്ക്."

അവനെ നിലവറയിലേക്ക് എടുത്തെറിഞ്ഞു.

മാന്ത്രികൻ, പിറ്റേദിവസം കാലത്ത് അവനെ തുറന്നുവിട്ടു.

"ഇന്നു നീ വരുമ്പോൾ യെല്ലോ ഗോൾഡ് കൊണ്ടുവരണം. ഇല്ലെങ്കിൽ നിശ്ചയമായും നിന്നെ ഞാനടിമയാക്കും. മുന്നൂറ് ചാട്ടവാറടി കിട്ടുകയും ചെയ്യും."

വനത്തിൽ എല്ലായിടത്തും മഞ്ഞസ്വർണത്തിനായി തെരഞ്ഞെങ്കിലും നക്ഷത്രബാലന് അതു കിട്ടിയില്ല. സൂര്യാസ്തമയം വന്നു. അവൻ നിലത്തിരുന്നു കരയാൻതുടങ്ങി.

അവന്റെ കരച്ചിൽ കേട്ട് തലേദിവസം കെണിയിൽ നിന്നു രക്ഷപ്പെടുത്തിയ മുയൽ അവിടെയെത്തി.

"എന്തിനാണ് നീ കരയുന്നത്? നീ എന്താണന്വേഷിക്കുന്നത്?"

"ഇവിടെ എവിടെയോ ഒളിച്ചുവെച്ച മഞ്ഞസ്വർണം തിരയുകയാണ് ഞാൻ. അത് കണ്ടെത്താനായില്ലെങ്കിൽ യജമാനൻ എന്നെ അടിക്കും. എന്നെ അടിമയാക്കും."

"എന്റെ കൂടെ വാ."

മുയൽ മുമ്പിൽ ഓടി. ബാലൻ അനുഗമിച്ചു. എത്തിയത് ഒരു കുളത്തിന്റെ വക്കത്താണ്. "ആ കുളത്തിനടിയിലാണ് മഞ്ഞസ്വർണം കിടക്കുന്നത്."

"ഞാനെങ്ങനെ നിന്നോട് നന്ദിപറയേണ്ടൂ ഇത് രണ്ടാം തവണയാണ് നീയെന്നെ സഹായിക്കുന്നത്."

"വേണ്ട, ആദ്യം തന്നെ നീയെന്നോട് കരുണ കാണിച്ചതല്ലേ?"

മുയൽ ഓടി മറഞ്ഞു.

അവൻ സ്വർണമെടുത്ത് അതിവേഗം നഗരത്തിലേക്കു നടന്നു. അവൻ വരുന്നത് കുഷ്ഠരോഗി കണ്ടു. അവന്റെ മുമ്പിൽ മുട്ടുകുത്തി കരഞ്ഞു.

"എനിക്ക് കുറച്ചുപണം വേണം. അല്ലെങ്കിൽ വിശന്നു ചത്തുപോകും."

"എന്റെ ഭാണ്ഡത്തിൽ ഒരു മഞ്ഞസ്വർണം മാത്രമേയുള്ളൂ. അത് കൊണ്ടു ചെന്നില്ലെങ്കിൽ യജമാനൻ എന്നെ അടിക്കും. അടിമയാക്കും."

കുഷ്ഠരോഗി ആവർത്തിച്ചു പറഞ്ഞപ്പോൾ ബാലന് അനുകമ്പ തോന്നി, സ്വർണം അവനു കൊടുത്തു.

മാന്ത്രികന്റെ വീട്ടിൽ തിരിച്ചുചെന്നതും അവൻ ചോദിച്ചു.

"നിന്റെ കയ്യിൽ സ്വർണമുണ്ടോ?"

"ഇല്ല."

തലേദിവസത്തെ പോലെ മാന്ത്രികൻ അവനെ പൊതിരെ തല്ലുകയും അനേകം ഇരുമ്പുചങ്ങലകളാൽ ബന്ധിക്കുകയും ചെയ്തു.

അതിനടുത്തദിവസം കാലത്ത് മാന്ത്രികൻ അവനെ വീണ്ടും തുറ

ന്നുവിട്ടു. "നീ ഇന്നുപോയി ചുവന്ന സ്വർണം കൊണ്ടുവരണം. അപ്പോൾ ഞാൻ നിന്നെ സ്വതന്ത്രനാക്കാം. ഇല്ലെങ്കിൽ നിന്നെ ഞാൻ കൊന്നുകളയും."

വനത്തിൽ ദിവസം മുഴുവൻ തെരച്ചിൽ നടത്തിയിട്ടും അവൻ ചുവന്ന സ്വർണം കണ്ടില്ല. കഴിഞ്ഞ ദിവസങ്ങളിലേതുപോലെ അവൻ ഇരുന്നു കരയാൻ തുടങ്ങി. കരച്ചിൽ കേട്ട് കൊച്ചുമുയൽ വന്നുചേർന്നു.

"നിന്റെ പിറകിലുള്ള ഗുഹയിലാണ് ചുവന്ന സ്വർണം കിടക്കുന്നത്. കരയാതെ സന്തോഷമായിരിക്ക്."

"ഞാനെന്താണ് നിനക്കായി ചെയ്യേണ്ടത്? ഇത് മൂന്നാം തവണയാണല്ലോ നീയെന്നെ സഹായിക്കുന്നത്."

"നീയല്ലേ ആദ്യം തന്നെ എന്നോടു ദയ കാണിച്ചത്?" എന്നും പറഞ്ഞ് മുയൽ ഓടിപ്പോയി.

നക്ഷത്രബാലൻ ഗുഹയിൽ കടന്നു. അങ്ങേയറ്റത്ത് ചുവന്ന സ്വർണം ഇരിക്കുന്നു. അത് ഭാണ്ഡത്തിലിട്ട് അവൻ മടക്കയാത്രയായി.

അവൻ വരുന്നത് കണ്ട് കുഷ്ഠരോഗി നിരത്തിന്റെ നടുവിൽതന്നെ നിന്നു. വീണ്ടും പഴയ പല്ലവി.

"എനിക്കാ ചുവന്ന പണം വേണം, അല്ലെങ്കിൽ ഞാൻ ചത്തുപോകും."

ദയ തോന്നിയ നക്ഷത്ര ബാലൻ ചുവന്ന സ്വർണം അവനു കൊടുത്തു.

"എന്റെ ആവശ്യത്തേക്കാൾ വലുതാണല്ലോ നിന്റെ ആവശ്യം."

പക്ഷേ അവന്റെ ഹൃദയത്തിനു ഭാരമേറി. ദൗർഭാഗ്യം തന്നെ കാത്തിരിക്കുകയാണല്ലോ.

ആഹാ! എന്തൊരത്ഭുതം. നഗരകവാടത്തിന്റെ കാവൽക്കാർ തല കുനിച്ച് വന്ദിച്ചു; അനുസരണയോടെ നിൽക്കുന്നു.

"നമ്മുടെ പ്രഭു എന്തു സുന്ദരനായിരിക്കുന്നു!" പൗരാവലി അവനെ അനുഗമിച്ചു. ഇത്രയും സൗന്ദര്യമുള്ള മറ്റാരും ഈ ലോകത്തിൽ ഇല്ല എന്ന് അവർ പറയുന്നുണ്ട്.

നക്ഷത്രബാലൻ കരഞ്ഞ് സ്വയം പറഞ്ഞു: "അവർ എന്നെ കളിയാക്കുകയാണ്. എന്റെ കഷ്ടപ്പാടുകൾ ലഘൂകരിച്ചു കാണുകയാണ്." വളരെ വിപുലമായിരുന്നു അവിടെ വന്നുകൂടിയ ജനക്കൂട്ടം.

നക്ഷത്രബാലന് വഴി നഷ്ടപ്പെട്ടതുപോലെ തോന്നി. എന്നാൽ അവൻ എത്തിപ്പെട്ടത് ഒരു വലിയ ചത്വരത്തിലാണ്. അവിടെയാണെങ്കിൽ ഒരു രാജധാനിയും ഉണ്ട്.

കവാടം തുറന്നു.

പുരോഹിതന്മാരും നഗരത്തിലെ ഉയർന്ന ഉദ്യോഗസ്ഥ വൃന്ദവും ഉപചാരങ്ങളോടെ അവനെ സ്വീകരിക്കാനെത്തി. അവർ എല്ലാവരും സ്വയം താഴ്ന്നു നിന്നു.

"അങ്ങ് ഞങ്ങളുടെ ദൈവമാണ്; ഞങ്ങൾ അങ്ങയെ കാത്തിരിക്കുകയായിരുന്നു. ഞങ്ങളുടെ രാജാവിന്റെ മകനാണല്ലോ അങ്ങ്."

നക്ഷത്രബാലൻ മറുപടി പറഞ്ഞു.

"ഞാൻ രാജാവിന്റെ മകൻ അല്ല. ഒരു പാവം യാചകിയുടെ മകനാണു ഞാൻ. ഞാൻ സുന്ദരനാണെന്ന് നിങ്ങൾ എങ്ങനെ പറയും. എനിക്കറിയാം ഞാൻ കാഴ്ചയ്ക്കു കൊള്ളാരുതാത്തവൻ ആണെന്ന്."

ഇപ്പോൾ അവന്റെ കവചത്തിൽ തിളങ്ങുന്ന പൂക്കളുണ്ട്. ഹെൽമെറ്റിന്റെ ചിറകുള്ളൊരു സിംഹം ഇരിക്കുന്നു. ഒരുവൻ പരിച ഉയർത്തിക്കൊണ്ട് പറഞ്ഞു:

"ഞങ്ങളുടെ പ്രഭു സുന്ദരനല്ല എന്ന് എങ്ങനെ പറയും?"

നക്ഷത്രബാലൻ സ്വയം നോക്കി "ഹോ അവന്റെ സൗന്ദര്യം തിരിച്ചുകിട്ടിയിട്ടുണ്ട്. മുഖം ശോഭിക്കുന്നു. അത് അവൻ സ്വയം കണ്ടു.

പുരോഹിതരും ഉദ്യോഗസ്ഥരും മുട്ടുകുത്തി വണങ്ങി. അവർ പറഞ്ഞു.

"മുമ്പൊരു പ്രവചനം ഉണ്ടായിരുന്നു ഈ ദിവസം വന്നെത്തുമ്പോൾ ഞങ്ങളെ ഭരിക്കാനുള്ള ആൾ വന്നെത്തുമെന്ന്. ദയവായി അങ്ങ് ആ കിരീടം ധരിച്ചാലും. ചെങ്കോൽ കയ്യിലെടുത്താലും... ഞങ്ങളുടെ രാജാവ് നീതിമാനും ഞങ്ങളോട് കാരുണ്യമുള്ളവനും ആവട്ടെയെന്ന് പ്രാർഥിക്കുന്നു."

നക്ഷത്രബാലൻ അവരോടായി പറഞ്ഞു: "ഞാനത്ര നല്ലവനൊന്നുമല്ല. എന്റെ അമ്മയെ ആട്ടിയോടിച്ചവനാണ് ഞാൻ. അവരെ കണ്ടെത്തി അവരോട് മാപ്പ് പറയുന്നതുവരെ ഞാൻ വിശ്രമിക്കുകയില്ല. അതിനാൽ എന്നെ പോകാനനുവദിക്കണം. ഞാൻ ലോകമൊന്നു ചുറ്റട്ടെ. രാജകിരീടവും ചെങ്കോലും തന്നാലും. എനിക്കിവിടെ തങ്ങി നിൽക്കാനാവില്ല."

ഇതും പറഞ്ഞുകൊണ്ടവൻ നഗരകവാടത്തിലേക്കുള്ള രാജപാതയിലേക്കു നോക്കി.

ഭടന്മാരെ ഞെക്കിഞെരുക്കി ചുറ്റും നിൽക്കുന്ന ജനക്കൂട്ടത്തിനിടയിൽ അതാ നിൽക്കുന്നു തന്റെ അമ്മ, ആ യാചകി. അവരുടെ സമീപം തന്നെ നിരത്തിൽ കണ്ട കുഷ്ഠരോഗിയുമുണ്ട്.

ആനന്ദാതിരേകത്താൽ അവനൊരു സ്വരമുണ്ടാക്കി. ഓടിച്ചെന്ന് അമ്മയുടെ മുമ്പിൽ മുട്ടുകുത്തി വ്രണിതമായ ആ പാദങ്ങളിൽ ചുംബിച്ചു. കരഞ്ഞുകൊണ്ട് മണ്ണിൽ തല പൂഴ്ത്തി. ഹൃദയം പൊട്ടുമാറുള്ള സ്വരത്തിൽ പറഞ്ഞു:

"അമ്മേ, അഹംഭാവിയായിരുന്നപ്പോൾ ഞാനമ്മയെ നിരാകരിച്ചു. അഹങ്കാരം വെടിഞ്ഞ എന്നെ സ്വീകരിച്ചാലും. അമ്മയെ ഞാൻ വെറുത്തിരുന്നു.എനിക്ക് സ്നേഹം തരില്ലേ? അമ്മയെ ഞാൻ പുറന്തള്ളി. അമ്മയുടെ കുഞ്ഞിനെ ഇപ്പോൾ സ്വീകരിക്കില്ലേ?"

യാചകി യാതൊന്നും പറഞ്ഞില്ല. അവൻ കുഷ്ഠരോഗിക്കുനേരെ കൈനീട്ടി. അവന്റെ വെളുത്ത പാദങ്ങളിൽ പിടിച്ചു.

"ഞാൻ നിന്നോട് മൂന്നു പ്രാവശ്യം കാരുണ്യം കാണിച്ചില്ലേ. ഒരു തവണ എന്നോടു സംസാരിക്കാൻ അമ്മയോടു പറയൂ."

കുഷ്ഠരോഗി മറുപടി പറഞ്ഞില്ല.

അവൻ വീണ്ടും കരഞ്ഞുകൊണ്ട് പറഞ്ഞു: "അമ്മേ ഈ ദുഃഖം എനിക്ക് സഹിക്കാനാവുന്നില്ല. എനിക്ക് മാപ്പ് തരൂ. ഞാൻ വനത്തിലേക്കു പോകട്ടെ."

യാചകി അവന്റെ ശിരസിൽ കൈവച്ച് പറഞ്ഞു: "എഴുന്നേൽക്കുക." കുഷ്ഠരോഗിയും അവന്റെ ശിരസിൽ കൈവച്ചുപറഞ്ഞു: "എഴുന്നേൽക്കുക."

അവൻ എഴുന്നേറ്റ് അവരെ നോക്കി. എന്തത്ഭുതം! അത് രാജാവും റാണിയുമാണ്.

റാണി പറഞ്ഞു:

"ഇത് നിന്റെ പിതാവാണ്. നീ സഹായിച്ച ആൾ." രാജാവു പറഞ്ഞു: "ഇത് നിന്റെയമ്മയാണ്. നീ കണ്ണീർകൊണ്ട് ഇവരുടെ കാൽ കഴുകിയില്ലേ."

രണ്ടുപേരും അവന്റെ കഴുത്തിൽ ചുംബിച്ചു. പിന്നെ കൊട്ടാരത്തിലേക്കു കൊണ്ടുപോയി. വിശേഷ വസ്ത്രങ്ങൾ അണിയിച്ചു. കിരീടം തലയിൽ ചൂടിച്ചു. ചെങ്കോൽ കയ്യിൽ കൊടുത്തു.

നദീതീരത്തു സ്ഥിതിചെയ്യുന്ന ആ നഗരത്തിൽ അവൻ ഭരണം തുടങ്ങി.

യുവരാജാവ് എല്ലാവരോടും നീതിപൂർവവും കരുണയോടെയും പെരുമാറി. ദുഷ്ടനായ മാന്ത്രികനെ നിരാകരിച്ചു. മരംവെട്ടുകാരനും പത്നിക്കും നിരവധി പാരിതോഷികങ്ങൾ അയച്ചു. അവരുടെ മക്കൾക്ക് ഉയർന്ന സ്ഥാനങ്ങൾ നൽകി. ജന്തുക്കളോടും പക്ഷികളോടും ഒരിക്കലും ക്രൂരത കാണിക്കാൻ പാടില്ലെന്ന് പ്രജകളെ ബോധ്യപ്പെടുത്തി. സ്നേഹവും കരുണയും ഔദാര്യവുമാണ് എല്ലാവരോടും ഉണ്ടാവേണ്ടത്.

പാവങ്ങൾക്ക് അവൻ അപ്പം നൽകി. വസ്ത്രം ഇല്ലാത്തവർക്ക് വസ്ത്രവും. നാട്ടിൽ സമാധാനവും സുഭിക്ഷതയുമാണ്.

യുവരാജാവിന് അധികാലം ജീവിതം ഇല്ലായിരുന്നു. ഏറെ യാതനകൾ അനുഭവിച്ചു. തന്റെ പരീക്ഷണങ്ങൾ കയ്പു നിറഞ്ഞതായിരുന്നു. മൂന്നുവർഷം കഴിഞ്ഞ് കാലയവനികയിൽ മറഞ്ഞു. പിന്നീട് ഭരണം ഏറ്റവൻ ദുഷ്ടഭരണമാണ് കാഴ്ചവച്ചത്.

www.ingramcontent.com/pod-product-compliance
Lightning Source LLC
LaVergne TN
LVHW090416051026
849518LV00006B/2350

* 9 7 8 8 1 2 6 2 0 7 7 0 1 *